ஏழாவது டெஸ்ட் ட்யூப்

2 நாவல்கள்

டைனமைட் 98

முதல் தொடர்கதையும், ஆயிரமாவது தொடர்கதையும்

ராஜேஷ்குமார்

RAJESHKUMAR
RK
Publishing

இரு நாவல்கள் தொகுப்பு (RK096)

ஏழாவது டெஸ்ட் டியூப்	டைனமைட் 98
முதல் நாவல்	இரண்டாவது நாவல்

ராஜேஷ்குமார்

முதல் பதிப்பு - அக்டோபர் 2025

வெளியீடு: RK பப்ளிஷிங், 23, யமுனா தெரு,
க்யூரியோ கார்டன் அவென்யூ, வடவள்ளி, கோயம்புத்தூர் - 641 046.

அட்டை வடிவமைப்பு: நவீன்குமார் மு

நூல் வடிவமைப்பு: மூ. சிவசுந்தரம், இன்லெட்பஃப் சொல்யூஷன்ஸ்

Collection of Two Novels (RK096)

Ezhavathu Test Tube	Dynamite 98
First Novel	Second Novel

Rajeshkumar

First Edition - October 2025

Published by: RK Publishing, 23, Yamuna Street,
Curio Garden Avenue, Vadavalli, Coimbatore - 641046.
Mob: 89251 16783
email: rkpublishing41@gmail.com
Web: www.rajeskumarnovels.in

Cover Designed by: Naveenkumar M

Book Designed by: M Sivasundaram, inletPUB Solutions, www.inletpub.com

எழுத்தாளரைப் பற்றி...

ராஜேஷ்குமார், 1947-ம் ஆண்டு மார்ச் 20ம் தேதி கோவை மாநகரில் பிறந்தவர். இவரின் இயற்பெயர் கே.ராஜகோபால். எழுத்துக்காக ராஜேஷ்குமார் என்று தன் பெயரை மாற்றிக் கொண்டார். இவரின் முதல் சிறுகதை “உன்னைவிட மாட்டேன்” 1969ம் வருடம் மாலை முரசு கோவை பதிப்பில் வெளிவந்தது. 1980வது வருடம் இவருடைய முதல் நாவல் “வாடகைக்கு ஓர் உயிர்” மாலைமதி மாத இதழில் வெளிவந்தது. அதே வருடம் கல்கண்டு வார இதழில் “ஏழாவது டெஸ்ட் ட்யூப்” என்ற முதல் தொடர்கதை வெளியானது.

கடந்த 56 ஆண்டுகளில், இதுவரை 1500 மேற்பட்ட நாவல்கள் 2000 மேற்பட்ட சிறுகதைகள் எழுதியுள்ளார். இதைத்தவிர, நூற்றுக்கணக்காண அறிவியல், சமூக, ஆன்மிக மற்றும் வாழ்வியல் கட்டுரைகள் படைத்துள்ளார். அவற்றில் “ஸார் ஒரு சந்தேகம்!”, “வாவ்! ஐந்தறிவு”, “எஸ் பாஸ்”, “சித்தர்களா! பித்தர்களா!!” முக்கியமானவை. “என்னை நான் சந்தித்தேன்” என்ற தலைப்பில் தன் வாழ்க்கையில் நடந்த நிகழ்வுகளை சுவராஸ்யமான நடையில் எழுதியுள்ளார். இது மிகச் சிறந்த சுயமுன்னேற்ற நூலாகவும் பார்க்கப்பட்டு பாராட்டப்படுகிறது.

இவரது சில தேர்ந்தெடுக்கப்பட்ட படைப்புக்கள் பிராந்திய மொழிகளிலும், ஆங்கிலத்திலும் மொழி பெயர்க்கப்பட்டுள்ளன. இவருடைய நாவல்கள் பல, திரைப்படங்களாகவும் தொலைக்காட்சித் தொடர்களாகவும் தயாரிக்கப்பட்டுள்ளன.

தான் எழுதிய குற்ற புதினங்களில், நவீன அறிவியலையும் பல புதுமைகளையும் புகுத்தி தனிமுத்திரை பதித்ததால், வாசகர்களும் பதிப்பாளர்களும் இவரை ‘க்ரைம் கதை மன்னர்’ என்று அழைக்கிறார்கள். இந்த 2023 வருடத்திலும் பல முன்னணி அச்சிதழ்களிலும் மின்னிதழ்களிலும் இன்னும் எழுதிக் கொண்டிருக்கிறார்.

எழுத்துலகில் இவர் ஆற்றிய சாதனையை இந்தியன் புக் ஆஃப் ரெக்கார்ட்ஸ் 2022ல் அங்கீகரித்துள்ளது. இவர்க்கு தமிழக அரசு, 2010ல் கலைமாமணி விருது வழங்கி சிறப்பு செய்துள்ளது.

எழுத்தாளரைப் பற்றி...

ஏழாவது டெஸ்ட் ட்யூப்

இந்தக் கதை 1980 ஆம் ஆண்டு
கல்கண்டு இதழில் தொடராக வெளிவந்தது

1

அது ஒரு ஜூலை மாதத்தின் இரண்டாவது வியாழக்கிழமை. பகல் பதினோரு மணி. சூரியன் அன்றைக்கு மிகவும் கோபமாய் இருந்தான்.

உஷ்ணமானியில் இருந்த பாதரசம் தன் மட்டத்தைக் கணிசமாய் உயர்த்தியிருந்தது. 'கார்டன் சிட்டி' என்று அழைக்கப்படுகின்ற பெங்களூருக்கு அன்றைக்கு யாரேனும் வெளியூர் ஆசாமிகள் வந்திருந்தால் பெங்களூரின் சீதோஷ்ணப் பெருமையை வாங்கு வாங்கென்று வாங்கியிருப்பார்கள்.

எப்போதும் கசகசவென்று ஜனக்கூட்டம் நிறைந்து, பிதுங்கி வழியும் 'கெம்பே கௌடா' சர்க்கிளின் வலது கைப் பக்கமாய்க் கோபித்துக் கொண்டு ஓடிய ரோட்டில் பார்க்கிங் செய்யப்பட்டிருந்த, பணக்காரத்தனம் பூசப்பட்ட கார்கள் மௌன மாநாடு நடத்திக் கொண்டிருந்தன. வசவசவென்று பெருகியிருந்த தியேட்டர்களின் முன்னால் - இந்நாட்டின் வருங்காலப் பிரஜைகள், மாணவச் செல்வங்கள், ராஜ்குமாரின் கட்அவுட்டுக்கும் அமிதாப்பச்சனின் முப்பதடி உயர கட்அவுட்டுக்கும், ரூபாய் நோட்டு மாலைகளைப் போட்டுவிட்டு அதைப் பார்த்துச் சந்தோஷித்தபடி அதன் கீழே நின்றிருந்தார்கள். ஆபாசப் புத்தகங்கள், நேப்பாளி ஸ்வெட்டர்கள், பலாச்சுளைகள், வெள்ளரிக்காய்கள், மசாலாக் கடை சமாச்சாரங்கள் - எல்லாமே கெம்போ கௌடா ரோட்டின் இருபுற பிளாட்பாரங்களிலும் மும்முரமாய்ப் பணமாகிக் கொண்டிருந்தன.

அத்துணைப் பரபரப்பான ஜனசந்தடியில் – ஒருவர் கூட அவளைக் கவனிக்கவில்லை.

டாக்ஸியினின்றும் இளம் ரோஸ் வண்ணச் சேலையில் ஒரு அழகு தேவதையாய் வந்து இறங்கிய அவளை ஒரு ஜோடிக் கண்கள்கூடப் பார்க்கவில்லை. வானிட்டி பேக்கைப் பிரித்து ஐந்து ரூபாய் நோட்டொன்றை டிரைவரிடம் கொடுத்துவிட்டுச் சில்லறை கூட எதிர்பார்க்காமல் எதிரே நின்றிருந்த அந்த உயரமான கட்டடத்தை நோக்கிப் போனாள். அழகான நடை. மெதுவாய் நடந்தாள். பின்புற அசைவுகள் ரம்யமாய் இருந்தன. உயரமாய், செழிப்பாய் இருந்தாள். மேக்கப் கொஞ்சம் தூக்கலாய் இருந்தது. முழுவதுமாய் கவனிப்பதற்குள் அந்தக் காம்பௌண்டுக்குள் சரேலென நுழைந்துவிட்டாள்.

காம்பௌண்டில் இருந்த முன்புறக் கட்டிடம் இடிக்கப் பட்டு, ஏராளமான சித்தாள்களுக்கு வேலை வாய்ப்பைக் கொடுத்துக் கொண்டிருந்தது. பெரிய கற்களைப் பொடிப் பொடியாக்கித் தருகின்ற கிரேன் போன்ற ஒரு மெஷின் சமாச்சாரம் கர்ணகடூரமாய்க் கதறிக் கொண்டிருந்தது. பீடி புகைத்துக் கொண்டு இரட்டை அர்த்தம் தொனிக்கின்ற பாஷையைப் பேசிக் கொண்டு சித்தாள்களைச் சீண்டிக் கொண்டு இருந்த மேஸ்திரிகள் அவளைப் பார்த்தார்கள். புகையும் பீடியைப் பின்புறமாய் மறைத்து வைத்துக் கொண்டு கன்னடத்தில் “எங்கேம்மா போகணும்?” என்றார்கள்.

அவள் மெல்லிய குரலில் கேட்டாள்: “டாக்டர் மதுசூதனராவ் ஆபீஸ் இங்கேதானே இருக்கு?”

“டாக்டரா...? அப்படி யாரும் இந்த காம்பௌண்ட்ல இல்லையே...?”

அவள் சிரித்தாள்.

“நான் சொல்ற டாக்டர் உடம்பைப் பார்த்து வியாதிக்கு மருந்து தர்ற டாக்டர் இல்லை... புதைபொருள் ஆராய்ச்சி

சம்பந்தமா படிச்சுட்டு... ஆபீஸ் ஒண்ணை வெச்சு நடத்திட்டு வர்றாரே... அந்த டாக்டரைப் பத்திக் கேக்கறேன்."

"எங்களுக்குத் தெரியல்லேம்மா... அதோ பாரு காக்கி டிரஸ் போட்டுக்கிட்டு ஒருத்தர் வர்றாரே. அவராண்டை கேளு. விவரமாச் சொல்லுவாரு..."

அவர்கள் கைகாட்டிய பக்கமாய் அவள் திரும்பிப் பார்த்தாள். உட்புறக் கட்டடத்திலிருந்து சைக்கிளில் விர்ரென்று வந்து கொண்டிருந்த அந்தப் பியூனைக் கைகாட்டி நிறுத்தினாள். கேட்டாள். "டாக்டர் மதுசூதனராவ் ஆபீஸ்... எங்கே இருக்கு...?"

அந்தப் பியூன் சிரித்தான். "நான் அந்த ஆபீஸ் பியூன்தாம்மா. இடிச்சுட்டிருக்கிற இந்தக் கட்டடத்திற்குப் பின்னாடிதான் டாக்டரோட ஆபீஸ் இருக்கு. இப்படியே நேரா போயிடுங்க. குறுக்கால பூந்து போகாதீங்க. மண்ணு மேலே விழும்..."

அவள் தலையாட்டிவிட்டு நடந்தாள்.

"குட்டி ரொம்ப ஷோக்கா இருக்கு. இல்லேடா மாரி?"

"உடம்பு நல்ல ஊட்டமா இருக்கு. நல்ல உசரம். நல்ல நெறம்..."

"சினிமாக்காரி மாதிரி மேக்கப். பௌடரு ரொம்ப ஜாஸ்தி..."

அந்த மேஸ்திரிகள் பேச்சைக் கேட்டும் கேளாதவள் போல் அவள் வேகமாய் நடந்தாள். இடிபட்டு மண்ணும் கல்லுமாய் உதிர்ந்து கொண்டிருந்த கட்டடத்திற்குப் பின்னால் டாக்டர் மதுசூதன ராவின் ஆபீஸ் கட்டடம் நான்கு அடுக்கு மாடிகளில் ஜிவ்வென்று நிமிர்ந்து நின்றிருந்தது. அண்மையில் கிரே வண்ண டிஸ்டெம்பரில் குளித்திருந்தது. போர்ட்டிகோவில் ஒரே ஒரு ஃபியட் மட்டும் நின்றிருக்க, அதனைச் சுற்றி உதிரிப் பூக்களாய்ச் சில ஸ்கூட்டர்கள் நின்றிருந்தன. போகன்வில்லாக் கொடிகள் ஜன்னலோரம் ஒரேமாதிரி செழித்து ஈஸ்ட்மென் கலரில் பூக்களைப் பிரசவித்திருந்தன.

தொளதொளத்த காக்கி உடையில் வயதான வாட்ச்மேன் அடுத்த பெண்ணுக்கு எப்படிக் கல்யாணத்தை முடிப்பது என்ற கவலையில் சோர்ந்து போய் உட்கார்ந்திருந்தான்.

அவளைக் கண்டதும் உடம்பில் மின்சாரம் பாய்ந்த மாதிரி எழுந்து நின்றான். அவன் கேள்வியை கேட்பதற்கு முன்பாகவே அவள் மடமடவென்று பேச ஆரம்பித்தாள்.

“நான் இண்டர்வியூக்காக வந்திருக்கேன். இண்டர்வியூ பத்து மணிக்குன்னு சொல்லிருந்தாங்க. ஆனா நான் வந்த ரெயில் இன்னிக்கு மூணு மணி நேரம் லேட். உள்ளே போகலாமா...?”

அந்த வயதான வாட்ச்மேன் அவளை ஆச்சர்யமாய்ப் பார்த்தான். “இண்டர்வியூக்கா வந்திருக்கீங்க? இருபது இருபத்தைஞ்சு பொண்ணுங்க வந்தாங்க. அதுல பாதிப்பேரு இண்டர்வியூ முடிஞ்சு போயிட்டாங்க. இன்னும் நடந்திட்டிருக்கு போங்கம்மா உள்ளார...” சொல்லிவிட்டு வெற்றிலைக் காவியேறிய பற்கள் கொட்டையாகத் தெரிய அவன் சிரித்தான்.

“இண்டர்வியூ மேலயா, கீழயா...?”

“மேலதாம்மா... நாலாவது மாடியில...”

“லிஃப்ட் இருக்கா...?”

“இருக்கு. அதோ..!”

லிஃப்ட்டை நோக்கி வேகமாய்ப் போனாள் அவள். அந்த ஆட்டோமேட்டிக் லிஃப்ட் கீழே வந்து கொண்டிருப்பதற்கு அறிகுறியாக ரத்தச் சிவப்பாய் அம்புக்குறி பளிச்சிட்டு பளிச்சிட்டு மறைந்தது.

லிஃப்ட் கீழே – அவள் நின்றிருந்த கிரௌண்ட் ப்ளோரை தொட்டுக் கொண்டு தட்டென்று நிற்க, அதிலிருந்து இரண்டு பெண்கள் வெளிப்பட்டு அவளைப் பார்த்துக் கொண்டே நடந்தனர். அவள் உள்ளே நுழைந்து லிஃப்ட் கதவைச் சாத்திக் கொண்டு நான்காவது பட்டனைத் தட்டினாள்.

லிஃப்ட் ஊஞ்சலாடிக் கொண்டே மேலே ஏற ஆரம்பித்தது.

நான்காவது மாடிக்காகக் காத்திருந்தாள்.

முப்பது வினாடிகளுக்குப் பிறகு - நான்காவது மாடியைத் தொட்டுக்கொண்டு லிஃப்ட் நிற்க, அதிலிருந்து அவள் வெளிப்பட்டபோது, அந்த ஹால் அவளுக்குப் பிரமிப்பை ஊட்டியது.

சுவரோரமாய்ப் போடப்பட்டிருந்த நாற்காலியில், இண்டர்வியூக்காக வந்திருந்த பெண்கள் ஈஸ்ட்மென் வண்ணச் சேலைகளில் அமர்ந்திருக்க, அந்த ஹால் விசாலமாய், ஒரு மைதானத்தைப் போல் 'ஓ'வென்று கிடந்தது. தேவையில்லாமல் ஏகப்பட்ட நாற்காலிகள்... மேஜைகள்... தாறுமாறாய்ப் போடப்பட்டு, அதில் ஆட்கள் இல்லாமல் காற்று உட்கார்ந்திருந்தது.

"இண்டர்வியூக்கு வந்திருக்கிறயாம்மா...?"

தனக்கு பின்புறம் வந்த கனமான குரல் கேட்டுத் திரும்பினாள் அவள்.

முகத்தில் ஒரு மாத ரோமம். வாயில் வெற்றிலைச் சீவலின் சிவப்புச் சாறு. கண்களில் சோடாபுட்டிக் கண்ணாடி. மக்கிப் போன மண்ணாங்கட்டிக் கலரில் ஒரு சர்ட். சுமாரான, சகித்துக் கொள்ளக்கூடிய அழுக்கில் ஒரு வேட்டி, கையில் ஒரு ஃபைல். கால்களில் அறுந்து போன செருப்பு. ஓர் ஆபீஸின் ஹெட்கிளார்க் எந்த லட்சணத்தில் இருக்க வேண்டுமோ அந்த லட்சண இலக்கணத்திற்கு கொஞ்சமும் பங்கப்படாமல் இருந்தார் அவர்.

"ஆமா... ஸார்... இண்டர்வியூக்காகத்தான் வந்திருக்கேன்."

"உன்னோட பேரு..?"

"சைலஜா..."

"அம்மா சைலஜா! உனக்கு நாங்க அனுப்பியிருக்கிற இண்டர்வியூ கார்டு இருந்தா அதக் கொஞ்சம் எடு..."

சைலஜா வானிட்டி பேக்கைத் திறந்து இண்டர்வியூ கார்டை எடுத்து அவரிடம் நீட்டினாள். அவர் சர்ரென்று கோபப்பட்டார். "என்கிட்டே நீட்டாதம்மா..! நீயே அந்தக் கார்டைப் படிச்சுப் பாரு. இண்டர்வியூ எத்தனை மணிக்குப் போட்டிருக்கு...?"

"பத்து மணிக்கு..." மேலுதட்டில் வியர்வை அரும்பச் சொன்னாள்.

"இப்போ... மணி என்னாச்சி தெரியுமா? பதினொன்னு பத்து. எழுபது நிமிஷம் லேட்டா வந்திருக்கே... இண்டர்வியூக்கே இப்படி லேட்டா வந்தியன்னா... நாளைக்கு உனக்கு உத்தியோகம் கொடுத்தா இன்னமும் எவ்வளவு லேட்டா வருவே..."

உட்கார்ந்திருந்த மற்ற பெண்கள் எல்லோரும் அவளையே பார்க்கச் சில வினாடிகள் அவள் குன்றிப்போனாள். "ஸாரி ஸார்... நான் கோயம்புத்தூரிலிருந்து வர்றேன்... ட்ரெயின் ரொம்பவும் லேட்."

"சரி... சரி... அப்படி போய் உட்கார்." என்று கூறிவிட்டு, டாக்டர் அறைக்குள் நுழைந்த ஹெட்கிளார்க் பவ்யமாய்ச் சொன்னார். "இன்னும் அஞ்சு பேர்..."

டாக்டர் மணிக்கட்டை உயர்த்தி வாட்ச்சைப் பார்த்தார். நேரம் 1.30. ஹெட்கிளார்க்கைப் பார்த்துச் சொன்னார். "அப்போ நீங்க போயி சாப்பிட்டு வந்துடுங்கோ, சிகாமணி...! அஞ்சு பேர் தானே? சீக்கிரமா முடிச்சு அனுப்பிடறேன்..."

ஹெட்கிளார்க் தலையசைத்துவிட்டுப் போனார்.

தலைக்கு ஐந்து நிமிடம் என்று கணக்கு வைத்துக் கொண்டு இண்டர்வியூவை வேக வேகமாய் முடித்துக் கொண்டிருந்தார் டாக்டர் மதுசூதனராவ்.

கடைசியாய் –

சைலஜா அவருடைய அறைக்குள் வந்தபோது நேரம் 1.50.

"லேட்டா வந்த பொண்ணு நீதானே...?" டாக்டர் கேட்டார். அவள் அவரையே பார்த்தாள். வயது அறுபதை எட்டிக்

கொண்டிருந்தாலும் டாக்டர் ரொம்பவும் சுறுசுறுப்பாய் இருந்தார். தலைக்கு கருப்பு மை அடிக்காமல் வெள்ளியாகவே விட்டிருந்தார். கன்னடச் சிவப்பில் தளதளவென்று பழுத்த பப்பாளி மாதிரி இருந்தார். மெலிதான நீலவண்ண கோட்... அதே வண்ண டை... முகத்தின் கம்பீரத்தை எடுத்துக் காட்டும் கண்ணாடி... உதட்டில் நிற்கும் புன்னகை.

“என்னம்மா... அப்படிப் பார்க்கிறே? ப்ளீஸ் சிட் டவுன்!”

அவள் உட்கார்ந்தாள். சொன்னாள். “டாக்டர் ஸார்... தப்பா நினைச்சுக்காதீங்க. உங்க இண்டர்வியூவை ஆரம்பிக்கிறதுக்கு முன்னாடி ஒரு சின்ன உதவி உங்க பியூன் மூலமா எனக்கு ஆகணும்...”

“என்ன உதவி?” வியப்புடன் கேட்டார் டாக்டர்.

“குடிக்க ஒரு காப்பி வேணும்... தலை ஏகமா வலிக்கிது... ப்ளீஸ்...” டாக்டர் ராவ் ரொம்பவும் ஆச்சரியப்பட்டுப் போனார். இண்டர்வியூக்காக வந்த ஒரு பெண் வலியக் காப்பி வேண்டும் என்று கேட்ட அதிசயத்தில் ஆழ்ந்து போனார். சட்டென்று சுதாரித்துக் கொண்டு ப்யூனைக் கூப்பிட்டார்.

“மாரி... மாரி!”

“எஸ்... ஸார்!” மாரி எட்டிப் பார்த்தான்.

“ப்ளாஸ்க் எடுத்துக்கிட்டு போய் ஒரு காப்பி வாங்கிட்டு வா...”

“எஸ்... ஸார்!” அவன் கீழே இறங்கிப் போனான்.

அவன் போனதும் அவள் டாக்டரைப் பார்த்து மெல்லிய குரலில் கேட்டாள்: “டாக்டர்... இப்போ, இந்த வினாடியிலே இந்தக் கட்டடத்துலே நீங்களும் நானும் மட்டும்தானே இருக்கோம்...?”

‘ஆமாம்...’ என்கிற பாவனையில் தலையசைத்தார் டாக்டர்.

“இப்போ... நீங்க ஒண்ணு செய்யணுமே...”

"……………"

"நீங்க பர்சனலா வெச்சிட்டிருக்கிற அந்தத் தோல்பையைத் திறந்து... 'தி அஸ்ஸெட்ஸ் ஆஃப் கிரேட் க்ரீக்ஸ்'ங்கிற அந்த வரைபடத்தை எனக்குத் தரணும்."

டாக்டர் மதுசூதனராவ் முகம் மாறி சுண்ணாம்பு நிறத்துக்கு வந்தார்.

"ம்... சீக்கிரம்... ப்யூன் காப்பியோட இங்கே வர்றதுக்கு முன்னால... நல்ல பிள்ளையா... அந்த வரைபடத்தை எடுத்துக்கொடுங்க!"

அவள் ரிவால்வரை உருவிக்கொண்டாள்.

2

டாக்டர் மதுசூதனராவ் ஒரு விநாடி திகைத்துப் போனார். மறுவிநாடியே இயல்பான துணிவுக்கு வந்தார். குரலில் கடுமையைக் கலந்து கொண்டு கேட்டார். "யார் நீ...?"

அவள் மென்மையாய்ப் புன்னகைத்தாள். "நான் யாரு...? என் பேரென்ன? குலம் கோத்திரமென்ன...? இதையெல்லாம் நீங்க கேட்க வேண்டிய அவசியமும் இல்லே... பதில் சொல்ல எனக்கு அவகாசமும் இல்லே... உங்களுக்கும் எனக்கும் மத்தியில இருக்கிற ஒரே பிரச்சனை அந்த வரைபடம்... அதைக் கொடுத்திட்டீங்கன்னா... நான் நல்ல பொண்ணாப் போயிடுவேன்... இல்லேன்னா மிஸஸ் மதுசூதனராவ் வெள்ளைப் புடவை கட்டிக்க வேண்டி வரும்."

டாக்டர் ஆத்திரத்தோடு விருட்டென எழுந்தார். "யூ...! யூ...!" என்று பற்களைக் கடித்தபடி அவள் கையிலிருந்த ரிவால்வரைத் தட்டிவிட முயன்றார். ஆனால் அவள் –

அவருடைய இந்தச் செயலை எதிர்பார்த்தவள் போல் சரேலென நாற்காலியைப் பின்னுக்கு நகர்த்திக் கொண்டாள். "டாக்டர்! உங்களுக்கு வயசாயிடுச்சு. வீணா சினிமாப்பட ஹீரோ மாதிரி நடந்துக்க முயற்சி செய்யாதீங்க. நல்ல பிள்ளையா அந்த வரைபடத்தைக் குடுத்துடுங்க."

"எந்த வரைபடம்?"

"தி அஸ்ஸெட்ஸ் ஆஃப் கிரேட் கிரீக்ஸ்."

"நீ சொல்றது எனக்குப் புரியல்லே."

“நிஜமாப் புரியலையா டாக்டர்...? இல்லே புரிஞ்சிருந்தும் புரியாத மாதிரி நடிக்கிறீங்களா? நீங்களும் செபஸ்தனீஸ்ங்கிற கிரேக்க டாக்டரும் போனமாசம் வரைக்கும் இந்தியால புதையுண்டு போயிருக்கிற கிரேக்க காலத்துச் சொத்துக்களைப் பத்தி ஆராய்ச்சி செஞ்சு அதைப்பத்தின விவரங்களை – முக்கியமா அந்த ‘ஏழாவது டெஸ்ட் டியூப்’ பத்தின விஷயத்தைக் குறிச்சு வெச்சிருக்கீங்களே... அந்த வரைபடம்தான் வேணும்!”

முகம் வெளுத்தார் டாக்டர். அதிகமாய் வியர்த்தார்.

“என்ன டாக்டர்... என்ன அப்பிடிப் பார்க்கறீங்க? நீங்க ரகசியமா செஞ்சிட்டிருந்த ஆராய்ச்சியைப் பத்தி எனக்கெப்படித் தெரியும்னு பார்க்கறீங்களா? இதைவிட இன்னொரு முக்கியமான விஷயமும் எனக்குத் தெரியும் டாக்டர்... சொல்லட்டுமா?”

“...............”

ஒன்றும் பேசத் தோன்றாமல் விழிகள் நிலைகுத்த உட்கார்ந்திருந்தார், டாக்டர். அவள் தொடர்ந்தாள்: “நீங்க சொல்லுன்னு சொல்லாட்டியும்கூட நானே சொல்றேன். உங்ககூட இருந்து ஆராய்ச்சிக்கு உதவி பண்ணின அந்தக் கிரேக்க டாக்டர் செபஸ்தனீஸ் திடீர்னு ஹார்ட் அட்டாக்ல செத்துப்போனதா பேப்பர்ல அடிப்பட்டதே! அதைப் பத்தியும் எனக்குத் தெரியும். அந்த டாக்டர் ஹார்ட்அட்டாக்ல சாகல்ல, நீங்க அவருக்கு கொஞ்சங் கொஞ்சமா கொடுத்த விஷம் தான் அவரோட உயிரையே வாங்கியிருக்கு, இல்லையா மிஸ்டர் மதுசூதனராவ்?”

டாக்டர் தளர்ந்து போய் உட்கார்ந்தார். கண்களில் இருந்த கோபம் மட்டும் தணியவில்லை. விழிகள் சிவக்க அவளைப் பார்த்தார். “இதெல்லாம் உனக்கெப்படித் தெரியும்? யார் நீ?”

“உஷ்... ஷ்...! நான் யாருன்னு உங்களுக்கு தெரிய வேண்டிய அவசியமே இல்லை. உங்களைப்பத்தின விஷயம்

பூராவும் எனக்குத் தெரியும். நான் நினைச்சா போலீஸ்லேயும் காட்டிக் கொடுக்க முடியும். ஆனா... நான் அதைச் செய்ய விரும்பல்லே..."

டாக்டர் நெளிந்தார், தர்மசங்கடமாய்.

"ம்... சீக்கிரம்! அந்த வரைபடத்தை எடுங்க!"

டாக்டர் பேசாமல் உட்கார்ந்திருந்தார்.

"உங்களுக்குச் சரியா ஒரு நிமிஷம் தர்றேன்- சரியா ஒரு நிமிஷம்... அறுபத்தியோராவது விநாடி... என்னோட கைக்கு வரைபடம் வரல்லேன்னா நீங்க ஆகாசத்தைப் பார்த்து வெறிப்பீங்க! இந்த ரிவால்வர்ல தோட்டாக்கள் இல்லே. வேற ஒண்ணை வெச்சிருக்கேன்... சத்தம் கேட்காது. பாம்பு சீறுற மாதிரி ஒரு சத்தம் மட்டும்தான் கேட்கும். அடுத்த விநாடி நீங்க பொணமா சாஞ்சிருப்பீங்க..."

டாக்டரின் முகத்தில் கணிசமாய் பயம் அப்பிக் கொண்டது. இவள் செய்யக்கூடியவள்தான். நிச்சயமாய்ச் செய்யக் கூடியவள்தான்.

மேஜையின் மேலிருந்த சாவிக் கொத்தை எடுத்துக் கொண்டார். அறையின் மூலையிலிருந்த ஒரு பீரோவை நோக்கி நடந்தார் மெதுவாய் நடந்தார்.

"ம்... சீக்கிரம் டாக்டர்."

டாக்டர் பீரோவை நெருங்கி நிற்பதற்கும் வாசல் வராந்தாவில் யாரோ நடந்துவரும் ஓசை கேட்பதற்கும் சரியாய் இருந்தது. முகத்தில் சட்டென்று பிரகாசம் தொற்றிக்கொள்ள - திரும்பினார் டாக்டர். அவள் ரிவால்வரை சேலைத்தலைப்பால் போர்த்தி - ரிவால்வரின் வாயை மட்டும் டாக்டரின் நெஞ்சுக்கு நேராய் நீட்டியபடி அடிக்குரலில் கர்ஜித்தாள். "டாக்டர்...! வராந்தால யாரோ வர்ற சத்தம் கேக்குது. காப்பி வாங்கிட்டு உங்க ப்யூன்தான் வர்றான்னு நினைக்கிறேன். உதவிக்கு ஆள் வந்துட்டதா நினைச்சு ரொம்பவும் பூரிச்சுப் போய்டாதீங்க. ரெண்டே விநாடியிலே உங்க ரெண்டு பேரையும் தீர்த்துக்

கட்ட இந்த ரிவால்வர்னால நிச்சயமா முடியும். நீங்க என்னை ஏமாத்த நினைச்சா உயிர்ச்சேதம் இன்னமும் அதிகமாகும். இப்ப... நான் சொல்லப்போறதை நல்லா கவனியுங்க. உங்க ப்யூன் உள்ளே வந்ததும் உங்களுக்கு ஒரு கூல்ட்ரிங் வாங்கிட்டு வரச் சொல்லணும். அவன் கடைக்குப் போய் அதை வாங்கிட்டு வர்றதுக்கு முன்னாடி அந்த வரைபடத்தை என் கையிலே குடுத்திடணும். நான் சொன்ன வார்த்தைகளுக்கு மேல அதிகப்படியா... ஏதாவது ஒரு வார்த்தை அதிகம் வந்தாலும் சரி... என்னோட ரிவால்வர் சீற ஆரம்பிச்சுடும். இது நிஜமான மிரட்டல். வெத்து வேட்டு மிரட்டல் இல்லை டாக்டர். பிவேர் ஆஃப் மை வேர்ட்ஸ்...!"

அவள் பேச்சை நிறுத்திவிட்டு நீட்டிய ரிவால்வரோடு அசையாமல் நின்றாள். அவளுடைய புடவைத் தலைப்பை கொண்டு முக்காடு போட்டுக் கொண்டாள். தன் ஒற்றைக் கண்ணால் டாக்டரையே உற்றுப் பார்த்துக் கொண்டிருந்தது ரிவால்வர். டாக்டர் வராந்தாவைப் பார்த்துக் கொண்டு நின்றார்.

காப்பி ஃப்ளாஸ்க்கோடு ப்யூன் உள்ளே வந்தான்.

டாக்டரும் அந்தப் பெண்ணும் உட்கார்ந்திருப்பார்கள் என்ற கண்ணோட்டத்தில் மேஜையைப் பார்த்தவன் ஒரு விநாடி திகைத்து நின்றான். முகம் வெளுத்துப்போய் வியர்த்துப்போய் நிற்கும் டாக்டரும் - ஒரு செயற்கையான புன்னகையை மலர வைத்துக்கொண்டு நிற்கும் அந்தப் பெண்ணும் அவனுக்குக் கொஞ்சம் வித்தியாசமாய்த் தெரிந்தார்கள். குழம்பியவனாய்க் கேட்டான். "காப்பியை டம்ளர்ல ஊத்தவா ஸார்...?"

டாக்டர் அவளைப் பார்த்தார். ப்யூனுக்குத் தெரியாமல் கண்ணைக் காட்டினாள். ரிவால்வரை லேசாய் - மிக லேசாய் உயர்த்தினாள்.

டாக்டர் படபடப்போடு சொன்னார். "மாரி... ம... மாரி! எனக்கு ஏதாச்சும் கூல்ட்ரிங் வாங்கிட்டு வா... தாகமா இருக்கு. அப்புறமா காப்பி ஊத்தித் தரலாம்."

“சரிங்க ஸார்.”

ப்யூன் மாரி நகர்ந்தான். வராந்தாவில் அவன் நடந்து செல்லும் சத்தம் சுத்தமாய்த் தேய்ந்ததும்... அவள் வாயைத் திறந்தாள். “ம்... சீக்கிரம்... எடுங்க!”

டாக்டர் பீரோவைத் திறந்தார். அதனுள்ளே ‘கசமுசா’வென்று சின்னச் சின்னதாய்ப் பல அறைகள். அவற்றில் ஏகப்பட்ட காகிதங்கள். எல்லாமே பழுப்பு வண்ணக் காகிதங்கள். பக்கவாட்டில் இருந்த அந்த மிகச் சிறிய அறையைத் திறந்து, ஓரடி நீளத்திற்குச் சுருட்டி வைக்கப்பட்டிருந்த அந்த வரைபடத்தை எடுத்தார் டாக்டர். அவளிடம் நீட்டினார்.

“அதை உங்க கையாலேயே பிரிச்சுக் காட்டுங்க டாக்டர்.” அவள் மெதுவான குரலில் சொல்ல – அவர் பிரித்தார்.

சிவப்பு, பச்சை, மஞ்சள், நீலம் ஆகிய வண்ணக்கோடுகள் தாறுமாறாய் அந்த வரைபடத்தில் எங்கெங்கோ போக – ஊதா நிறத்தில் சில வட்டங்கள் துல்லியமாய் தெரிய சங்கேதக்குறிகளும் – ஆங்கில வார்த்தைகளின் சுருக்கமும் ஆங்காங்கே தென்பட...

“போதும்! சுருட்டிக் கொடுங்க, டாக்டர்.”

டாக்டர் அந்த வரைபடத்தைச் சுருட்டினார். அவளை நோக்கி நீட்டினார்.

“தேங்க்யூ டாக்டர்! முரண்டு பிடிக்காம தொல்லை குடுக்காம என்னோட வேலையைச் சுலபமாக்கிட்டீங்க. அதுக்காக என்னோட நன்றி... டாக்டர்! கடைசியா உங்ககிட்ட ஒரு கேள்வி... இந்தப் புதைபொருள் ஆராய்ச்சித் துறையில உங்களுக்கு எத்தனை வருஷம் அனுபவம் இருக்கு?” – அவள் சிரித்தபடி கேட்டாள்.

அவர் வறண்ட குரலில் சொன்னார். “முப்பது வருஷம்...”

“முப்பது வருஷமா...? மை குட்னஸ்! போதும் டாக்டர்...! இந்தப் புதைபொருள் ஆராய்ச்சியில நீங்க உழைச்ச உழைப்பு போதும்னு நான் நினைக்கிறேன். இந்த

வயசான காலத்துல நீங்க ரெஸ்ட் எடுத்துக்கறது ரொம்பவும் அவசியம். ரெஸ்ட்டுன்னா ஒருநாள் ரெண்டுநாள் ரெஸ்ட் இல்லே... நிரந்தரமான ரெஸ்ட் மறுபடியும் கண்ணை முழிச்சா அடுத்த ஜென்மத்திலேதான் நீங்க முழிக்கணும். நான் என்ன சொல்றேன்னு உங்களுக்குப் புரியுதா டாக்டர்?"

டாக்டர் பயத்தில் உறைய ஆரம்பித்தார்.

"வே... வேண்டாம்... என்னைச் சுட்டுடாதே... நீ கேட்டதை நான் குடுத்துட்டேனே..." பின்னோக்கி நகர ஆரம்பித்தார் டாக்டர்.

அவள் சிரித்தாள்.

"டாக்டர்... நீங்க ரொம்பவும் அதிகமாய்ப் படிச்சிருக்கீங்க. ஆனாலும் பிரயோஜனமில்லை... இந்த வரைபடத்தை நீங்க கொடுக்க மறுத்து அடம் பிடிச்சிருந்தா... நிச்சயமா நான் உங்களைச் சுட்டிருக்க மாட்டேன். காரணம்... உங்ககிட்டே இருக்கிற அந்த வரைபடம் எனக்கு வேணும்... கண்டிப்பா வேணும். ஆனா இப்போ... நிலைமையே தலைகீழா மாறியிருக்கே. எனக்குத் தேவையான வரைபடம் இப்ப என்னோட கையிலே இருக்கு. இனிமே உங்க உயிர் எனக்கு அனாவசியம்தானே... எனக்கு அனாவசியமாப் படறதை நான் விட்டு வெக்கறதில்லை... அதனாலே..."

அவள் ரிவால்வரை 'ஜிவ்'வென்று உயர்த்தி டாக்டரின் தொண்டையைக் குறிபார்த்தாள். ட்ரிக்கரில் ஆள்காட்டி விரல் ஜம்மென்று உட்கார்ந்திருந்தது.

"ப்...ப்.... ப்ளீஸ்... சுட்டுடாதே...!" கெஞ்சினார் டாக்டர். அவள் குறிபார்த்தாள்.

"சு... ட்... டு... டா... தே..." – தீனமாய்க் குரல் கொடுத்தார்.

அவள் குறிபார்த்தாள் துல்லியமாய்...

"வேண்... டா... ம்..."

ரிவால்வரின் நாக்குச் சட்டென்று சுண்டப்பட... "ஸ்... ஸ்... ஸ்..."

பாம்புச் சீறலாய் ஒரு சத்தம்.

டாக்டர் தொண்டையைப் பற்றிக் கொண்டு ஒரு அலறல் கூட இல்லாமல் - ஒரு துளி ரத்தத்தைக்கூடச் சிந்தாமல் - அமரர் உலகுக்கு டிக்கெட் வாங்கினார். துணி சரிகிற மாதிரிச் சரிந்தார். கைகள் மடங்கி கால்கள் மடங்கி ஒரு மிருகம் படுத்துக் கொள்கிற மாதிரி விழுந்தார்.

அவள் சுறுசுறுப்பானாள். வரைபடத்தையும் ரிவால்வரையும் வானிட்டி பேகில் அடைத்துக்கொண்டு அறையைவிட்டு வேகமாய் வெளியே வந்தாள்.

வராந்தா வெறுமையைப் பூசிக்கொண்டு கால்நீட்டிப் படுத்திருந்தது. தடதடவென்று ஓடினாள். லிஃப்ட்டைப் பார்த்தாள். க்ரௌண்ட் ஃப்ளோரில் நின்று கொண்டிருந்தது. அம்புக்குறி அணைந்திருந்தது.

பட்டனைத் தட்டினாள். அம்புக்குறி மேல் நோக்கிப் பளிச்சிட்டு எரிய...

லிஃப்ட்டுக்காக அவள் காத்திருந்தாள்.

முப்பது வினாடிகளில் லிஃப்ட் அவள் முன்னே கதவைப் பிளந்து கொண்டு நிற்க - அவள் அவசரமாய் உள்ளே பாய்ந்து நின்றாள். கதவு மூடிக் கொள்ள...

தரைத்தளப் ஃப்ளோர் பட்டனைத் தட்டினாள்.

லிஃப்ட் சாவகாசமாய் இறங்க ஆரம்பித்தது.

அவள் தன் மணிக்கட்டை உயர்த்தி வாட்ச்சைப் பார்த்தாள்.

மணி இரண்டு.

லிஃப்ட் தரைத்தளத்தைத் தொட்டுக் கதவைத் திறந்து விட, ஒரு மின்னல் கீற்றாய் வெளியே பாய்ந்தாள் அவள்.

அடுத்த வினாடி.... திகைத்தாள்.

ஆபீஸ் ப்யூன் மாரி ஆரஞ்சு வண்ண கூல்ட்ரிங்க் பாட்டில் ஒன்றைக் கையில் எடுத்துக்கொண்டு நின்றிருந்தான். அவளைப் பார்த்ததும் சிநேக பாவத்தோடு சிரித்தான். சிரித்தபடியே கேட்டான்.

“என்னம்மா... புறப்பட்டுட்டீங்க போலிருக்கு...! காப்பி குடிச்சீங்களா?” அவள் சுதாரித்துக் கொண்டாள். சட்டென்று “ம்... குடிச்சேன்.” அவசர அவசரமாய்ப் போக முற்பட்ட அவளைத் திரும்பவும் நிறுத்தினான் மாரி. “வேலை கிடைச்சிடுமாம்மா...?”

“ம்... ம்... கிடைச்சிடும்னுதான் நினைக்கிறேன். மாரி... நீ முதல்ல உன்னோட முதலாளிக்கு கூல்ட்ரிங்கைக் கொண்டு போய் கொடு... அவர் எங்கேயோ போறதுக்காக காத்திட்டிருக்கார்.”

“அப்படியாம்மா...? இதோ போறேன்!”

மாரி லிஃப்ட்டில் ஏறினான்.

அவள் வெளியே பாய்ந்தாள். காலில் இருந்த ஸ்லிப்பர்கள் சட்டென்று நழுவிக்கொள்ள - அதை அப்படியே உதறிவிட்டுத் தடதடவென்று ஓடினாள். பூசியிருந்த பெளடரும், காலமைனும் வியர்வையில் கலந்து வழிய ஆரம்பித்தது. சேலையைக் கொஞ்சம் உயர்த்திப் பிடித்துக்கொண்டு ஓடினாள்.

இடிக்கப்பட்ட செங்கற்களையும், மணலையும் உதிர்த்துக் கொண்டு இருந்த அந்த முன்புறக் கட்டடத்தின் முன்னே நின்றிருந்த கூலியாட்கள் அவளை ஆச்சர்யமாய்ப் பார்க்க - அவள் வேகமாய் ஓடிவந்து ரோட்டின் முனையை எட்டிப்பிடித்தாள்.

அதே நேரம் -

அவளை எதிர்பார்த்து - கெம்பே கெளடா சர்க்கிளின் ஒரு மர நிழலில் இளைப்பாறியபடி நின்று கொண்டிருந்த ஒரு டாக்ஸி - அவளைப் பார்த்ததும் -

அவளை நோக்கி -

வேகமாய் - மிக வேகமாய்

விரைய ஆரம்பித்தது. அவளை நெருங்கியதும் சட்டென்று நிற்க....

காரின் உள்ளேயிருந்து ஓர் ஆண்குரல் கரகரப்பாய் "கம் ஆன்... கெட் இன்!" என்று பரபரப்பாய்க் கூறி, காரின் கதவைத் திறந்துவிட -

அவள் ஏறிக்கொண்டாள்.

அடுத்த வினாடி -

அந்த டாக்ஸி ரிவால்வரினின்றும் பீறிட்ட தோட்டாவாய்ச் சீறி... எதிர்த்திசையில் ஓட ஆரம்பித்தது.

3

எல்லாம் மின்னல் வேகத்தில் நடந்துவிட்டது.

அவள் சீட்டின் பின்புறம் அயர்ச்சியோடு சாய்ந்து கொண்டாள். ஓடி வந்ததில் அதிகம் இரைத்தாள். உலர்ந்துபோன உதடுகளை நாக்கால் தடவி ஈரப்படுத்திக் கொண்டாள். அவள் பக்கத்தில் அமர்ந்திருந்த அந்த - கூலிங் கிளாஸ் அணிந்திருந்த இளைஞன் அவளைப் புன்னகையோடு பார்க்க - அவள் வலது கையின் கட்டை விரலை வளைத்து வெற்றி என்றாள்.

அவன் அவள் கையைப் பற்றிக்கொண்டான். குனிந்து அவளுடைய புறங்கையில் லேசாய் முத்தமிட்டான். கிசுகிசுப்பான குரலில் சொன்னான்:

"யூ... ஹேவ் டன் ஏ கிரேட் ஜாப்..! மோ..." - அவன் பேசப் பேச... அவள் அவனுடைய கையைக் கிள்ளினாள். கண்களாலேயே டாக்ஸி டிரைவர் இருப்பதைக் காட்டினாள். இங்கே ஒன்றும் பேசாதே என்பதுபோல் உதட்டின் மேல் கையை வைத்தாள்.

டாக்ஸி 'விர்'ரென்று சீறிக்கொண்டிருந்தது. ஆட்டோமேட்டிக் சிக்னல் விளக்குகளில் மட்டும் தயக்கம் காட்டி, பின்னர் வேகம் எடுத்தது. டபுள் ரோட்டைத் தொட்டு - வில்சன் கார்டன் எல்லைக்குள் நுழைந்து - லால்பாக்கைப் பார்க்க ஓடியது.

அனலாய் வெயில் பொரியும் அந்தப் பகல் நேரத்தில் - லால்பாக் ரோடு போக்குவரத்து இல்லாமல் ஹாயாய்க் கிடந்தது. இரண்டொரு கார்கள் மட்டும் எதிர்ப்பக்கமாய்

ஈஷிக் கொண்டு போக - முன்பக்கத்தில் கல்லூரி மாணவிகளின் சுற்றுலா பஸ் ஒன்று நிதானமாய் ஊர்ந்து கொண்டிருந்தது. மற்றபடி நிசப்தம். டாக்ஸி மட்டும் 'ஹம்'மென்று ராகத்தோடு ஓடிக்கொண்டிருந்தது.

லால்பாக் தூரத்தில் தெரிய ஆரம்பித்தது.

"டிரைவர்... டாக்ஸியை அப்படி ஓரமா நிறுத்திக்கோ. நாங்க இங்கேயே இறங்கிக்கிறோம்..." கூலிங்கிளாஸ் இளைஞன் அந்த டாக்ஸி டிரைவரின் தோளைத் தொட்டான். தொட்டதும் டாக்ஸியின் வேகம் குறைந்தது. சாலையோரமாய் டாக்ஸியை நிறுத்தினான்.

அவளும் அவனும் டாக்ஸியினின்று நிதானமாய் கீழே இறங்கினார்கள். டாக்ஸி டிரைவர் மீட்டரைப் பார்க்க... அதைப் பொருட்படுத்தாத அவன், தன் மணிபர்ஸைத் திறந்து பத்து ரூபாய்த் தாளொன்றை அவன் கையில் போட்டான். மீதிச் சில்லறையை எதிர்பார்க்காமல் அவளுடைய கையைக் கோர்த்துக்கொண்டு நடந்தான்.

டாக்ஸி ரிவர்ஸில் திரும்பி வந்த திசையைப் பார்த்து ஓடியது. அவனோடு ஒட்டி நடந்த அவள், மெல்லிய குரலில் கேட்டாள்: "என்ன தயாளன்? புரஃபஸரோட வேன் எங்கே காணோம்?"

அவள் சொன்னதைக் கேட்டு தயாளன் என்கிற அந்த இளைஞன் வாய்விட்டுச் சிரித்தான். "என்ன மோகன்? என்கிட்டேயும் பெண் குரல்லதான் பேசணுமா? உன்னோட ஓரிஜினல் ஆண் குரலிலேயே பேசு... இப்ப இங்கே யாரும் இல்லே..."

மோகனும் சிரித்தான். "உனக்கொரு பழமொழி தெரியுமா தயாளன்? நாய் வேஷம் போட்டா கடைசி வரைக்கும் குலைச்சுத்தான் ஆகணும். அதேமாதிரிதான் இந்தப் பெண் வேஷமும்...! சேலையை கழட்டி எறியற வரைக்கும் பெண் குரலிலேயே பேசிடறேன்..."

இரண்டு பேரும் சிரித்தபடியே நடக்க-

அவர்களை நோக்கி அந்த நீலநிற வேன் வேகமாய் வந்தது.

"அதோ! புரஃபஸர் பைரவமூர்த்தி வந்துட்டார்...!" தயாளன் கையைக் காட்டினான். அவன் சொல்லச் சொல்ல வேன் அவர்களுக்கு வெகு அருகில் வந்து நிற்க - டிரைவர் சீட்டினின்றும் பைரவமூர்த்தி கீழே இறங்கினார்.

பைரவமூர்த்தி நல்ல உயரம் இருந்தார். தீட்சண்யமான கண்கள். வயது ஐம்பதைத் தொட்டு விட்ட காரணத்தினால் கன்னத்துச் சதைகள் தளர்ந்திருந்தன. மீசையில்லாத மேலுதடும், தாடியில்லாத மோவாயும் இந்திப்பட அப்பாக்களை நினைவூட்டின. கோட்டுப் போல் தெரிந்த ஒரு சமாச்சாரத்தை அணிந்துகொண்டு ட்ரிம்மாய்த் தெரிந்தார். பல்செட் தந்த உபயத்தில் அழகாய்ப் புன்னகை பூத்தார்.

"என்ன மோகன், என்னாச்சு..?" - ஆர்வமாய் மோகனிடம் கேட்டார் பைரவமூர்த்தி. மோகன் அழகாய்ச் சேலைத்தலைப்பை இழுத்துப் போர்த்திக்கொண்டு "சக்சஸ்!" என்றான்.

பைரவமூர்த்தி தன் இடது உள்ளங்கையை தன் வலது கை முஷ்டியால் குத்திக்கொண்டு சந்தோஷித்தார். "கெட் இன்... மோகன்..! தயாளன்...! மத்ததை வேன்ல போறப்போ பேசிக்கலாம்."

மூவரும் வேனுக்குள் ஐக்கியமாயினர்.

மெட்டாடர் வேன் அது. ஒரு சின்ன வீட்டைப் போல் சிக்கென்று இருந்தது. சுலபமாய் ஸ்டார்ட்டாகி லேசாய்ப் பறந்து, வந்த பாதையிலேயே வேன் ஓட ஆரம்பித்தது.

டிரைவர் சீட்டில் இருந்த பைரவமூர்த்தி ஸ்டீயரிங்கை ஒடித்தபடி தலையைத் திரும்பாமல் கேட்டார். "டாக்டர் மதுசூதனராவ் அடம் பிடிச்சாரா மோகன்?"

ஓடும் வேனிலேயே தனது உடைகளைக் களைந்து கொண்டிருந்த மோகன் "ம்... ஆரம்பத்துல கொஞ்சம் அடம் பிடிச்சார்... மிரட்டினதும் பயந்துட்டார். நீங்க சொன்ன மாதிரி டாக்டர் ரொம்பவும் பயந்த சுபாவம் புரஃபஸர் ஸார்...!"

பைரவமூர்த்தி சிரித்தார். "நான் தான் ஆரம்பத்துலயே சொன்னேனே, அவர் ஒரு பிள்ளைப்பூச்சி மாதிரின்னு. ஆனா உடம்பு பூரா விஷம். அவர்கூட ஒரு வருஷம்... ரெண்டு வருஷமா பழகியிருக்கேன்...? இருபது வருஷமா அவர் கிட்டே அவரோட அஸிஸ்டெண்டா இருந்திருக்கேன்... அவரோட பலம் எது, பலவீனம் எதுன்னு எனக்குத் துல்லியமாத் தெரியும்."

மோகன் களைந்த உடைகளை ஒழுங்காய் அடுக்கி சூட்கேஸில் திணிக்க, அருகே அமர்ந்திருந்த தயாளன் மோகனுடைய பேண்ட்டையும் ஷர்ட்டையும் நீட்டினான். "ரியலி... மோகன்! இந்த வேஷம் உனக்கு ரொம்பவும் நல்லாயிருக்கு... நிஜமாவே நீ ஒரு பொண்ணாயிருந்தா உன்னைத்தான் கல்யாணம் பண்ணிக்குவேன்... ஆமா!"

"அம்மாடி! நான்... தப்பிச்சேன்."

"வரைபடத்தைப் பத்திரமா வெச்சிருக்கியா மோகன்?" பைரவமூர்த்தி கேட்டார்.

"வெச்சிருக்கேன் ஸார்... பார்க்கறீங்களா?"

"நோ... நோ... இப்ப வேண்டாம்... ஹவுஸ்ளியில போய்ப் பார்த்துக்கலாம். உன்கிட்டயே அது பத்திரமா இருக்கட்டும்." – வேனை மகாத்மா காந்தி சாலையில் செலுத்தினார் பைரவமூர்த்தி.

மோகன் தன் தலையிலிருந்த 'விக்'கையும், சவுரிப் பின்னலையும் களைந்து தன் அழகான கிராப்புக்கு மாறினான். சிகரெட் ஒன்றைப் பற்றவைத்து மோகனின் வாயில் வைத்துவிட்டு தானும் ஒரு சிகரெட்டைப் பற்ற வைத்துக்கொண்டான் தயாளன். மெல்லிய குரலில் கேட்டான்.

“டாக்டர் மதுசூதனராவ் உயிரை நீ பறிச்சப்ப... ஆபீஸ்ல வேற யாராச்சும் இருந்தாங்களா மோகன்?”

மோகன் சிகரெட் புகையைக் காற்று மண்டலத்துக்கு தாரை வார்த்தவாறு தயாளனைப் பார்த்தான். “தயாள்... புரஃபஸர் சொன்ன மாதிரியே எல்லாமே நடந்துச்சு... எங்கேயுமே ஒரு சின்னத் தப்புகூட நடக்கல்லே... எல்லோருமே பார்க்கக் கூடிய வகையில சரியாப் பதினோரு மணிக்கு ஆபீஸுக்குப் போனேன். கூலியாளுங்க, சித்தாளுங்க, மேஸ்திரி எல்லோருமே என்னைப் பார்த்தாங்க... வேணுமின்னே டாக்டர் மதுசூதனராவோட ஆபீஸுக்கு வழி கேட்டேன். உள்ளே போனேன்... வாட்ச்மேன் கிட்ட வலியப் பேசினேன். ஹெட்கிளார்க் கிட்டே பேசினேன்.

என்னை ஒரு பொண்ணா... ஐ மீன்... இன்டர்வியூவுக்கு வந்த சைலஜாவாய் எல்லோருக்குமே காட்டிகிட்டேன்... டாக்டரோட கதையை முடிச்ச பின்னாடி... எல்லோரும் பார்க்கிற மாதிரி ஓடிவந்து கார்ல ஏறிக்கிட்டேன்... இப்பப் போலீஸ் அங்கே யாரைப் போய் விசாரிச்சாலும்... எல்லோரும் ஒரே மாதிரியான பதிலைத்தான் சொல்லுவாங்க... அதாவது டாக்டரைக் கொலை செஞ்சது ஒரு பொண்ணு... அவ ஓடிப்போய் டாக்ஸியில் ஏறினதை எங்க கண்ணாலே பார்த்தோம்ன்னு சொல்லப் போறாங்க... இதுல ப்யூன் மாரி முக்கியமான சாட்சி.”

மோகன் பேசப் பேச பைரவமூர்த்தி கடகடவென்று சிரித்தார். “மோகன்... நான் போட்ட திட்டம் என்னிக்குமே ஃபெயிலியர் ஆனதில்லை. அர்ஜுனனோட வில்லடிகள் கூடத் தவறலாம்... ஆனா என்னோட அனுமானங்கள் என்னிக்குமே பொய்யானதில்லை. டாக்டர் மதுசூதனராவைக் கொலை செஞ்சது ஒரு பொண்ணுதான்னு முடிவானதும்... போலீஸோட கவனம் பூராவும் பொண்ணுங்கப் பக்கமாத் திசை திரும்பும். இந்த நிமிஷம்வரை டாக்டரோட பேசின, பழகின பொண்ணுங்களோட பட்டியலை எடுத்துக்கிட்டு போலீஸ் அலசும்...”

தயாளன் குறுக்கிட்டான். "எங்களை ஏத்திக்கிட்டு வந்த அந்த டாக்ஸி டிரைவர் போலீஸ்ல போய்ச் சொன்னாலும் சொல்லுவான்."

மோகன் அலட்சியமாய்ச் சொன்னான்: "சொல்லட்டுமே...! அவனால மட்டும் என்ன சொல்லிட முடியும்...? லால்பாக் வரை வந்ததாச் சொல்லுவான். அதுக்கப்பறம் நம்ம வேன் வந்ததோ... நான் சைலஜா வேஷத்தைக் கலைச்சிட்டு மோகனா மாறினதோ அவனுக்கு எப்படித் தெரியும்...? டாக்டர் மதுசூதனராவ் கொலை செய்யப்பட்டது ஒரு பெண்ணால்தான்கிறதை டாக்ஸி டிரைவரோட வாக்குமூலம் உறுதிப்படுத்தும்..."

"நாம போட்ட திட்டம் சக்சஸ்ஃபுல்... அந்தக் கிரேக்க டாக்டர் செபஸ்தனிஸூம், மதுசூதனராவும்... ராவும், பகலுமாய் பாடுபட்டு, ஊர் ஊராய்ச் சுத்தி, தகவல்களைச் சேகரிச்சு, தயாரிச்ச இந்த வரைபடத்தை நாம ரொம்பச் சுலபமாய் பறிச்சுட்டு வந்துட்டோம். அந்த வரைபடத்தை ரொம்பவும் ரகசியமாத் தயாரிச்சாங்க... அதனால மத்தவங்க யாருக்கும் தெரியறதுக்கு வாய்ப்பே இல்லே. டாக்டர் மதுசூதனராவ் கிரேக்க டாக்டர் செபஸ்தனீஸைக் கொஞ்சங் கொஞ்சமா அவர் சாப்பிடற சாப்பாட்டுல விஷத்தைச் சேர்த்துக் கொன்னார். ஆனா நம்ம மோகன் ஒரே நிமிஷத்துல அவரைத் தீர்த்துட்டு... மேப்பைக் கொண்டாந்துட்டான்." புரஃபஸர் பைரவமூர்த்தி பொய்ப்பற்கள் அழகாய்ப் பளிச்சிடச் சிரித்தார்.

வேன் மல்லேஸ்வரம் பகுதியை எட்டிக் கொண்டிருந்தது. மோகன் தன் கண்ணில் பூசப்பட்டிருந்த மையையும், முகத்தில் தெரிந்த ரோஸ் கலவையையும், எண்ணெயில் நனைத்த கைக்குட்டையால் சுத்தம் செய்தபடி கேட்டான்.

"அந்த டெஸ்ட் டியூப்ஸ் ஆராய்ச்சிக்காக நாம என்னிக்குப் புறப்படறோம் ஸார்?"

"அதை இன்னமும் நான் முடிவு பண்ணல்ல மோகன்.... ஹுப்ளிக்குப் போனதும் போட்டோகிராபர் கீர்த்தியையும் கலந்து பேசி முடிவு பண்ணலாம்."

“சரி ஸார்...” மோகன் உற்சாகமாய்த் தலையை ஆட்ட, வேன் அம்பாய் விரைந்து கொண்டிருந்தது.

இன்ஸ்பெக்டர் கோகுல்நாத் தன் பின்னந்தலையை லேசாய்க் கீறிக் கொண்டார். அவர் மனசுக்குள் பிரமிப்பு அலை அலையாய் பரவியது.

பரபரப்பான இந்தக் கெம்பே கௌடா சர்க்கிளில் – சரியான பகல் நேரத்தில் ஒரு பெண்... அதுவும் இன்டர்வியூவுக்கு வந்த ஒரு பெண்... டாக்டர் மதுசூதனராவை அவருடைய அறையில் வைத்தே கொலை செய்துவிட்டுப் போவது எவ்வளவு தூரம் சாத்தியம்...?

கட்டடத்தின் முன்னே ஜனக்கும்பல் திட்டுத் திட்டாய் பரவியிருந்தது. முன்புறக் கட்டடத்தின் இடிக்கும் வேலை தற்காலிகமாய் நிறுத்தி வைக்கப்பட்டிருந்தது. சாலையில் போக்குவரத்துக் கொஞ்சம் ஸ்தம்பிப்பதும், பின்பு சீராவதுமாய் இருந்தது.

அறைக்குள் – பீரோ ஓரமாய் டாக்டர் மதுசூதனராவ் இன்னமும் அதே போஸில் விழுந்து கிடந்தார். திறந்த விழிகள், விழிகளில் பயம், பிணமான பின்பும் அப்படியே உறைந்திருந்தது. போலீஸின் இயக்கம் இயந்திரத்தனமாய் நிகழ்ந்து கொண்டிருந்தது. கேமிராவும் கையுமாய் ஒருவர் அங்கேயும் இங்கேயும் அலைந்து பல்வேறு கோணங்களில் ப்ளாஷை மின்ன வைக்க... இன்னொரு வழுக்கைத் தலை ஆசாமி, பவுடரைத் தூவி விரல் பதிவுகளை மும்முரமாய்த் தேடிக் கொண்டிருந்தார். நான்கைந்து கான்ஸ்டபிள்கள் இன்ஸ்பெக்டர் கோகுல்நாத்தின் முகத்தையும், சப்-இன்ஸ்பெக்டர் அவினாஷின் முகத்தையும் உத்தரவுகளுக்காக எதிர்பார்த்துக் கொண்டிருந்தனர்.

சப்-இன்ஸ்பெக்டர் அவினாஷ் துடிப்பான இளைஞர். போலீஸ் யூனிஃபார்மில் இன்னமும் துடிப்பாய்த் தெரிந்தார். மெல்லிய மீசையும், கொழுவிய கன்னங்களும் அவருடைய

முகத்திற்கு அழகாய் இருந்தன. இவர் பொறுப்பிற்கு வந்த பிறகு பெங்களூரின் விபச்சாரம் இருபது சதவீதம் குறைந்திருப்பதாய்ப் போலீஸ் ரிக்கார்டுகள் சொல்லிக் கொண்டிருக்கின்றன.

அவினாஷ், கோகுல்நாத்தை நெருங்கினார். "ஸார் கொலை செய்யப்பட்ட டாக்டரோட உடம்பிலே ஒரு சின்னக் கீறல்கூட இல்லை... கவனிச்சீங்களா?"

"ம்... கவனிச்சேன்."

"ஒரு ட்ராப் பிளட்கூட எங்கேயும் காணோம்..?"

"பார்த்தேன்... வந்த அந்தப் பெண் எந்த ஆயுதத்தை உபயோகப்படுத்தியிருப்பா..? பாடி போஸ்ட்மார்ட்டத்துக்குப் போனாத்தான் பதில் கிடைக்கும்னு நினைக்கிறேன்."

"பாடியைப் போஸ்ட்மார்ட்டத்துக்கு அனுப்பிச்சுடலாமா ஸார்?"

"ம்... அனுப்பிடுங்க... அப்படியே இந்த ஆபீஸ் ஹெட்கிளார்க்கையும் கொஞ்சம் வரச்சொல்லுங்க!"

அவினாஷ் அவ்விடத்தைவிட்டு அகன்றார். சுறுசுறுப்பாய்ச் செயல்பட்டார். கான்ஸ்டபிள்களுக்கு மடமடவென்று உத்தரவுகள் பிறப்பிக்கப்பட்டன.

இரண்டே நிமிடங்கள்...

ஹெட்கிளார்க் இருண்டுபோன முகத்தோடு இன்ஸ்பெக்டர் கோகுல்நாத்தை நெருங்கினார். கோகுல்நாத் மோவாயைத் தடவிக்கொண்டே கேட்டார்.

"எத்தனை வருஷமா இங்கே வேலை பார்க்கறீங்க?"

"இருபது வருஷமா!"

"இந்த மாதிரி இண்டர்வியூ அடிக்கடி நடக்குமா?"

"வருஷத்துக்கு ஒருவாட்டி நடக்கும்..."

"இன்னிக்கு நடந்த இண்டர்வியூல... கடைசியா அந்த சைலஜாதான் இருந்தாளா?"

"ஆமா..."

"அவளோட அட்ரஸ் இருக்கா...?"

கையிலிருந்த இன்டர்வியூ ஃபைலைக் கோகுல்நாத்திடம் பவ்யமாய் நீட்டி, சைலஜாவின் பெயருக்கு நேராய் இருந்த அட்ரஸைச் சுட்டிக்காட்டினார்.

"ஓ... அந்தப் பொண்ணு கோயமுத்தூர்லயிருந்து வந்திருக்கா?" ஆச்சர்யப்பட்டுக் கொண்டே "மிஸ்டர் அவினாஷ்..!" – என்று உரத்த குரலில் அழைத்தார்.

"எஸ்... ஸார்!" அவினாஷ் நெருங்க...

கோகுல்நாத் உத்தரவிட்டார்.

"நகர எல்லையோட நாலா பக்கத்துலயும் செக்போஸ்ட்டை கன்ஸ்ட்ரக்ட் பண்ணுங்க. லாரி, கார், பஸ், வேன் ஒண்ணையும் பாக்கிவிடாம சோதனை போடுங்க..."

4

தும்கூர் – ஹூப்ளி சாலை.

மல்லேஸ்வரத்தைத் தாண்டிய வேன் இந்தச் சாலையின் தலைப் பாகத்தைத் தொட்டது. மோகன் தன் பெண் ஒப்பனையை முழுவதுமாகக் கலைத்துவிட்டு மோகனாய் மாறியிருந்தான். தயாளன் ஊற்றிக் கொடுத்த ஒரு பெக் விஸ்கியை விழுங்கிவிட்டு அது அளித்த இதமான போதையை அனுபவித்துக் கொண்டிருந்தான். தயாளன் இரண்டாவது பெக்கை முடித்துவிட்டு மூன்றாவது பெக்கிற்கு ஆயத்தமாகிக் கொண்டிருந்தான்.

வேன் வெட்டிய கேக் துண்டமாய் அந்தக் கான்க்ரீட் ரோட்டில் சுகமாய் வழுக்கியபடி கிலோமீட்டர்களை விழுங்கிக் கொண்டிருந்தது. பைரவமூர்த்தி சந்தோஷத்தில் மிதந்தபடி வேனின் ஆக்ஸிலேட்டரைச் சீண்டிக் கொண்டிருந்தார்.

அவர் மனதுக்குள் ஏகப்பட்ட எண்ணக் குமிழிகள்!

‘இரவு எட்டு மணிக்குள் ஹூப்ளி போய்விடலாம். ஹூப்ளி போனதும் முதல் காரியமாகப் போட்டோகிராபர் கீர்த்திக்கு டெலிபோன் செய்யவேண்டும். எல்லோரையும் வைத்துக்கொண்டு அந்த ‘மேப்’பை அலசி, இடத்தைக் கண்டுபிடிக்க வேண்டும். கண்டுபிடித்தவுடனேயே ஆராய்ச்சிக்காகப் புறப்பட வேண்டும். நான், தயாளன், மோகன், கீர்த்தி... நான்கு பேர்! போதும்... நான்கு பேரே போதும்.’

மனம் ஏதேதோ எண்ணிக் கொண்டிருக்க, சாலையைப் பார்த்துக்கொண்டே வந்த பைரவமூர்த்தியின் கண்கள் சட்டென்று சுருங்கின.

இதென்ன சாலையோரமாய் வரிசையாக இத்தனை கார்கள்... பஸ்கள்... நிற்கின்றன? ஏதாவது விபத்தா?

வேனின் வேகத்தைச் சட்டென்று குறைத்தார் பைரவமூர்த்தி.

"என்ன ஸார், ஸ்பீடைக் குறைச்சுட்டீங்க?" தயாளன் கேட்டான்.

"கொஞ்சம் முன்னாடி பாரு, தயாளன்!" என்று அவர் சொல்ல மோகனும் தயாளனும் தலைகளைத் திருப்பி முன்புறக் கண்ணாடி வழியாகச் சாலையைப் பார்த்தார்கள்.

"எதுக்காக இத்தனை வண்டிங்களை நிறுத்தியிருக்காங்க?" மோகன் கேட்க, பைரவமூர்த்தி க்யூவில் நின்று கொண்டிருந்த அந்த லாரிக்குப் பின்னால் தன்னுடைய வேனை நிறுத்தினார்.

தயாளன் கீழே இறங்கி – முன்பக்கமாய் நின்று கொண்டிருந்த லாரியிடம் போனான். பீடியொன்றைப் புகைத்தபடி நின்றிருந்த லாரி டிரைவரை நெருங்கினான் கேட்டான்.

"எதுக்காக வண்டியை நிறுத்தியிருக்காங்க?"

அவன் அலட்சியமாகப் பதில் சொன்னான். "தெரியலே. எல்லாரும் நிறுத்தியிருக்காங்க. நானும் நிறுத்தியிருக்கேன் – பக்கத்துல போனாத்தான் தெரியும்."

எரிச்சலோடு வேனை நோக்கித் திரும்பி வந்தான் தயாளன்.

"என்ன விஷயமாம்?" புரஃபஸர் கேட்டார்.

"அவனுக்குத் தெரியலையாம். பக்கத்தில போனாத்தான் தெரியுமாம்."

புரஃபஸர் மெல்லப் புன்னகைத்தார். "ஏதாவது கடத்தல் கேஸாயிருக்கும். எதையாவது எவனாவது கடத்திட்டுப்

போறதாப் போலீஸூக்கு நியூஸ் கிடைச்சிருக்கும். செக்போஸ்ட் வெச்சுட்டாங்க.”

வாகன வரிசை நகர ஆரம்பித்தது.

ஏறக்குறைய முப்பது நிமிடம். பைரவமூர்த்தியின் வேன் செக்போஸ்ட்டை நெருங்கியது. சப்-இன்ஸ்பெக்டர் அவினாஷ் வேனை நெருங்கினார். பைரவமூர்த்தி டிரைவர் சீட்டினின்றும் கீழே இறங்கினார்.

“உங்க பேரு?” அவினாஷ் கேட்டார்.

“பைரவமூர்த்தி, ஆர்க்கியாலஜிஸ்ட்டா இருக்கேன்.”

“எங்கேயிருந்து வர்றீங்க?”

“பெங்களூர்.”

“இப்ப எங்கே போயிட்டிருக்கீங்க?”

“ஹூப்ளி.”

“வேன்ல லேடீஸ் யாராச்சும் இருக்காங்களா?”

“நோ. லேடீஸ் யாருமில்லை. என்னோட அஸிஸ்டெண்ட்ஸ் ரெண்டு பேரு மட்டும் இருக்காங்க.”

அவினாஷ் உள்ளே எட்டிப் பார்த்தார். தயாளனும் மோகனும் அவினாஷைப் பார்த்துச் சிநேக பாவத்தோடு புன்னகை புரிந்தார்கள்.

“எனி ஹெல்ப்..?” போலியான ஆர்வத்தோடு கேட்டார்கள். அவினாஷ் திரும்பவும் பைரவமூர்த்தியிடம் வந்தார். “ஸாரி ஃபார் த டிஸ்டர்பன்ஸ். நவ் யூ மே கோ ஸார்.”

“தேங்க்யூ. பை த பை... என்ன விஷயம், எதுக்காக எல்லா வண்டியையும் நிறுத்திச் சோதனை போடறீங்க? மே ஐ நோ த ரீசன்?”

அவினாஷ், பைரவமூர்த்தியை ஏறிட்டார் சொன்னார். “ஒரு மணி நேரத்துக்கு முன்னாடி மதுசூதனராவ்னு ஒருத்தரைக் கொலை செஞ்சுட்டுத் தலைமறைவாயிட்ட ஒரு பொண்ணைத்

தேடறோம். இந்த அங்க அடையாளங்களோட இந்தக் கலர் சாரி கட்டியிருக்கிற பொண்ணை வழியில பார்த்தீங்கன்னா... இன்ஃபார்ம் த போலீஸ்...” ஒரு துண்டுசீட்டைக் காட்டிச் சொன்னார் அவினாஷ்.

பைரவமூர்த்தியின் இதயம் போர்க்கள முரசாய் ‘ததும் ததும்’ என்று அறைய ஆரம்பித்தது. அதிர்ச்சியை வெளிக்காட்டிக்கொள்ளாமல் இயல்பாய்ப் பேசினார்.

“ஷ்யூர்... நிச்சயமா நீங்க சொன்ன அடையாளங்கள்ல யாரையாவது பார்த்தா இன்ஃபார்ம் பண்றேன்.” பைரவமூர்த்தி பரபரப்பாய் டிரைவர் சீட்டில் அமர்ந்தார்.

வேனை ‘விசுக்’கென்று கிளப்பினார். கொஞ்ச தூரம் போனதும் சொன்னார். “மோகன்! தயாளன்! போலீஸ் உஷாராயிட்டாங்க. இனிமேத்தான் நாம் ஜாக்கிரதையா இருக்கணும்.”

வேன் பேயாய் விரைய ஆரம்பித்தது, ஹூப்ளியை நோக்கி.

ஜி.ஹெச்.

டாக்டரின் அறையில் காத்திருந்தார் இன்ஸ்பெக்டர் கோகுல்நாத். போஸ்ட்மார்ட்டம் ரிப்போர்ட்டைப் பார்த்தால்தான் மேற்கொண்டு இந்தக் கேஸில் துப்பு கிடைக்கும். நகர எல்லையின் நான்கு பக்கங்களிலும் போலீஸ் செக்போஸ்ட்டை அமைத்துச் சோதனை செய்ததில் ஏமாற்றம்தான் மிஞ்சியது. போஸ்ட்மார்ட்டம் ரிப்போர்ட்டில் ஏதாவது க்ளூ கிடைக்கும் என்ற நம்பிக்கையோடு - ஒரு மணி நேரத்துக்கு முன்பே ஜி.ஹெச்சுக்கு வந்து காத்திருக்க ஆரம்பித்தார் கோகுல்நாத்.

டாக்டர் சரியாய் ஆறு மணிக்கு வந்தார். கையில் சில காகிதங்கள்.

“ஸாரி... உங்களை ரொம்பவும் காக்க வெச்சுட்டேன் இன்ஸ்பெக்டர்.”

"அதனாலென்ன டாக்டர்..?" கோகுல்நாத் ஆர்வமாய் டாக்டரின் முகத்தைப் பார்த்தார். நாற்காலியை முன்புறமாய் இழுத்துப்போட்டபடி அதில் அமர்ந்த டாக்டர் மென்மையான குரலில் பேச ஆரம்பித்தார்.

"இன்ஸ்பெக்டர், டாக்டர் மதுசூதனராவை ரொம்பவும் கொடூரமாய்க் கொலை செஞ்சிருக்காங்க..."

கோகுல்நாத் புருவங்களை நெறித்தார். குழப்பத்தை முகத்தில் தேக்கிக் கொண்டார். டாக்டர் தொடர்ந்தார்.

"பொட்டாசியம் சயனைட் தடவப்பட்ட ஒரு அங்குல நீளமுள்ள மிகச்சிறிய விஷ அம்பு ஒண்ணு அவருடைய காதுக்கும் கழுத்துக்கும் இடையில பாஞ்சு ஆழமாய்ப் புதைஞ்சிருக்கு."

கோகுல்நாத்துக்கு உடம்பு ஜிலீரென்றது. "விஷ அம்பா..?" என்றார்.

"எஸ் இன்ஸ்பெக்டர். விநாடி நேரத்துல ரத்தத்தை உறையச் செய்யற மிகக்கொடிய விஷம், பொட்டாசியம் சயனைட். அந்த விஷத்துல தோய்க்கப்பட்ட அந்தச் சின்ன அம்புதான் அவரோட உயிரைப் பறிச்சிருக்கு. ஸீ தட் பாய்சன்ட் ஏரோ!" பாலிதீன் தாள் ஒன்றில் சுற்றப்பட்டிருந்த அந்த விஷ அம்பைக் காட்டினார் டாக்டர்.

பார்த்தார் கோகுல்நாத்.

குண்டூசியை விடக் கொஞ்சம் பெரிதாக அம்பு போன்ற எஃகில் செய்யப்பட்ட அந்தத் தடயம் அவருள் பிரமிப்பை மூட்டியது.

"ப்ளீஸ், ஹேவ் இட் இன்ஸ்பெக்டர்! இதை யாரும் தொட்டுடாமப் பார்த்துக்கணும். இதில் இன்னமும் அந்தப் பாய்ஸன் இருக்கலாம். பி கேர்ஃபுல்."

இன்ஸ்பெக்டர் கோகுல்நாத் அதை வாங்கிப் பத்திரப்படுத்திக் கொண்டார்.

"இந்தச் சின்ன ஊசி அம்பு அவரோட கழுத்துல அவ்வளவு வேகத்தோட எப்படிப் பாஞ்சிருக்க முடியும் டாக்டர்?"

"ரிவால்வர்ல தோட்டா போடற மாதிரி. இந்த மாதியான விஷ அம்புகளையும் போடற சில ரிவால்வர்ஸ் இருக்கு இன்ஸ்பெக்டர். ட்ரிக்கரைத் தட்டினாப் போதும். தட்டற நேரமும் அது கழுத்துல பாயற நேரமும் ஒரே நேரமா இருக்கும்."

கோகுல்நாத் எழுந்தார். ரிப்போர்ட்டை வாங்கிக் கொண்டார்.

டாக்டரின் கையைக் குலுக்கியபடி சொன்னார். "தேங்க்யூ டாக்டர். நீங்க கொடுத்த தகவல்களை வெச்சு குற்றவாளியைக் கண்டுபிடிக்க முடியும்னு நினைக்கிறேன்."

"விஷ் யூ ஆல் த பெஸ்ட்!" டாக்டர் சொல்ல, அறையைவிட்டு வெளியே வந்தார் கோகுல்நாத். காத்திருந்த ஜீப்பில் ஏறிக் கொண்டார்.

ஜீப்பில் போகப் போகவே வயர்லெஸ்ஸில் அவினாஷை அழைத்தார்.

"எஸ் ஸார்!" மறுமுனையில் அவினாஷின் குரல் கேட்டது.

"மிஸ்டர் அவினாஷ், நான் சொல்றதைக் கவனமா கேட்டுக்குங்க! இன்டர்வியூக்குக் கடைசியா வந்ததா சொல்லப்படற அந்த சைலஜாவோட அட்ரஸை எடுத்துகிட்டு இன்னிக்கே கோயமுத்தூருக்குப் புறப்படுங்க. உங்ககூட அந்தப் பியூன் மாரியையும் கூட்டிக்கிட்டுப் போங்க. கோயமுத்தூர் அட்ரஸ்ல இருக்கிற அந்தப் பொண்ணுதான் இன்டர்வியூக்கு வந்தவளா? இல்லை, வேற யாராவதான்னு உடனே தெரிஞ்சிடும். அது தெரிஞ்ச பின்னாடி மேற்கொண்டு யோசிக்கலாம்."

"ஓகே ஸார்...! எப்ப ஸார் நான் புறப்படட்டும்?"

"இன்னிக்கு ராத்திரி ஐலண்ட்ல புறப்பட்டுப் போங்க! விசாரணையை முடிச்சுகிட்டு நாளைக்கு ராத்திரி அங்கிருந்து புறப்படற ஐலண்ட்ல திரும்பிடுங்க!"

"சரி ஸார்."

வயர்லெஸ்ஸை அணைத்தார் கோகுல்நாத்.

ஒரு புது மாப்பிள்ளையின் சுறுசுறுப்போடு இருந்தது கோவை நகரம்.

ஜங்ஷனை விட்டு வெளியே வந்தார் அவினாஷ், கூடவே அவர் பின்னால் கொஞ்சம் பவ்யத்தோடு டாக்டர் மதுசூதனராவ் ஆபீஸ் பியூன் மாரி பின்தொடர்ந்தான்.

"மாரி..!"

"ஐயா..."

"இப்ப நாம ஒரு ஹோட்டல்ல தங்கப் போறோம். ஹோட்டல்ல பல பேர் தங்கியிருப்பாங்க. அவங்ககூட நீ அனாவசியமாப் பேசக் கூடாது. நான் யார்ங்கிறதையோ நீ யார்ங்கிறதையோ தப்பித் தவறிக்கூடச் சொல்லிடக்கூடாது. பி கேர்ஃபுல்."

"சரிங்க ஐயா."

ஜங்ஷனுக்கு எதிரே பாம்பாய்க் கிடந்த நீண்ட ஆட்டோ வரிசையைக் கடந்து - வாகனங்களின் போக்குவரத்து நெரிசலைக் கடந்து - எதிர்ச் சாரிக்குப் போனார் அவினாஷ். சாலையின் வளைவில் தெரிந்த அந்த மிகப்பெரிய லாட்ஜுக்குள் நுழைந்தார். இரண்டு தனித்தனி ரூம்களை எடுத்துக் கொண்டார். லெட்ஜரில் பெயர்களைப் பதிவு செய்துவிட்டு மாரியை அழைத்துக் கொண்டு படியேறினார். படி ஏறும்போது மாரியிடம் சொன்னார். "மாரி, குளிச்சு டிரஸ் மாத்திட்டுக் கீழே ரிசப்ஷன் ஹால்லே உட்கார்ந்திட்டு இரு. நானும் வந்துடறேன். இந்தா... இந்தப் பதினோறாம் நெம்பர் ரூம்ல நீ தங்கிக்க. நான் இருபதாம் நெம்பர் ரூம்ல தங்கிக்கறேன்."

"சரிங்க ஐயா..." சாவியை வாங்கிக்கொண்டான் மாரி.

அவினாஷ் தன்னுடைய அறைக்குள் நுழைந்து கொண்டார். ரயில் பயணம் தந்த அலுப்புப் போகக் குளித்து

முடித்து வெள்ளைச் சட்டையும் கறுப்பு பேண்ட்டையும் அணிந்து கொண்டார். சைலஜாவின் அட்ரஸை எடுத்துக் கொண்டார். வழக்கின் குறிப்புகள் அடங்கிய டயரியில் எதை எதையோ கிறுக்கெழுத்தில் எழுதிக் கொண்டார்.

அறையைப் பூட்டிக்கொண்டு ரிசப்ஷன் ஹாலுக்கு வந்தார். மாரி காத்திருந்தான். அவரைக் கண்டதும் எழுந்தான். "வா மாரி, சாப்பிட்டுட்டே போயிடலாம்."

அவினாஷும் மாரியும் சாப்பிட்டு முடித்து அறையை விட்டு வெளியே வந்தபோது காலை பத்து மணி. கோவைக்கே உரித்தான குளிர்காற்றில் வெயில் உறைக்க மறுத்தது.

ஆட்டோ ஒன்றை நிறுத்தி இருவரும் ஏறிக்கொண்டனர். "டாக்டர் ராதாகிருஷ்ணன் ரோடு, ஆர்.எஸ்.புரம்..." அவினாஷ் சொன்னார். ஆட்டோ க்ரைம் பிராஞ்சைத் தாண்டி, செஷன்ஸ் கோர்ட் வழியாய் ஊர்ந்து, சட்டென்று எதிர்ப்பட்ட மேம்பாலத்தில் மூச்சுத் திணற ஏறி, உச்சியில் ரெஸ்ட் எடுத்து சுகமாய் வழுக்கி ப்ரூக் பாண்ட் ரோடு சாலையைத் தரிசித்துக் க்ராஸ்கட் ரோட்டில் நுழைந்து டாக்டர் ராதாகிருஷ்ணன் ரோட்டின் எல்லையைத் தொட்டது.

"எங்கே ஸார் நிறுத்தணும்?"

அவினாஷ் ஒரு வினாடி யோசித்தார். கையிலிருந்த சைலஜாவின் அட்ரஸ் காகிதத்தில் வீட்டு எண்ணைப் பார்த்தார். எழுபத்தொன்பது.

ஆட்டோவில் அலைந்து வீட்டு எண்ணைக் கண்டுபிடிப்பதைவிட நடந்து போனால் கண்டுபிடித்து விடலாம். மனதில் முடிவு செய்தவராய் ஆட்டோவை அங்கேயே நிறுத்தச் சொன்னார் அவினாஷ். மீட்டர் பார்த்து சார்ஜைக் கொடுத்து விட்டு நடந்தார். மாரி தொடர்ந்தான்.

மாருதி வில்லா, அட்வகேட் நாராயண அய்யங்கார், டாக்டர் கே.எஸ்.சிவலிங்கம், ஆடிட்டர் வைத்தியநாத கிருஷ்ணன் என்று வரிசையாய்ப் பெயர்ப் பலகைகள்தான்

தெரிந்ததே தவிர, ஒரு வீட்டின் முகப்பில்கூட வீட்டு எண்ணைக் காணவில்லை. மரங்கள் அடர்ந்து நிழலைப் பாய்ச்சிய அந்த ராதாகிருஷ்ணன் ரோடு, போக்குவரத்து இல்லாமல் ஜனநடமாட்டம் இல்லாமல் வெறிச்சோடிக் கிடந்தது.

யாரையாவது கேட்க வேண்டியதுதான் மனதில் முடிவு செய்த அதே நேரம் அந்த இளம்பெண் அவரைக் கடந்து போனாள். கையில் பிரசாதப் பூக்கூடை, நெற்றியில் திருநீறும் குங்குமமும் பளிச்சென்று தெரிய, காலண்டரில் பார்க்கும் மகாலட்சுமியைப் போல் தெரிந்தாள்.

“எக்ஸ்கியூஸ் மீ, இந்த அட்ரஸ் எங்கே இருக்குன்னு சொல்ல முடியுமா?”

அந்தப் பெண் நின்றாள். அவினாஷ் அட்ரஸ் காகிதத்தை நீட்டினார். அதை வாங்கிப் படித்த அவள் அதரங்களில் ஒரு மெல்லிய புன்னகை மலர்ந்தது. மெல்லிய குரலில் கேட்டாள். “நான்தான் சைலஜா! இது எங்க வீட்டு அட்ரஸ்தான்! உங்களுக்கு யார் வேணும்? என்ன விஷயம்?”

5

சைலஜாவின் வீடு சின்னதாய் சிக்கனமாய் இருந்தது. பழங்கால வீட்டை நாகரிகப்படுத்த முயன்று தோற்றுப் போயிருந்தார்கள். வீட்டுக்கு முன்புறம் துளசி மாடமும் காசித் தும்பைச் செடிகளும் தெரிய கூடவே போகன்வில்லா மரத்தில் காகிதப் பூக்களும் சிரித்தன. மொட்டுக்களோடு காற்றில் ஆடிய சில ரோஜாப் பதியன்கள். ஒரு நெல்லிக்காய் மரம், நோயில் விழுந்த குழந்தை போல் சோகையாய் ஒரு தென்னங்கன்று, ஜன்னல் கம்பியில் சங்கிலியால் கட்டப்பட்ட ஒரு சோம்பேறியான நாட்டு நாய்.

சைலஜாவின் அப்பா வெங்கடேசன் மில் ஒன்றில் கேஷியராய் இருந்து சென்ற மாதம்தான் ரிட்டையராயிருந்தார். அண்ணன் அசோக், பேங்க் ஒன்றில் அக்கௌண்டன்ட்டாய் இருக்கிறான். அம்மா இரண்டு வருஷங்களுக்கு முன்னால் காலமாகியிருந்தாள். வீட்டில் மொத்தம் மூன்றே பேர். பிரச்சனைகள் இல்லாத குடும்பம்.

அவினாஷ் இன்றைக்கு ஒரு பிரச்சனையோடு அந்த வீட்டில் நுழைந்திருக்கிறார்.

விஷயத்தைக் கேள்விப்பட்டதும் -

வெங்கடேசன் தான் உட்கார்ந்திருந்த ஈஸிச்சேரில் அப்படியே உறைந்துவிட -

சைலஜாவின் குங்கும வண்ண முகம், சுண்ணாம்பாய் வெளுக்க - அவினாஷ் மெதுவான குரலில் பேச ஆரம்பித்தார்.

“மிஸ்டர் வெங்கடேசன், நீங்க மூணு பேரும் அதைரியப்பட வேண்டிய அவசியம் இல்லே. உங்க மக சைலஜாவோட இன்டர்வியூ கார்டைப் பயன்படுத்தி அவளை மாதிரியே நடந்து டாக்டரைக் கொலை செஞ்சிருக்கா ஒருத்தி. அவ யாருன்னு சுலபமாக் கண்டுபிடிச்சுடலாம்! நீங்க மட்டும் எந்த விஷயத்தையும் மறைக்காம என்கிட்ட சொல்லணும்...”

“கேளுங்க இன்ஸ்பெக்டர்! எங்களுக்குத் தெரிஞ்ச எல்லா உண்மைகளையும் சொல்றோம்.” – தன் முன்நெற்றியில் விஸ்தாரமாய்ப் பரவியிருந்த வழுக்கையைத் தடவிக் கொண்டே சொன்னார் வெங்கடேசன்.

அவினாஷ் நாற்காலியில் நன்றாய்ச் சாய்ந்தபடி கேட்டார் “உங்க மக சைலஜாவுக்கு இண்டர்வியூ கார்டு வந்திருந்தும் அவங்க ஏன் இண்டர்வியூக்குப் போகல்லே?”

“சைலஜா ஆறு மாசத்துக்கு முன்னாடிதான் தன்னோட படிப்பை முடிச்சா இன்ஸ்பெக்டர். படிப்பை முடிச்சதுமே வேலைக்குப் போக ஆசைப்பட்டா. நானும் சம்மதிச்சேன். ஆனா அவளோட அண்ணன்... இவன்தான் அதுக்கு ஒத்துக்கலே. சைலஜாவுக்குச் சீக்கிரமே கல்யாணத்தைப் பண்ணிடலாம்னு யோசனை சொன்னான். ஆரம்பத்துல கல்யாணம் வேண்டாம்னு பிடிவாதம் பிடிச்ச சைலஜா, கடைசியில ஒரு கண்டிஷனைப் போட்டா. நான் வேலைக்கு அப்ளிகேஷனைப் போடறேன். நீயும் எனக்கு வரனைப் பாரு. முதல்ல எது கிடைக்குதோ அதை நான் ஏத்துக்கறேன்னு சொன்னா... அந்தப் பெங்களூர் இண்டர்வியூ கார்டு வர்றதுக்கு முன்னாடிதான் சைலஜாவுக்கு கல்யாணம் நிச்சயமாச்சு. வர்ற தைமாசம் கல்யாணத்தை வச்சிருக்கோம்.”

வெங்கடேசன் பேசுவதையே உன்னிப்பாய்க் கவனித்து கொண்டிருந்த அவினாஷ், அவர் பேசி முடித்ததும் சைலஜாவின் பக்கமாய்த் திரும்பினார். “மிஸ் சைலஜா... உங்களுக்கு வந்த அந்த இன்டர்வியூ கார்டை எங்கே பத்திரப்படுத்தி வெச்சீங்கன்னு சொல்ல முடியுமா?”

சைலஜா ரொம்பவும் பயந்து போயிருந்தாள். நலிந்த குரலில் பேசினாள். “என்னோட மேஜையறையிலதான் வெச்சேன். இப்ப நீங்க சொன்ன பின்னாடிப் போய்ப் பார்த்தப்பதான் அந்தக் கார்டு காணாமப் போயிருந்த விபரமே தெரிஞ்சது.”

“மேஜையறையிலதான் வெச்சீங்களா? இல்லே, வேற யார்கிட்டேயாவது கொடுத்தீங்களா?”

“நோ இன்ஸ்பெக்டர்! ஐ’யாம் ஷ்யூர் அபௌட் இட். மேஜை டிராயர்லதான் வெச்சேன். யார் கிட்டேயும் காட்டலே.”

“உங்களுக்கு இன்டர்வியூ கார்டு வந்த விபரத்தை யார் யார்கிட்டே சொன்னீங்க?” சைலஜா ஒரு வினாடி யோசித்தாள். “நிறைய ஃபிரண்ட்ஸ்கிட்ட சொன்னேன். வீட்டுக்கு வந்த சொந்தக்காரங்ககிட்ட சொன்னேன்.”

அவினாஷ் குறுக்கிட்டார். “எத்தனை பேர்கிட்டே சொன்னீங்கங்கறதை ஒரு உத்தேசமாச் சொல்ல முடியுமா, மிஸ் சைலஜா?”

“ஒரு இருபது இருபத்தஞ்சு பேர் இருக்கும்.”

“அவங்க அட்ரஸையெல்லாம் சிரமம் பார்க்காமே எழுதிக் குடுங்க...”

சைலஜா சரியென்ற பாவனையில் தலையை ஆட்டினாள். அவினாஷ், அசோக்கின் பக்கமாய்த் திரும்பினார். “மிஸ்டர் அசோக்... உங்க சிஸ்டருக்கு வந்த இன்டர்வியூ கார்டைப் பத்தி... நீங்களும் உங்க ஃபிரண்ட்ஸ்கிட்ட சொல்லியிருக்கலாம். ஏம் ஐ கரெக்ட்?”

அசோக் தலையாட்டினான். “எஸ் இன்ஸ்பெக்டர். வீட்டுக்கு வந்த பத்துப் பதினைஞ்சு பேர்கிட்டே சொல்லியிருப்பேன்.”

“ப்ளீஸ்... அவங்க அட்ரஸையும் எழுதிக் கொடுத்திடுங்க.” என்று சொல்லிக்கொண்டே வெங்கடேசனைப் பார்த்து, “நீங்களும் ஞாபகப்படுத்தி யார் யார்கிட்டே சொன்னோம்ங்கிறதை எழுதிக் குடுங்க மிஸ்டர் வெங்கடேசன்...” என்றார்.

மூவரும் காகிதங்களை வைத்துகொண்டு யோசித்து யோசித்து எழுத ஆரம்பித்தார்கள்.

முதலில் எழுதிப் பேப்பரை நீட்டியவள் சைலஜா. மேலோட்டமாய்ப் படித்தார். "ஜீவா, ரேகா, கமலா, தனம், வேதா, ப்ரபா, ப்ரியா..." என்று நீண்டு கொண்டே போனது.

அடுத்து அசோக் தன் பேப்பரை நீட்டினான்.

ஏறக்குறையப் பத்து ஆண் பெயர்கள்.

அதில் ஒன்பதாவதாய் அந்த மோகனின் பெயரும் இருந்தது.

மேஜையின் நடுவே அந்த வரைபடம் விரிக்கப்பட்டு அதன் நான்கு முனைகளிலும் குண்டூசிகள் பொருத்தப்பட்டிருந்தன. விளக்கின் வெளிச்சம் துல்லியமாய்ப் படத்தின் மீது படும்படி வைக்கப்பட்டிருந்த அந்த பல்புக்கு இரு பக்கங்களிலும் தயாளனும், மோகனும் அமர்ந்திருக்க... முன்பக்கம் போட்டோகிராபர் கீர்த்தி உட்கார்ந்திருந்தான். பைரவமூர்த்தி கையில் ஸ்கேல் போன்ற ஒரு சமாச்சாரத்தை வைத்துக்கொண்டு நடுநாயகமாய் நாற்காலியில் சரிந்திருந்தார்.

அவர் பேச ஆரம்பிப்பதற்கு முன்பாகப் போட்டோகிராபர் கீர்த்தியைப் பற்றி ஒரு சின்ன அறிமுகம்.

கீர்த்தி இருபத்தெட்டு வயதான இளைஞன். பிரம்மச்சாரி ஒண்டிக்கட்டை. திருநெல்வேலிக்குப் பக்கத்தில் ஏதோ ஒரு கிராமத்தில் பிறந்த அவனுக்கு அவனுடைய பதினெட்டாவது வயதில் அந்தக் கிராமமே பிடிக்காமல் போயிற்று. கோபக்காரரான அப்பாவையும், அடி வாங்க விடுவதற்கென்றே கோள்மூட்டி விடுகிற அம்மாவையும் உதறிவிட்டுத் திருட்டு ரயிலேறிப் பெங்களூருக்கு வந்தவனுக்கு முதலில் ஒரு போட்டோ ஸ்டூடியோவில் வேலை கிடைத்தது. எடுபிடி ஆளாக இருந்தவன் நாளாக ஆக காமிராவை லாவகமாய்க் கையாளும் அளவுக்கு முன்னேறி

இன்றைக்கு இந்த இருபத்தெட்டாவது வயதில் ஒரு சிறந்த மாடலிங் போட்டோகிராபராய்...

புரஃபஸர் பைரவமூர்த்தி பேச ஆரம்பித்துவிட்டார். இனி அறிமுகத்தை நிறுத்திக் கொள்வோம்.

புரஃபஸர் தொண்டையைச் செருமிக் கொண்டார். "மை டியர் ஃப்ரெண்ட்ஸ், நம்ம திட்டத்தோட முதல் கட்டம் ரொம்பவும் சுலபமா நிறைவேறிடுச்சு. காரியத்தைக் கச்சிதமா செஞ்சு முடிச்ச மோகனை நாம பாராட்டணும். வரைபடம் நம்ம கைக்கு வந்தாச்சு. இனிமே ஆராய்ச்சியை ஆரம்பிச்சுட வேண்டியதுதான். கடந்த நாலு நாளா இந்த வரைபடத்தையும் நான் படிச்ச புஸ்தகங்களையும் வெச்சு வரைபடத்துல இருக்கிற சங்கேத பாஷைகளுக்கு அர்த்தம் கண்டுபிடிச்சு... அந்தக் கிரேக்கக் காலத்து ஏழு டெஸ்ட் டியூப்ஸ் எந்த இடத்துல புதைச்சிருக்கக் கூடும்ங்கிறதை ஓரளவு அனுமானிச்சிட்டேன். இருந்தாலும் அந்த ஸ்பாட்டுக்கே போனா, இன்னமும் சுலபமா அதை ட்ரேஸ் அவுட் செய்யலாம்ன்னு நினைக்கிறேன்."

புரஃபஸர் பேசப் பேச இடையில் குறுக்கிட்டான் போட்டோகிராபர் கீர்த்தி.

"இந்தியால எந்த இடம் ஸார்?"

"சொல்றேன்..." - என்றவர் மூக்குக் கண்ணாடியைச் சரியாய்ப் பொருத்திக் கொண்டு பக்கத்தில் சுருட்டி வைக்கப்பட்டிருந்த இந்தியாவின் மேப் ஒன்றை எடுத்து விரித்தார். ஸ்கேலை மஹாராஷ்டிரா மாநிலத்தின் மேல் வைத்தார். நகர்த்த ஆரம்பித்தார். வரைப்படத்தை ஒருமுறை பார்த்துக் கொண்டார். ஸ்கேலை 'நாசிக்' அருகே நகர்த்தினார். "இது நாசிக். இந்தியாவோட பொருளாதாரத்தை நோட்டுக்களா அச்சடிக்கிற இடம். இங்கிருந்து அம்பது மைல் துாரத்துல 'மன்மாட்' இருக்கு. இது சின்ன ஊர். இங்கே தான் நாம தங்கணும். மன்மாடிலிருந்து இருபது மைல் துாரத்துல 'மாலேகான்' இருக்கு. இந்த மன்மாடுக்கும் மாலேகானுக்கும்

இடையில பதினாறாவது கிலோ மீட்டர்ல ஒரு காட்டுப் பகுதியும், சிதைஞ்சு போன ஒரு மலையும் இருக்கு. இந்தப் பகுதியிலதான் அந்த ஏழு டெஸ்ட் டியூப்ஸூம் புதைஞ்சிருக்கும்ன்னு இந்த வரைபடம் ஆணித்தரமாச் சொல்லுது."

தயாளன் சிரித்தான். "ஸார்! நீங்க சொன்னதை அன்னிக்கும் என்னால நம்ப முடியல்லே. இன்னிக்கும் என்னால நம்ப முடியல்லே. எத்தனையோ நூற்றாண்டுகளுக்கு முன்னாடி வாழ்ந்த ஒரு கிரேக்க விஞ்ஞானி இந்தியாவுக்கு வந்து இங்கே இருக்கிற மூலிகை வேர் - இலைகளை வெச்சு மருந்துக் கலவைகளைத் தயாரிச்சதாகவும், அந்த அபூர்வமான மருந்துகள் உடம்புக்கு வரக்கூடிய எந்த நோயையும் சில மணி நேரத்திற்குள்ள கட்டுப்படுத்திடும்னும் சரித்திர ஆதாரபூர்வமாச் சொன்னீங்க! அதுவரைக்கும் நம்பலாம். ஆனா அதுக்குப் பின்னாடி நீங்க சொல்றதைத்தான் என்னால நம்ப முடியல்ல."

பைரவமூர்த்தி, தயாளனைப் பார்த்து லேசாய்ப் புன்னகை பூத்தார்.

தான் அணிந்திருந்த மூக்குக் கண்ணாடியைக் கழற்றி மேஜையின் மீது வைத்தபடியே சொன்னார். "தயாளன்! இப்ப நீ கொஞ்ச நேரத்துக்கு முன்னாடி சொன்ன இதே வார்த்தைகளைத்தான் நானும் ரொம்ப நாளாச் சொல்லிக்கிட்டிருந்தேன். டாக்டர் மதுசூதனராவைப் பத்தி உனக்கு அதிகம் தெரியாது. அவர் ஈடுபடற ஆராய்ச்சியில தொண்ணூத்தொன்பது சதவீதம் சாத்தியம் இருந்தாதான் அதைத் தொடுவார். சமீபகாலமா அவர் மேற்கொண்டிருக்கிற அத்தனை ஆராய்ச்சிகளையும் விட்டுட்டு இந்த 'ஏழு டெஸ்ட் டியூப்புகள்' பத்தின ஆராய்ச்சியில அதிகமாக் கவனம் செலுத்த ஆரம்பிச்சார். அவருக்கு உதவியா அந்தக் கிரேக்க டாக்டர் செபஸ்தனீஸ் வந்தார். ரெண்டு பேரும் சேர்ந்து தயாரிச்ச இந்த வரைபடம் நிச்சயமாப் பொய்யா இருக்க

முடியாது. ஆதாயம் இல்லாம எதையுமே செய்யமாட்டார் டாக்டர் மதுசூதனராவ். அந்த ஏழு டெஸ்ட் டியூப்பும் நிச்சயமாப் பூமிக்கடியில புதையுண்டு போயிருக்கு. எப்பவோ ஏற்பட்ட ஒரு பூகம்பம் அந்தக் கிரேக்க விஞ்ஞானியையும், அவருடைய ஆராய்ச்சிக் கூடத்தையும் விழுங்கிடுச்சு. இந்த நூற்றாண்டுல அந்த உண்மை வெளிப்பட்டிருக்கு. இப்ப நாம அதை வெளிக் கொண்டாரப் போறோம்."

மோகன் கேட்டான்: "அதனாலே என்ன பிரயோஜனம் ஸார்?"

புரஃபஸர் ஒரு முறை கண்களை மூடித் திறந்தார். "மோகன், நீ நினைக்கிற மாதிரி அந்த டெஸ்ட் டியூப்ஸ் கண்ணாடியால ஆனது இல்ல... பித்தளையால ஆனது. ஓரடி நீளமும் டெஸ்ட் ட்யூப்போட வாய் இரண்டு அங்குல விட்டமும் இருக்கும். அதுக்குள்ள இருக்குற மருந்துக் கலவை திரவ நிலையில இல்லை. திடப் பொருள். கெட்டியா டியூப்போட ஓட்டிகிட்டு இருக்கும். எத்தனை நூற்றாண்டுகள் ஆனாலும் கெட்டுப் போகாது. அந்த மருந்துக் கலவையை எடுத்து நான் ஆராயப்போறேன். மருந்து தயாரிக்கப் போறேன். அதிர்ஷ்டம் இருந்தா லட்ச லட்சமாய்ச் சம்பாதிச்சுடலாமே..."

போட்டோகிராபர் சிரித்தான். "ஸார்! இது வீண் வேலை."

புரஃபஸரின் முகம் கடுகடுப்பாய் மாறியது. "கீர்த்தி! இது வீண் வேலையோ, விளையாட்டு வேலையோ உங்க மூணு பேர் உதவி எனக்கு வேணும். நான் முன்னே பேசின மாதிரி அந்த ஏழு டெஸ்ட் டியூப்பும் கிடைச்சதும் ஆளுக்கு ஐம்பதாயிரம் ரூபாய் கொடுத்துடறேன். ப்ளீஸ் ஹெல்ப் மீ..."

"ஓகே ஸார். உங்க முயற்சியை நாங்க டிஸ்கரேஜ் பண்ணல. அந்த ஏழு டெஸ்ட் டியூப்பையும் கண்டுபிடிக்கிற ஆராய்ச்சியில உங்களுக்கு எல்லா வகையிலும் உதவி

பண்ணப் போறோம். என்னோட போட்டோகிராபி திறமை பூராவும் இந்த ஆராய்ச்சியில காட்டப்போறேன்."

கீர்த்தி உற்சாகமாய்ச் சொல்ல, அவன் கைகளைப் பற்றிக் கொண்டார் புரஃபஸர்.

"தேங்க்யூ கீர்த்தி, தேங்க்யூ!"

மோகன் நாற்காலியைப் பின்னுக்குத் தள்ளியபடியே கேட்டான். "நாம என்னிக்கு மன்மாட் புறப்படணும் ஸார்?"

"வர்ற புதன்கிழமை."

"என்னிக்கு திரும்புவோம்?"

"ஏறக்குறைய ஒரு மாசம் ஆயிடும்."

"அப்போ நான் கோயமுத்தூருக்குப் போய் நான் தங்கியிருக்கிற ரூமோட வீட்டுக்காரங்ககிட்ட சொல்லிட்டு வாடகைப் பணத்தையும் குடுத்திட்டு வந்துடறேனே ஸார்."

"செய், ஆனா ஜாக்கிரதை. உன்னோட ஃப்ரெண்ட் அசோக்கிட்டே போகாதே. போலீஸ் இந்நேரம் சைலஜாவோட வீட்டுக்கு விசாரணைக்காகப் போயிருக்கும்."

மோகன் வாய்விட்டுச் சிரித்தான். "நீங்க கவலைப்படாதீங்க ஸார்... போலீஸ் மேல வீசற காத்துகூட எம்மேல படாது. இந்தக் கேஸ்ல போலீஸ் டிபார்ட்மெண்ட் திணறித் திணறி கடைசியில முடியாமே கேஸ் கட்டைத் தூக்கியெறியப் போகுது. டாக்டர் மதுசூதனராவுக்கு ரெண்டு நிமிஷம் எழுந்து நின்னு அஞ்சலி செலுத்திட்டுச் சுத்தமா அவரை மறந்துடப் போறாங்க..." மோகன் சொல்லிக் கொண்டே எழுந்தான்.

"நாங்க வர்றோம் ஸார். புதன்கிழமை காலையில மீட் பண்ணுவோம்." மூவரும் எழுந்து வாசலை நோக்கிப் போனார்கள்.

அவர்கள் போவதையே சிறிது நேரம் பார்த்துக் கொண்டிருந்தார் புரஃபஸர்.

பின்னால் வளையல் ஓசை எழுந்தது. திரும்பினார்.

தாமரை நின்றிருந்தாள். புரஃபஸரின் ஓரே மகள். ஸ்வீட்டீன் ஏஜைத் தாண்டி ஒரு வருஷம் ஆகிவிட்டது. பால் பளிங்கு. ரோஜா, பன்னீர் இவற்றின் ஒட்டுமொத்தக் கலவை, தாமரை.

பைரவமூர்த்தியை நெருங்கினாள். “அப்பா... அவங்க மூணு பேரும் சொல்றது நியாயந்தாப்பா! எதுக்காக இந்த வீண் ஆராய்ச்சி வேலை? ஏழு டெஸ்ட் டியூப்பாம்! மருந்தாம்! நிச்சயமா இந்த வேலை தண்டமாத்தான் முடியப் போகுது.” வெடித்தாள்.

பைரவமூர்த்தி மகளின் கோபத்தைக் கண்டு சிரித்தார். “அம்மா தாமரை! உங்கப்பா செய்யற எந்தக் காரியமும் தண்டமா முடியாது. அந்த ஏழு டெஸ்ட் டியூப்ஸ்லயும் இருக்கறது சாதாரண மருந்துக் கலவையில்லை!” குரலைத் தாழ்த்திக் கொண்டார் பைரவமூர்த்தி. “மோகன், தயாளன், கீர்த்தி இந்த மூணு பேர் கிட்டேயும் அப்படி ஒரு பொய்யைச் சொல்லி வெச்சிருக்கேன்.”

“பொய்யா..?” அதிர்ந்தாள் தாமரை.

“ஆமாம்மா, அது பொய்தான். இப்ப நான் சொல்லப் போறதுதான் உண்மை.”

பைரவமூர்த்தி மெல்லிய குரலில் சொல்ல ஆரம்பித்தார்.

6

பொதுவாகவே தாமரை தன் அப்பாவின் புதை பொருள் ஆராய்ச்சிகளைப் பற்றி அக்கறை கொண்டவள் அல்ல. தடிமன் தடிமனான புத்தகங்களையும் விதவிதமான ஓடுகளையும், கற்களையும், மண்ணுருண்டைகளையும் பைரவமூர்த்தி மேஜையின்மீது பரப்பிக்கொண்டு முறம் போன்ற பூதக்கண்ணாடியை வைத்துக்கொண்டு அங்குலம் அங்குலமாய்க் கவனச் சிரத்தையாய் ஆராய்ச்சி செய்கையில் தாமரை தன் தலையில் நோகாமல் அடித்துக் கொள்வாள்.

பி.எஸ்ஸி ஹோம்சயன்ஸ் படிப்பைப் படித்து முடித்துவிட்டு தோழிகளோடு சினிமாவுக்குப் போவதிலும் ஒழிந்த நேரங்களில் ஹெரால்ட் ராபின்ஸைப் பேசுவதிலும் நேரத்தை ஓட்டிக்கொண்டு இருந்த தாமரைக்கு இந்தத் தடவை –

தன் தந்தை செய்யும் ஆராய்ச்சியில் ஒரு விருப்பம் பிறந்தது.

அந்த ஏழு டெஸ்ட் டியூப்புகள்.

மோகன், தயாளன், கீர்த்தி – என்று மாறிமாறி ஒவ்வொருவரும் பைரவமூர்த்தியைச் சந்தித்து அந்த டெஸ்ட் டியூப்புகளைப் பற்றிப் பேசுகையில் – பக்கத்து அறையில் படுத்தபடி புத்தகம் படித்துக் கொண்டிருந்த தாமரையின் காதுகளில் அந்தப் பேச்சு விழுந்து, அவள் மனதைப் பற்றிக்கொண்டது.

இந்த நிமிஷம் வரையிலும் - அந்த ஏழு டெஸ்ட் டியூப்புகளும் கண்டுபிடிக்கப்பட்டு வெளியே எடுக்கப்பட்டால் அது மருத்துவத்துறைக்கு உபயோகப்படும் என்று எண்ணிக் கொண்டிருந்த தாமரைக்கு பைரவமூர்த்தி சொன்னதைக் கேட்டு வியப்பாய் இருந்தது.

“என்னப்பா சொல்றீங்க... அதுல இருக்கிறது மருந்துக் கலவையில்லையா?”

தலையை பலமாய் ஆட்டினார் பைரவமூர்த்தி. கோணலான புன்னகையொன்றைச் சிந்திக்கொண்டே சொன்னார்: “தாமரை... அப்பட்டமான பொய். என்கூட வர்ற மோகன், தயாளன், கீர்த்தி - இந்த மூணு பேருக்காக நான் சொன்ன பொய் அது...!”

தாமரை தன் அகன்ற கருவிழிகளைப் பிரமிப்போடு படபடத்தாள்.

“அப்படீன்னா... அதுல என்னதான்ப்பா இருக்கு?”

“சொல்றேன்... ஆனா... நீ யார்கிட்டயும்... தப்பித் தவறிக்கூடச் சொல்லக் கூடாது. விஷயம் வெளியில பரவினா ஆபத்து.”

“இல்லேப்பா... நான் யார்கிட்டேயும் சொல்லலே...” உடம்பு பூராவும் ஆர்வம் மோத, பைரவமூர்த்தியை நெருங்கி நின்றாள் தாமரை.

அவர் இன்னமும் குரலைத் தாழ்த்திக் கொண்டார். “தாமரை...! அந்த ஏழு டெஸ்ட் டியூப்ஸூம் கிரேக்க காலத்து டியூப்ஸ்னு உனக்கு முன்னமேயே சொல்லியிருக்கேன். அதை தயாரிச்ச கிரேக்க விஞ்ஞானி, கண்ணாடிக் கற்களை வைரக்கற்களா - விலையுயர்ந்த வைரக்கற்களா மாத்தற முயற்சியில இறங்கினார். அதுக்குத் தேவையான மூலிகைகள், இலைகள், பட்டைகள், வேர்கள் பூராவும் நம்ம இந்தியாலதான் இருக்குதுங்கிறதைப் புரிஞ்சிகிட்டு இங்க வந்தார். நாசிக்குக்குப் பக்கத்துல மன்மாட்ங்கிற

ஊருக்கும் மாலேகானுக்கும் இடைப்பட்ட காட்டுப்பகுதியில தன்னுடைய ஆராய்ச்சிக் கூடத்தை அமைச்சாரு. ரெண்டே வருஷம்! பலவித மூலிகைகளைப் பிழிஞ்சு சாறு எடுத்து ரசாயன அமிலங்களோட கலந்து ஏழுவிதக் கலவைகளை உருவாக்குனாரு. அதையெல்லாம் தான் பிரத்தியேகமாத் தயாரிச்ச பித்தளை டெஸ்ட் டியூப்ஸ்ல ஊத்தி ஒவ்வொரு டெஸ்ட் டியூப் கலவையிலும் சாதாரணக் கண்ணாடிக் கற்களை சில மணி நேரம் ஊற வெச்சு, கடைசியில ஏழாவது டெஸ்ட் டியூப்பில் போட்ட உடனேயே அந்தக் கண்ணாடிக் கற்கள் விலையுயர்ந்த வைரக்கற்களாக மாத்தற முயற்சியில வெற்றி அடைஞ்சார். ஆனா அவருடைய துரதிர்ஷ்டம்! திடீர்னு வந்த ஒரு பூகம்பம் அவரையும் அந்த ஆராய்ச்சி சாலையையும் தன் வாய்க்குள்ள போட்டுக்கிச்சு. ஒவ்வொரு நூற்றாண்டிலும் ஏதாவது ஒரு கோஷ்டி அந்த ஏழு டெஸ்ட் டியூப்ஸையும் கண்டுபிடிக்கறதுக்காக முயற்சி செஞ்சு முடியாம திரும்பியிருக்காங்க... சரியான லொகேஷன் கிடைக்காம ஏதாச்சும் ஒரு பகுதியைக் குடைஞ்சு பார்த்துட்டுச் சலிப்போடு போயிருக்காங்க. ஆனா இந்த தடவை நான் தோத்துப் போய்த் திரும்பமாட்டேன். ஏன்னா...! எனக்குத் துல்லியமா லொக்கேஷன் கிடைச்சிருக்கு!" - அதிர்ச்சியில் ஆச்சரியத்தில் சிக்கிச் சில நிமிஷங்கள் சிலையாய் நின்றுவிட்ட தாமரை குறுக்கிட்டாள். மெல்லிய குரலில் கேட்டாள்.

"உங்களுக்கு எப்படிப்பா இந்த விஷயம் கிடைச்சுது?"

பைரவமூர்த்தி ஒரு வினாடி தயங்கினார். முகம் லேசாய்க் கறுத்தது. 'டாக்டர் மதுசூதனராவைச் சாய்த்துவிட்டு அவரும் ஒரு கிரேக்க விஞ்ஞானியும் அரும்பாடுபட்டுக் கண்டுபிடித்த வரைபடத்தைக் கொண்டுவந்து பார்த்ததிலேதான் அந்த இடத்தைக் கண்டுபிடிக்க முடிந்தது' என்று அவரால் சொல்ல முடியுமா என்ன? - மௌனம் சாதித்தார்.

"என்னப்பா... பேசாம இருக்கீங்க?"

பைரவமூர்த்தி சுதாரித்துக்கொண்டார். "ஏம்மா...! உங்கப்பாவுக்கு இந்த ஆர்க்கியாலஜியில கொஞ்ச நஞ்ச எக்ஸ்பீரியன்ஸா இருக்கு...? எத்தனை புக் படிச்சிருக்கேன்? எத்தனை தடவை டூர் போயிருக்கேன்? எத்தனை விஞ்ஞானிகளோட பேசியிருக்கேன்? - என் மூளையோட ஒவ்வொரு செல்லையும் இந்த 'டெஸ்ட் டியூப்' ஆராய்ச்சிக்காகக் கூர்தீட்டி இருக்கேன். பலன்? அந்த ஏழு டெஸ்ட் டியூப்புகளும் புதைஞ்சு போயிருக்கிற இடம் எனக்குத் துல்லியமா கிடைச்சுது. இத்தனை கஷ்டப்பட்டு நான் தெரிஞ்சுக்கிட்ட ஒரு ரகசியத்தை அதுவும் வைர மழையா கொட்டப்போற ஒரு ரகசியத்தை வெளியில சொல்ல எனக்குப் பைத்தியமா பிடிச்சிருக்கு..?"

"அப்பா... ஒரு சந்தேகம்!"

"ம்... கேளு..."

"அந்த டெஸ்ட் டியூப்ல இருக்கிற மருந்துக் கலவை இன்னமும் அப்படியேவா இருக்கும்? வந்த பூகம்பத்துல எல்லாம் சிதறிக் கொட்டிப் போயிருக்காதா? இப்போ அது உங்களுக்குக் கிடைச்சாலும் அது வெறும் டியூப்ஸாத்தானே இருக்கும்..."

சிரித்தார் பைரவமூர்த்தி - தாமரை சொன்னதைக் கேட்டு.

"தாமரை! 1750ம் வருஷம் வாழ்ந்த ஹீமர்ங்கிற கிரேக்க விஞ்ஞானி ஒரு புத்தகம் எழுதியிருக்கார். அதிலே அவர் எழுதறார்... ஒவ்வொரு டெஸ்ட் டியூப்பும் உறுதியான பித்தளை உலோகத்துல உருவாக்கப்பட்டிருக்குதாம்! அரும்பாடுபட்டுக் கண்டுபிடிச்ச மருந்துக் கலவை அஜாக்கிரதையாக் கீழே தவறிக் கொட்டிடக் கூடாதுங்கதற்காக அதோட வாய்களை அதே பித்தளை தக்கையில அழுத்தமா மூடி ஜாக்கிரதையாப் பாதுகாக்கப்பட்டிருக்குதாம்! ரெண்டாயிரம் மூணாயிரம் வருஷங்கள் ஆனாலும் மருந்துக்கலவை ஒரு சதவீதம்கூடக் கெட்டுப்போகறதுக்கு வாய்ப்பில்லையாம்!"

தாமரையின் ரோஜா வண்ண உதடுகள் வியப்பால் பிளவுபட்டன.

"நீங்க சொல்றது ரொம்பவும் இன்ட்ரஸ்டிங்கா இருக்குப்பா..."

"அந்த ஏழு டெஸ்ட் டியூப்ஸையும் கண்டுபிடிச்ச பின்னாடி... கண்ணாடிக் கற்கள் வைரக்கற்களா மாறுறதைப் பார்க்கிறப்போ இன்னமும் இன்ட்ரஸ்டிங்கா இருக்கும்..."

"என்னிக்கு நீங்க புறப்பட்டுப் போறீங்கப்பா?"

"புதன்கிழமை சாயந்திரம்..."

"நானும் உங்ககூட வர்றேன்ப்பா..." - ஆர்வமாய்த் தாமரை சொல்ல பைரவமூர்த்தி அதிர்ந்தார். "நீயா..? நோ... நோ...!" - கத்தினார்.

காலால் தரையை உதைத்தாள் தாமரை. "அப்பா! இந்த அட்வென்ச்சர்ல உங்களுக்கு நான் உதவியா இருக்கப்போறேன். ப்ளீஸ் மறுத்துடாதீங்க."

பைரவமூர்த்தி முகம் மாறிக் கடுமையானார். "தாமரை! இந்த விஷயம் நீ படிக்கிற நாவலோ, நீ பார்க்கிற சினிமாவோ இல்லை! ரொம்பவும் கஷ்டமான காரியம். காட்டுப்பகுதியில டெண்ட் அடிச்சுத் தங்கணும். சரியாச் சாப்பிட முடியாது. ராத்திரியில உலாவற மிருகங்ககிட்டயிருந்து தப்பிக்கணும். நிறைய ரிஸ்க் இருக்கு. என்னாலே மட்டும் தனியா இந்த ஆராய்ச்சியில ஈடுபட முடியாதுங்கிற ஒரே ஒரு காரணத்துக்காகத்தான் அந்த மூணு பேரையும் துணைக்கு அழைச்சிட்டுப் போறேன். நீ சித்தி வீட்ல தங்கி ஹாய்யா சாப்பிட்டுத் தூங்கி பிடிச்ச சினிமாவுக்கு போய் சந்தோஷமா இரும்மா!"

"நீங்க மட்டும் அந்தக் காட்டுல போய்க் கஷ்டப்படலாம். உங்க மக நான் கஷ்டப்படக்கூடாதோ? அப்பா நீங்க என்ன சொன்னாலும் சரி, நான் கண்டிப்பா உங்க கூட வரத்தான் போறேன்... நீங்க கூட்டிட்டுப் போகலைனா நீங்க திரும்பி வர்ற வரைக்கும் நான் சாப்பிடாமே இருக்கப் போறேன்..."

தாமரை சொன்னதைக் கேட்டுத் துணுக்குற்றார். 'தாயில்லாத பெண் என்று செல்லம் கொடுத்து வளர்த்தது ரொம்பவும் தவறு' என்று நினைத்துக் கொண்டார்.

"தாமரை! இது விளையாட்டில்ல... பி சீரியஸ்!"

"விஷயம் சீரியஸ்ன்னு தெரிஞ்சுதாம்பா கேக்கறேன்."

"தடித்தடியா மூணு பசங்க வர்றாங்கம்மா."

"வந்தா என்னப்பா? உங்களுக்கு உதவி செய்யத்தானே வர்றாங்க?"

"நான் சொல்றதைக் கேளம்மா."

"கேட்க மாட்டேன்."

"தாமரை! பிளாங்க் செக் தர்றேன், தேவையான பணத்தை டிரா பண்ணிக்க, உன்னோட பிரெண்ட்ஸை எல்லாம் கூட்டிட்டுக்கிட்டு டூர் போயிட்டு வாம்மா...!"

"இந்தத் தாமரை அந்தப் பிளாங்க் செக் ஆசைக்கெல்லாம் மசியமாட்டா."

"தாமரை!"

"நோ மோர் ஆர்க்யூமெண்ட்! இந்தத் தாமரை கண்டிப்பா... ஷ்யூரா... டெஃபனட்டா வந்தே தீருவா!"

சொன்னபடியே வந்தாள்.

சப்-இன்ஸ்பெக்டர் அவினாஷ் தன் கையிலிருந்த காகிதத்தைக் கோகுல்நாத்திடம் நீட்டினார். ஏமாற்றம் படிந்த குரலில் சொன்னார்: "மொத்தம் இருபத்தைஞ்சு பேருக்கு சைலஜாவுக்கு இன்டர்வியூ கார்டு வந்த விஷயம் தெரிஞ்சிருக்கு ஸார்."

இன்ஸ்பெக்டர் கோகுலநாத் அந்த பெயர்களின் மேல் தன் பார்வையைப் பாய்ச்சினார்.

'பதினாறு பெண்கள் - ஒன்பது ஆண்கள்...' பெயர்களை எண்ணிப் பார்த்தவர் ஆழ்ந்த பெருமூச்சொன்றை

விட்டார். "நிச்சயமாய் இந்தக் கேஸ் தலைவலிதான். சைலஜாவுக்கு இன்டர்வியூ கார்டு வந்திருக்கிற விஷயம் இவங்களுக்கெல்லாம் தெரிஞ்சிருக்குங்கிற ஒரே காரணத்துக்காக இவங்கமேல நாம சந்தேகப்படமுடியுமா மிஸ்டர் அவினாஷ்? எதுக்கும் மாரியைக் கூட்டிக்கிட்டுப் போயி இந்த நபர்களை விசாரிச்சுப் பாருங்க..."

"எஸ்... ஸார்!"

"இவங்களையெல்லாம் கண்காணிக்க ஆளுங்களை அரேஞ்ச் பண்ணுங்க..."

"எஸ் ஸார்!"

"டாக்டர் மதுசூதனராவுக்குப் பர்சனலா பெண்கள் தொடர்பு ஏதாச்சும் இருக்குமான்னு விசாரிச்சு பாருங்க... ஒருத்தரைக்கூட விடாதீங்க, ஆபீஸ் ஸ்டாஃப்ஸ் அத்தனை பேரையும் விசாரியுங்க. சிக்கலா கிடக்கிற இந்த வழக்கோட ஒரு நுனி கிடைச்சாப்போதும்... மறுநுனியைக் கண்டு பிடிச்சிடலாம்..."

அவினாஷ் போகத் திரும்பினார்.

"ஒரு நிமிஷம், அவினாஷ்!"

அவினாஷ் நின்றார்.

கோகுல்நாத் சொன்னார்: "பத்திரிகைக்காரங்க இந்தக் கொலையைபத்திக் குழப்பிக் குழப்பி எழுதுறாங்க! இன்னிக்கு வந்த அத்தனை பேப்பர்லயும் பலவிதமான ஹேஷ்யங்கள். வழக்கோட போக்கைத் திசை திருப்பற மாதிரி எழுதுறாங்க. நிருபர்ங்கிற போர்வையில எக்கச்சக்கமான கேள்விகளைக் கேட்டு வெக்கிறாங்க! பி கேர்ஃபுல் மிஸ்டர் அவினாஷ்! எந்தக் கேள்வி கேட்டாலும் பதில் சொல்லாதீங்க..."

அவினாஷ் மேஜையின் மீது கிடந்த நாளிதழ்களின்மேல் பார்வையை ஓட்டினார். கறுப்பு மையால் கட்டம் கட்டிச் சிவப்பு மையால் 'தொல்பொருள் ஆராய்ச்சியாளர் படுகொலை' என்று

எட்டுக் காலத்தையும் நிரப்பியிருந்தார்கள். 'இன்டர்வியூக்கு வந்த இளம்பெண் எங்கே?' என்று இன்னொரு பத்திரிகை தன் சந்தேகத்தைக் கிளப்பியிருந்தது.

'கொலை செய்த பெண் தப்பி ஓட்டம்.'

'கண்டுபிடிக்கப் போலீஸ் திணறல்' - அரசாங்கத்துக்கு விரோதமான இன்னொரு பத்திரிகை விஷமத்தனமாய் எழுதியிருந்தது.

"இந்த பிரஸ் ரிப்போர்ட்டர்ஸ் சுத்த மோசம் ஸார். போன் பண்ணிக் கண்டிச்சு வெக்கலாமா?"

"நோ... யூஸ்... மிஸ்டர் அவினாஷ். பத்திரிகைக்காரங்க சொல்ற மாதிரி நம்மளால இந்தக் கேஸ்ல இதுவரைக்கும் ஒண்ணையும் கண்டுபிடிக்க முடியலே. நமக்கு ஒரு பிடி கிடைச்சா அவங்களைத் தெம்பா மிரட்டலாம். ஏதாவது ஒரு தடயம்... சின்ன தடயம் கிடைச்சாக்கூட போதும்..." - கோகுல்நாத் சலிப்போடு எழுந்தபடி சொன்னார்.

அதே வினாடி-

கதவோரம் யாரோ எட்டிப் பார்த்தார்கள்.

போலீஸ் கான்ஸ்டபிள் 304.

"என்ன?" -என்றார் அவினாஷ்.

"உங்களைப் பார்க்கணும்னு சொல்லி ஒருத்தன் வந்திருக்கான் ஸார்..."

"யார்ன்னு விசாரிச்சியா?"

"விசாரிச்சேன் ஸார்...! பேரு வெங்கடேசனாம்! டாக்ஸி டிரைவராம்!"

"ம்... வரச் சொல்லு!" - அவினாஷ் சொல்ல -

கான்ஸ்டபிள் அகன்றார்.

சரியாய் முப்பது வினாடிகள்.

உள்ளே நுழைந்தான் அந்த டாக்ஸி டிரைவர்.

மோகனையும் தயாளனையும் தன் டாக்ஸியில் ஏற்றிக்கொண்டு போய் லால்பாக் அருகே இறக்கிவிட்ட அதே டாக்ஸி டிரைவர்.

7

மன்மாட்!

ஓர் அழுக்கான ஊர்.

பல அழுக்கான கட்டிடங்கள். சில அழுக்கான மனிதர்கள். தொடர்ந்து ஒரு வாரம் முழுக்க மழை பெய்தாலும் - கொஞ்சமும் வெளுப்பாகாத ஊர். கரன்சி நோட்டுகள் அச்சாகும் நாசிக் நகரத்திலிருந்து எழுபது கிலோ மீட்டரில் அந்த அழுக்கு நகரம் உட்கார்ந்திருந்தது. ஜனத்தொகை கிட்டத்தட்ட ஒரு இலட்சம். குடும்பக் கட்டுப்பாட்டை மதிக்காத மனிதர்கள். தத்தம் இஷ்டத்திற்கு வீட்டை நிரப்பி இந்தியாவின் ஜனத்தொகை சதவிகிதத்தைக் கணிசமாய் உயர்த்திக் கொண்டிருந்தனர். சிவகாசியில் உள்ள ஒவ்வொரு வீட்டிலும் - ஒரு தீப்பெட்டித் தொழிற்சாலை இருப்பதைப் போல் - மன்மாடில் உள்ள ஒவ்வொரு வீட்டின் திண்ணையிலும் ஒரு பூரி சப்பாத்திக் கடை இருந்தது. சாயந்திரம் ஆறு மணியாகிவிட்டால் போதும், ஒவ்வொரு வீட்டின் வாசல் புறத்திலும் அடுப்புக் கற்கள் வைக்கப்பட்டு எண்ணெய் ததும்பும் வாணலிகள் அதன் மேல் ஏற்றப்பட்டு கோதுமை மாவு மலைகள் பிசையப்பட்டு - நூற்றுக்கணக்கில் பூரிகளும் சப்பாத்திகளும் உற்பத்தியாகும். கள்ளுக்கடைகளிலிருந்து, சாராயக்கடைகளிலிருந்து வெளிப்படும் போதை நிறைந்த பேதைகள் - காரமான குருமாவோடு இந்த பூரி, சப்பாத்திகளை வயிற்றில் அடைத்துக்கொள்ள அந்தத் திண்ணைக் கடைகளை மொய்ப்பார்கள்.

சின்னதாய் ஒரு ஜவுளி பஜார். நான்கு சினிமாத் தியேட்டர்கள். மஹாராஷ்ட்ரா பரிபாலன பஸ் ஸ்டாண்ட். அதில் எந்நேரமும் நிறைந்து வழியும் ரோஸ் வண்ண டர்பன் சுற்றிய விவசாயிகள் கூட்டம். எத்தனை அந்நிய ஆண்கள் இருந்தாலும் சரி... அதைப் பற்றி எள்ளத்தனை வெட்கமோ... சங்கடமோ படாமல் மேலாடையின்றி குழந்தைக்குப் பால் கொடுக்கும் பெண்கள்.

மன்மாட் வாசிகள் பெருமைப்படக்கூடிய ஒரே அம்சம்- அந்த ஊர் ரயில்வே ஸ்டேஷன்.

பம்பாய் - நாக்பூர் ரயில் மார்க்கத்தில் மன்மாட் எப்படியோ முக்கியத்துவம் பெற்றுவிட்டது. எந்த எக்ஸ்பிரஸ் ஆனாலும் சரி... ஐந்து நிமிடம் நிற்கும். அந்த அழுக்கான ஊரில் வருஷத்துக்கு ஒரு முறை வெள்ளையடிக்கப்படும் ஒரே கட்டிடம் அந்த ஊரின் ரயில்வே ஸ்டேஷன் கட்டிடம்தான்.

அன்றைக்கு அந்த ஊரில் ஐந்து பேர் சுத்தமாய் வெளுப்பாய்த் தெரிந்தார்கள்.

புரஃபஸர் பைரவமூர்த்தி, தாமரை, மோகன், தயாளன், கீர்த்தி.

ரயில்வே ஸ்டேஷனை விட்டு வெளியே வந்தவர்கள் மன்மாடைப் பார்த்துத் திகைத்துப் போனார்கள். முகம் சுளித்தார்கள்.

“ஸார்... நாம இந்த ஊரிலயா தங்கப் போறோம்...?” - மோகன் அவசரமான குரலில் கேட்டான். முன்னே போய்க்கொண்டிருந்த பைரவமூர்த்தி சிரித்தார். “இந்த ஊரே இவ்வளவு அழுக்கா இருக்கிறப்போ... ஓட்டலைப் பத்திச் சொல்லவே வேண்டாம்... ஒவ்வொரு லாட்ஜும் குப்பை மேடாட்டம் தான் இருக்கும். நான் முன்னாடியே சொன்ன மாதிரி நாம ஆராய்ச்சி பண்ற இடத்திலேயே டெண்ட் போட்டுக்கறதுதான் உத்தமம்...” பைரவமூர்த்தி சொல்ல -

"தட்ஸ் கரெக்ட் ஸார்..." கீர்த்தி ஆமோதித்தான்.

"இன்னிக்குச் சாயந்தரத்துக்குள்ளாற ரெண்டு டெண்ட்டாவது போட்டு முடிக்கணும்!"

"ரெண்டு மாசத்துக்குள்ளாற இந்த ஆராய்ச்சி முடிஞ்சுடுமா ஸார்?" – தயாளன் மெல்லிய குரலில் கேட்டான்.

"கண்டிப்பா ரெண்டு மாசத்துக்குள்ள முடிஞ்சுடும். இனிமேத்தான் நாம மளமளன்னு காரியங்களைக் கவனிக்கணும்... ஒரு டெம்போ வேனை ஏற்பாடு பண்ணி – ரயில்வே பார்சல் ஆபீஸ்ல இருக்கிற டெண்ட் போடற கிளாத்... நம்ம ஆராய்ச்சி சம்பந்தப்பட்ட எக்யூப்மெண்ட்ஸ் எல்லாத்தையும் ஸ்பாட்டுக்குக் கொண்டு போய்ச் சேர்க்கணும். தயாளன்! நீ இன்னிக்குப் பூராவும் இங்கேயே இருந்து இந்தக் காரியத்தைச் செஞ்சு முடிக்கணும்... துணைக்கு மோகனை வேணுமானாக் கூட்டிக்க... நானும் கீர்த்தியும் தாமரையும் இப்பவே பஸ் பிடிச்சு ஸ்பாட்டுக்குப் போறோம்..."

பைரவமூர்த்தி உத்தரவுகளை மடமடவென்று பிறப்பிக்க, உடன் வந்தவர்கள் சுறுசுறுப்பானார்கள்.

அமைதி.

காற்றின் மெல்லிய சீறலைத் தவிர – இலைகளின் சலசலப்பைத் தவிர – வேறு எந்த ஓசையுமே எழாத காட்டுப்பகுதி அது. பெயர் தெரியாத மரங்கள் பிரம்மாண்டமாய் அடர்த்தியாய்க் கிளைகளைப் பரப்பிக்கொண்டு நின்றன. காட்டைச் சுற்றிலும் காம்பௌண்ட் சுவர் போட்டாற் போல செம்பழுப்பு நிறமுள்ள மலைகள். எல்லாமே கெட்டித்துப் போன கடினமான பாறைகள். சுமார் ஏழு சதுர மைல் பரப்பளவுக்கு ஒரு மனித ஜீவன்கூட இல்லை. மன்மாடையும் – மாலேகானையும் இணைக்கும் சாலை அந்தக் காட்டுப் பகுதியினின்றும் பார்த்தால் ஒரு ரிப்பனைப்போல் தெரியும் அற்புதம்.

தரையைச் சுத்தம் செய்து, சூரியன் சாய்வதற்குள் இரண்டு டெண்ட்டுகளைப் போட்டு முடித்த புரஃபஸரின் குழு, உணவை முடித்துக் கொள்வதில் முனைந்திருந்தது.

தாமரையும் மோகனும் உணவை முன்னதாய் முடித்து கொண்டு எதிரே இருந்த பாறைத் திட்டில் உட்கார்ந்து கொண்டார்கள். மோகன் மெல்லிய குரலில் சொன்னான்.

"என்ன இருந்தாலும் உங்க அப்பாவுக்கு நம்பிக்கை அதிகம்..."

"எதனாலே அப்படிச் சொல்றீங்க மோகன்?"

"பின்னே இவ்வளவு பெரிய காட்டுப்பகுதியில... எந்த மலைக்குக் கீழே அந்த ஏழு டெஸ்ட் டியூப்புகளும் புதைஞ்சு இருக்கும்ங்கிற விபரம் தெரியாமே... அசாத்திய நம்பிக்கையோட வந்துட்டாரே...?"

"இவ்வளவு பெரிய பரந்த இந்தியாலே இந்த இடத்துலதான் அந்த ஏழு டெஸ்ட் டியூப்ஸூம் புதைஞ்சுருக்குன்னு துல்லியமாக் கண்டுபிடிச்ச எங்கப்பாவுக்கு... இந்த ஏழு மைல் பரப்பளவுல இருக்கிற மலையையா கண்டுபிடிக்க முடியாது...? எங்கப்பாவை ரொம்பவும் சாதாரணமா நினைச்சுடாதீங்க மோகன். ஹி ஈஸ் கிரேட்!"

தாமரை சொன்னதைக் கேட்டு மோகன் சிரித்தான். வாய்விட்டுச் சிரித்தான்.

"நிஜமாவே உங்கப்பா கிரேட்தான்...! இல்லேன்னா அந்த வரைபடத்தை இவ்வளவு சுலபமாத் தயாரிச்சிருக்க முடியுமா...?"

தாமரை புன்னகைத்தாள். "அந்த டியூப்ஸ் புதைஞ்சிருக்கிற அந்த இடம் அப்பாவுக்குச் சீக்கிரமா கிடைச்சுடக் கூடாதுன்னு நான் ஆசைப்படறேன்."

"ஏன்...?"

"சீக்கிரமே கிடைச்சுட்டா இவ்வளவு அழகான இடத்தை விட்டுப் புறப்பட வேண்டி வந்துடுமே...! ஐ லைக் திஸ் ஃபாரஸ்ட் வெரிமச்..."

“ஆரம்பத்துல அப்படித்தான் இருக்கும். நகரத்தோட நெரிசலையும் கசகசப்பையும் அனுபவிச்ச நமக்கு இந்த அழகான காட்டுப்பகுதி இனிமையாத்தான் இருக்கும். ஆனா போகப் போகத் தான் இங்கே தங்கியிருக்கிறது எவ்வளவு கஷ்டம்னு தெரியும்... இந்தக் காட்டுப்பகுதிக்கு ஃபாரஸ்ட் ரேஞ்சர் யாருமில்லே... கவர்மெண்ட்டோட பராமரிப்பும் கிடையாது. காரணம் என்ன தெரியுமா?”

“சொல்லுங்க...”

“இந்தப் பகுதியிலே விஷப்பாம்புகள் அதிகம்... மனுஷங்களைப் பார்த்துட்டா கூட்டம் கூட்டமா விரட்டி அங்கம் அங்கமாப் பிச்சுத் திங்கற செந்நாய்கள் அதிகம். இந்தக் காட்டுல விலையுயர்ந்த மரம் எதுவும் கிடையாது. பாதுகாக்கப்பட வேண்டிய மிருகங்கள் கிடையாது. அதனால மஹாராஷ்ட்டிரா கவர்மெண்ட்டுக்கு இந்தக் காட்டுப்பகுதி பேர்ல அக்கறையும் கிடையாது... வருஷத்துக்கொரு தடவை பட்டுப்போன மரங்களை வெட்டறதுக்காக டெண்டர் விடுறதோட சரியாம்...”

தாமரைக்குப் பயத்தில் முகம் வியர்த்தது.

“இந்த விபரம் எல்லாம் உங்களுக்கு எப்படித் தெரிஞ்சது?”

“நேத்தைக்கு மன்மாட்ல இருந்தப்ப அந்த ஊர் ஸ்டேஷன் மாஸ்டர்கிட்டே பேச்சுக் கொடுத்தேன்... அவர்தான் விபரமாச் சொன்னார்.”

“செந்நாய்னா எப்படியிருக்கும்...?”

“நம் ஊர் நாய் மாதிரிதான் இருக்கும்.ஆனா சிவப்பா இருக்கும்... வாய் பூராவுமே கோரைப்பல்லா இருக்கும்... மனுஷனைப் பார்த்துட்டா முதல்லே கழுத்து மேல பாய்ஞ்சு குரல்வளையைத்தான் புடிக்கும்... அது ஒத்தையா வராது... அம்பது அறுபதுன்னு கூட்டம் கூட்டமாத்தான் வரும்...”

தாமரையின் இதயம் தடதடவென்று அடித்துக் கொண்டது. தன் அழகிய விழிகளைச் சுழற்றி - பீதி வழியும் பார்வையோடு சுற்றுமுற்றும் பார்த்தாள்.

"என்ன பார்க்கிறீங்க...? செந்நாயையா...? இந்தப் பகல் நேரத்துல வராது... பொழுது சாய சாயத்தான் ஓவ்வொண்ணா பொந்துலேயிருந்து வரும்."

"என்ன மோகன்... துணிச்சலா புறப்பட்டு வந்த என் மக கிட்ட என்னென்னவோ சொல்லிப் பயமுறுத்திட்டிருக்கே?" - பக்கத்திலிருந்த டெண்ட்டிலிருந்து வெளிப்பட்டார் பைரவமூர்த்தி. மோகன் எழுந்து நின்றான். "செந்நாய்களைப் பத்திச் சொல்லிட்டிருந்தேன் ஸார்..." சொல்லிவிட்டுச் சிரித்தான்.

"செந்நாய்களோட ப்ளஸ் பாயிண்ட்ஸை மட்டும் சொல்லி அவளைப் பயமுறுத்தியிருப்பே... அதுகளோட மைனஸ் பாயிண்ட்ஸைச் சொல்ல வேண்டாமா?"

"மைனஸ் பாயிண்ட்டா..?" - தாமரை திகைத்தாள்.

பைரவமூர்த்தி சொன்னார். "ஆமாம்மா... செந்நாய்ப் புத்தி மோகன் சொன்ன ஒவ்வொரு வார்த்தையும் அப்பட்டமான நிஜம்தான்... ரொம்பவும் கொடூரமானதுதான்... ஆனா ரிவால்வரோட ஒரு வெடிச்சத்தம் கேட்டாப்போதும்... அந்தச் சத்தம் கேட்ட திசைப்பக்கம் ஒரு மாசத்துக்குத் தலைகாட்டாது."

நிம்மதியாய்ப் பெருமூச்சொன்றை விட்டாள் தாமரை.

"சாப்பிட்டியாம்மா தாமரை?"

"ம்..."

"மோகன், நீ...?"

"சாப்பிட்டேன் ஸார்!"

"அப்போ...ட்ரேஸ் அவுட்டுக்குப் புறப்படலாமா...? அதோ...! தயாளனும், கீர்த்தியும் வந்துட்டாங்க..." - பைரவமூர்த்தி அடுத்த டெண்ட்டைப் பார்த்துக் கையாட்டினார்.

தயாளனும் கீர்த்தியும் அவரை நெருங்கினார்கள்.

“ஸார் வீ... ஆர்... ரெடி. என் கேமிராவும் ரெடி – ஸ்பாட்ஸை விழுங்க ஆவலாக் காத்திட்டிருக்கு என்னோட கேமிரா...”

கையிலிருந்த வரைபடத்தை விரித்தார் பைரவமூர்த்தி. “முதல்லே நாம போகவேண்டிய இடம்... இதோ... இந்த ஸ்பாட்தான். இங்கிருந்து சரியா இருநூறு அடி இருக்கு...” வரைபடத்தில் இருந்த ஒரு மஞ்சள் குறியீட்டைச் சுட்டிக்காட்டினார்.

புறப்பட ஆரம்பித்தார்கள்.

தாமரை மட்டும் இருந்த இடத்தைவிட்டு அசையாமல் நின்றாள்.

“என்னம்மா நின்னுட்டே... வரலையா?”

“இல்லேப்பா. இன்னிக்கு நான் வரல்லே... இங்கேயே உட்கார்ந்திட்டிருக்கேன்... கால்ல ஏறின ஒரு முள் விண் விண்ன்னு வலிக்குது.”

“நீ மட்டும் தனியாவா இருக்கப் போறே?”

“எல்லோருமே... போயாகணுமா? யாராச்சும் ஒருத்தர் என்கூட இருக்கட்டுமே... அப்பா.”

பைரவமூர்த்தி தயங்கினார். மோகனைப் பார்த்தார். சொன்னார். “மோகன்... தாமரைக்குத் துணையா நீ வேணும்ன்னா இங்கேயே இரு... நாங்க மூணுபேர் மட்டும் போயிட்டு வந்துடறோம்.”

“சரி ஸார்...” - மோகன் தலையாட்டியபடி டெண்ட்டுக்கு முன் இருந்த மடக்கு நாற்காலியை நோக்கி நடந்தான்.

தயாளனின் கரத்தில் டெலஸ்கோப் போன்ற கருவி மின்ன...

பைரவமூர்த்தி கையில் சுருட்டி வைக்கப்பட்டிருந்த வரை படம் தெரிய - மூவரும் நடந்தார்கள். மத்தியானத்து இரண்டு மணிச் சூரியன் காட்டுக்குள் புக முயற்சித்துத்

தோற்று - மங்கலான ஒளியைச் சிதறடித்துக் கொண்டிருந்தான். ஒரு சிறிய மேட்டுப்பகுதியின் மேல் ஏறி, அதன் சறுக்கலில் நிதானித்து நடந்தார்கள். பச்சை வண்ணப் பெயிண்டைக் கொட்டினாற்போல் சிதறிக்கிடந்த புல்வெளிகளைக் கடந்து பளீரென்று வெயில் அடிக்கும் பொட்டல் வெளியைச் சுற்றிக்கொண்டு கெட்டித்துப்போய் குடைவாய் இருந்த மலைப்பகுதியை நெருங்கினார்கள்.

"இந்த இடமா ஸார்?"

புரஃபஸர் வரைபடத்தைப் பிரித்தார். கையிலிருந்த பேனாவால் அந்த மஞ்சள் குறியீட்டைத் தொட்டார். சுற்றிலும் இருந்த காட்சிகளோடு வரைபடத்தை வைத்து ஒப்பிட்டார். தலையை ஆட்டினார்.

"எஸ்... இதேதான்...!"

உற்சாகமாய் நெருங்கினார்கள் தயாளனும் கீர்த்தியும். பைரவமூர்த்தி தயாளனின் கரத்திலிருந்து டெலஸ்கோப் கருவியை வாங்கினார். அதன் முன்னே இருந்த ட்ரில்லரை இயக்க...

அது ஊசியாய் வெளியே நீண்டு பூமியைக் குடைந்தது.

"கீர்த்தி...! நீ அந்தப்பக்கமா போய் இந்தப் பாறைப் பகுதிகளை ஸ்நேப் பண்ணு... ஒரு பாறைப் பொந்தையும் விடாதே... க்ளியரா ஸ்நேப் பண்ணு. தயாளன்...! நீ இந்த ட்ரில்லர் ஓட்டையிலிருந்து தெறிக்கிற மண்துகள்களை சின்னச் சின்னப் பொட்டலமாக் கட்டி வை."

கீர்த்தி கேமிராவோடு அந்தப் பக்கமாய் ஓடினான். பைரவமூர்த்தி கையிலிருந்த மிஷினோடு பின்னுக்கு நகர்ந்தார். பூமியைப் பல இடங்களில் துவாரமாக்கினார். இந்த முதல் ஸ்பாட்டிலேயே டியூப்ஸ் இருந்துவிடக் கூடாதா...? மனம் ஆவேசமாய் ஆசைப்பட்டது. தயாளன் மண் துகள்களை சின்னச் சின்ன பொட்டலங்களாய்க் கட்ட...

பைரவமூர்த்தி அங்கும் இங்கும் நகர்ந்து ட்ரில்லரை இயக்க..... அந்த விநாடி அது நிகழ்ந்தது.

பின்னுக்கு நகர்ந்த பைரவமூர்த்தி – கால் வைப்பதற்காகப் பாறைத்துணுக்கு ஒன்றின் மீது சாய முயற்சிக்க – அது சர்ரென்று பெயர்ந்து கொள்ள... பற்றிக்கொள்ள ஏதும் கிடைக்காமல் கைகளைக் காற்றில் அளைந்து... மல்லாக்க விழுந்தார்.

"ஆ! ஆ! ஆ...!" பைரவமூர்த்தியின் வழுக்கைத் தலையை நீட்டிக்கொண்டிருந்த ஒரு பாறை முனை 'நக்'கென்று முத்தமிட, ரத்தம் ஊற்றெடுத்து நிமிஷத்தில் சிவப்பானார்.

"ஸார்..!!" தயாளன் கத்திக்கொண்டே அவரை நோக்கி ஓட தயாளனின் சத்தம் கேட்டு எதிர்ப்பக்கத்திலிருந்து கீர்த்தி ஓடி வந்தான்.

"ஓ... மை குட்னஸ்!" – தவிப்போடு கூறியபடி அவரருகே குனிந்தான். "தயாளன்! அவரோட சர்ட்டைக் கழட்டி.... ரத்தம் வராமே தலைக்குக் கட்டுப் போடு. ம்... சீக்கிரம்!" – கீர்த்தி பரபரத்தான்.

பைரவமூர்த்தியின் சர்ட்டைக் கழற்றினான் தயாளன். ரத்தம் பீறிட்ட இடத்தில் சர்ட்டைச் சுற்றி அழுத்தமாய் கட்டு ஒன்றைப் போட்டான்:

"மயக்கமாயிட்டார்..."

"தண்ணி கிடைக்குமா பாரு..."

"தண்ணியைத் தேடிட்டு இருக்க இது நேரமில்லை... டெண்ட்டுக்கு போயிடுவோம்... நீ தலைமாட்டைப் பிடி... நான் கால்மாட்டைப் பிடிக்கிறேன்..."

இருவரும் பிடித்தார்கள். தூக்கினார்கள்.

பைரவமூர்த்தி அணிந்திருந்த உள் பனியன் தொய்வாய்ச் சரிய, அவரின் அடிவயிறு பளிச்சென்று தெரிய, கீர்த்தி திகைத்தான்.

“தயாள்... அவரை அப்படியே படுக்க வை...!”

“ஏன்...?”

“படுக்க வெச்சுட்டு இந்தப் பக்கமா வந்து பாரு!”

வந்து பார்த்தான் தயாளன். “என்ன?” என்றான்.

“அவரோட வலது பக்க அடி வயித்தைப் பாரு...”

பார்த்தான்.

அடிவயிற்றில் இடதுபக்கமாய் நான்கு அங்குலப் பரப்புக்கு... பொடிப் பொடியான எழுத்துகளில் பச்சை குத்தப்பட்டிருந்தது.

8

திகைப்போடு பார்த்தான் தயாளன்.

"பச்சை குத்தியிருக்காரு..." என்றான். கீர்த்தி தன் அடர்த்தியான கிருதாவைத் தேய்த்தபடியே தலையை ஒரு பக்கமாகச் சாய்த்தபடி தயாளனைப் பார்த்துப் புன்னகை செய்தான். "சார் ஒரு அறிவு ஜீவி... காரணமில்லாம பச்சை குத்தியிருக்கமாட்டார். அதுவும் அடி வயித்துல..." குனிந்து பைரவமூர்த்தியின் அடிவயிற்றைப் பார்த்தான்.

IT.16 D2H45M 30 STCR.

IIT.251H15M45STCY.

இதே போன்று சங்கேதக் குறிகள். புரியாத ஆர்க்கியாலஜி வார்த்தைகள். தயாளன் கிசுகிசுப்பான குரலில் சொன்னான். "யாரும் பார்க்க முடியாத இந்த இடத்துல பச்சை குத்தியிருக்கார்னா ஏதாச்சும் இருக்கும்..."

"படிச்சுப் பார்த்தா ஒண்ணும் புரியலியே!"

"கீர்த்தி, ஒண்ணு செய். அந்தப் பச்சை குத்தின பகுதியைப் போட்டோ எடுத்துடு. ஆர்க்கியாலஜிஸ்ட் யார்கிட்டயாவது காட்டித் தெரிஞ்சுக்கலாம்..."

கீர்த்தி காமிராவைத் துணைக்கு அழைத்தான். வ்யூ ஃபைண்டரில் கண்ணைப் பதித்துப் பைரவமூர்த்தியின் அடிவயிற்றைத் துல்லியமாய்க் க்ளிக்கினான்.

அடிபட்ட மண்டை, ரத்தம் விடுவதை நிறுத்தியிருந்தது. சுவாசம் மட்டும் தன் கடமையைச் செய்ய பைரவமூர்த்தி கட்டையாய்க் கிடந்தார்.

"தயாளன், சார் இந்த ஆராய்ச்சியில என்னத்தையோ நம்மகிட்டே மறைக்கிறார். எனக்கு ஆரம்பத்துல இருந்து சந்தேகமாவே இருந்தது. கிரேக்க காலத்து மருந்துக் கலவைகளைக் கண்டுபிடிச்சா... அதனால இவருக்கென்ன ஆதாயம்? இந்த ஆராய்ச்சியில என்னவோ இருக்கு. அதனோட உண்மை வடிவம் தான் இந்தப் பச்சைக் குத்தல். யாருக்கும் தெரியாமே அவரே குத்திட்டிருக்கலாம். இந்த நிமிஷத்திலிருந்து நாம ரெண்டு பேரும் ஒற்றுமையா இருந்து இதைக் கண்டுபிடிக்கணும்."

தயாளன் தலையாட்டினான்.

கீர்த்தி தொடர்ந்தான்: "அவரோட தலையில கட்டியிருக்கிற சர்ட்டைக் கழட்டி அவருக்கே திரும்பவும் போட்டுடு. இந்தப் பச்சை விஷயம் நமக்குத் தெரியாத மாதிரியே காட்டிக்கலாம். ஒருவேளை மோகனுக்கும் தாமரைக்கும்கூட இந்த விஷயம் தெரிஞ்சிருக்கலாம். நாளைக்கு முதல் காரியமா போட்டோவை எடுத்துட்டுப் போய் ஒரு ஆர்க்கியாலஜிஸ்ட்கிட்டே காட்டி விஷயம் என்னன்னு தெரிஞ்சுக்கணும்."

தயாளன் பைரவமூர்த்தியின் சர்ட்டை மறுபடியும் மாட்டிவிட்டான்.

"ம்... இப்பத் தூக்கு, டெண்ட்டுக்குப் போயிடலாம்."

போனார்கள்.

சப்-இன்ஸ்பெக்டர் அவினாஷ் ஆட்டோவினின்றும் இறங்கிக் கொண்டார்.

ஆட்டோவை அனுப்பிவிட்டு - எதிரில் இருந்த வீட்டைப் பார்த்தார். சட்டைப்பையில் இருந்த அட்ரஸ் காகிதத்தைப் பார்த்தார். மோகன் குடியிருக்கும் வீடு இதுதான் என்பதை உறுதிப்படுத்திக் கொண்டு வீட்டை நெருங்கினார்.

சைலஜாவும் - அவளுடைய அண்ணன் அசோக்கும் கொடுத்த பெயர்ப் பட்டியலில் ஏறக்குறைய எழுபது சதவீதம்

முடித்துவிட்டு இந்த நிமிஷம் மோகனை நெருங்கியிருந்தார் அவினாஷ். இந்தப் பத்து நாளில் கோவை நகரத் தெருக்கள் அவருக்கு அத்துப்படியாகி விட்டன.

வீட்டுவாசலில் ஒரு மழலைப் பட்டாளம் கிட்டிப்புள் விளையாடிக் கொண்டிருந்தது. மஃப்டியில் இருந்த அவினாஷ், அவர்களுக்கு சாதாரணப் பிரஜையாய்க் காட்சியளிக்க, அலட்சியமாய்க் கிட்டிப்புள் அடித்தார்கள். அவர்களைத் தாண்டி வீட்டுப்படி ஏறினார் அவினாஷ்.

கதவு சாத்தியிருந்தது.

கதவுக்கு மேலே பட்டாணியாய்த் தெரிந்த காலிங்பெல் தலையின் மேல் கையை வைக்க... அது 'ங்... ஙீ...' என்றது.

கதவு திறக்கப்படக் காத்திருந்தார்.

அவருடைய ரீகோ வாட்ச்சில் விநாடிமுள் ஒரு சுற்றுச் சுற்றுவதற்குள்... கதவு விலகியது.

மாமி ஒருத்தி மடிசாரில் நின்றிருந்தாள். மல்லிகைப் பந்து தலையில் கும்மென்று மணத்தது. நெற்றியில் – காம்பஸ்ஸால் விட்டம் போட்டுக் குங்குமம் வைத்த மாதிரி அழகானப் பொட்டு. மூக்கில் வைரத்துணுக்கு நான் ஐயாயிரம் ரூபாயாக்கும் என்று மின்னியது. கழுத்தில் – கையில் ஒரு ஜூவல்லரி மார்ட்.

"யார் வேணும்...?" குரல் பிசிறில்லாமல் இழைந்தது.

"இங்கே... மோகன்னு ஒருத்தர்..." அவினாஷ் முடிக்கவில்லை.

"ஏண்ணா... இங்கே வந்து பாருங்கோ... யாரையோ விசாரிச்சுண்டு ஒருத்தர் வந்திருக்கார்... விவரமாக் கேட்டுப் பதில் சொல்லி அனுப்புங்கோ..." – மாமி பேசிக் கொண்டே உள்ளே போய்விட்டாள்.

இரண்டு நிமிஷத்திற்கு பிறகு...

"யாரது...?" – கட்டைக்குரல் முன்னதாய்க் கேட்க மாமியைக் கட்டிக்கொண்டவர் வெளியே வந்தார்.

டினோபாலில் வெளுத்தாற் போல் பளீரென்று இருந்தார். மூக்குக் கண்ணாடியைப் பொருத்திக்கொண்டு அவினாஷை நெருங்கினார்.

அவினாஷ் கேட்டார். "இங்கே மோகன்னு... ஒருத்தர்...?"

"எந்த மோகன்?"

"உங்க வீட்ல குடியிருக்காரே... அவர் தான்..."

"ஓ... அந்தப் பையனா...? என்னோட டெனன்ட்தான்... வீட்டுக்குப் பின்னாடி இருந்த மாட்டுக் கொட்டிலை இடிச்சி ரூமாத் தடுத்து... நாலு பேருக்கு வாடகைக்கு விட்டேன்... அதுல மோகனும் ஒருத்தன். ஆமா... நீங்க யாரு?"

"நான் மோகனோட ப்ரெண்ட். அவரைப் பார்க்கணும்."

"அப்படியா...? ரொம்ப சந்தோஷம்... ஆனா இப்ப பார்க்க முடியாதே...? ஏதோ டூர் போயிருக்கான்..."

"டூரா..?"

"ஆமா..! அங்கே... இங்கேன்னு டெம்பரரி வேலை பார்த்துட்டே நிறையச் சம்பாதிச்சான்... அடிக்கடி டூர் போயிடுவான்... காஸ்மெட்டிக்ஸ் ரெப்ரஸண்டேடிவ்வா சுத்துவான். ரொம்ப நல்ல பையன். பத்து நாளைக்கு முன்னாடி திடீர்ன்னு வந்தான். 'மாமா, நான் டூர் போறேன். திரும்ப ரெண்டு மூணு மாசமாகும்... இந்தாங்க வாடகை'ன்னு மொத்தமாக் குடுத்திட்டுப் போயிட்டான்." டால்டா டப்பாவில் கல்லைப் போட்டு உருட்டினமாதிரி படபடவென்று பேசினார் அவர்.

"எந்த ஊருக்குப் போயிருக்கான்னு சொல்லமுடியுமா?"

"தெரியலையே..."

"அவனோட ரூம் சாவி இருக்கா...?"

"இல்லே... சாவியைக் கையோட எடுத்துட்டுப் போயிட்டான்."

அவினாஷ் சிறிது நேரம் உதட்டைக் கடித்துக்கொண்டு யோசித்தார்.

‘இனி என்ன செய்யலாம்?’

‘ஏதோ டெம்பரரி வேலை கிடைத்து அடிக்கடி டூர் போகும் மோகனுக்கும் டாக்டர் மதுசூதனராவுக்கும் என்ன சம்பந்தம் இருக்கமுடியும்?’

‘மோகன் என்ற பெயருக்கு நேராக – X மார்க்கைப் போட்டுவிட்டு கேஸை இன்னொரு பக்கத்திலிருந்து பார்க்க வேண்டியது தான்.’

“அப்ப... நான் வர்றேன்!” வாசற்படியிறங்கினார், அவினாஷ். கிட்டிப்புள் சண்டையாய் மாறியிருந்தது. மழலைப்பட்டாளம் சரிபாதியாய்ப் பிரிந்து கத்திக்கொண்டிருக்க, அவினாஷ் ரோட்டுக்கு வந்து ஆட்டோவைத் தேடினார். கிடைக்க நேரமாகும் போல் தெரியவே மெல்ல நடையைப் போட்டார்.

மனசுக்குள் கேஸைப் பற்றிய எண்ணங்கள் எழும்பின. அன்றைக்கு வந்த டாக்ஸி டிரைவர் ஏதாவது உபயோககரமான தகவலைச் சொல்லுவான் என்று பார்த்தால் அவனும் கேஸைக் குழப்பிவிட்டுப் போனான். யாரோ ஒருவன் டாக்ஸியில் ஏறி உட்கார்ந்து கொண்டு நான் சொல்லும் போது டாக்ஸியை நகர்த்து என்று சொன்னதாகவும் அதன்படி ஒரு பெண் மதுசூதனராவ் ஆபீஸிலிருந்து ஓடி வரும்போது டாக்ஸியை எடுக்கச் சொன்னதாகவும் அந்தப் பெண்ணை பிக்-அப் பண்ணிக் கொண்டதாகவும் லால்பாக் அருகே இறக்கி விட்டதாகவும்...

ச்சை! இந்தக் கேஸ் கடைசி வரைக்கும் கண்ணாமூச்சி விளையாடிக்கொண்டே போய்விடுமா...? கொலை செய்தது ஒரு பெண், அது நிச்சயம். ஆனால் அந்தப் பெண்ணுக்குப் பின்னால் ஒரு பின்னணியே இருக்கிறது. பட்டப்பகலில் இண்டர்வியூக்காக வந்தவளைப்போல் வந்து – சாமர்த்தியமாய் கொலை செய்யும் அளவுக்கு - திட்டம் போடப்பட்டிருக்கிறது. காத்து நின்ற டாக்ஸி... அதற்குள் இருந்தவன்... எல்லாமே திட்டத்தின் முக்கியமான அங்கங்கள்.

வெறுமனே இந்தப் பெயர்ப் பட்டியலை வைத்துக்கொண்டு அலைவதில் பிரயோஜனமில்லை... உருப்படியாய் எதையாவது செய்யவேண்டும்.

மகாராஷ்டிரா ஆர்க்கியாலஜி சென்டர், நாசிக்.

ஆங்கிலத்திலும் இந்தியிலும் எழுதப்பட்ட அந்தப் போர்டு வேலியோரமாய் 45 டிகிரி கோணத்தில் இடுப்புப் பிடித்துக் கொண்டவனைப் போல நின்றிருந்தது. ஆர்க்கியாலஜி டிபார்ட்மெண்ட்டுக்குச் சொந்தமான அந்தக் கட்டடம் ரொம்பவும் அரதப் பழசாய் இருந்தது. கட்டடத்தின் ஒவ்வொரு செங்கல்லும் 'நான் வெள்ளைக்காரன் காலம்' என்றன. சுற்றிலும் மரங்கள். அதில் புதுசாய்ப் பிரசவமாகியிருந்த ஊதா நிறப் பூக்கள்.

கீர்த்தியும் தயாளனும் உள்ளே நுழைந்தார்கள்.

நிறைய அறைகள். ஒவ்வொன்றிலும் நிறையக் கல்வெட்டுகள், தாழிகள் - மண்டையோடுகள்... பாறைத் துண்டுகள்... நடந்தார்கள். கோயில் விக்கிரகங்கள்... செப்புப் பாத்திரங்கள்... மூளியாகிப்போன உலோகச் சிலைகள் - நடந்தார்கள். மண் ஜாடிகள், செங்கற்கள், பூ வேலைப்பாடுள்ள கதவுகள்.

"க்யா மான்க்தா?" - குரல் கேட்டுத் திரும்பினார்கள் இருவரும். காந்திக் குல்லாய் அணிந்த ப்யூன் நின்றிருந்தான்.

இந்தி புரியாத தயாளனும் கீர்த்தியும் சில விநாடிகள் விழித்தார்கள். கீர்த்தி சுதாரித்துக்கொண்டு ஆங்கிலத்தில் சொன்னான். "நாங்கள் டைரக்டரைப் பார்க்க வேண்டும்..."

"டைரக்டர்...?"

"எஸ்..."

"யே கம்ரா மே ஹை!" எதிர்த் தரப்பில் இருந்த ஓர் அறையைச் சுட்டிக்காட்டினான் ப்யூன். விறுவிறுவென்று அந்த அறையை நெருங்கினார்கள் இருவரும்.

மூடியிருந்த தள்ளு கதவை 'டொக் டொக்' என்று சப்தித்தான் தயாளன்.

"எஸ்... கம் இன்!" உள்ளேயிருந்து கனமான குரல் அழைக்க... இருவரும் உள்ளே பிரசன்னமானார்கள். நரையோடிய டைரக்டர், கறுப்பு கோட்டு, சோடாபுட்டிக் கண்ணாடி, இதமான குரல். அழகான ஆங்கிலத்தில் பேசினார்.

"ப்ளீஸ்... உட்காருங்க...!"

உட்கார்ந்தார்கள்.

கீர்த்தி தயாளனைப் பார்க்க, தயாளன் மெல்லப் பேச்சை ஆரம்பித்தான். "நாங்க சென்னை. ஒரு தமிழ்ப் பத்திரிக்கையிலிருந்து வர்றோம். இந்தப் புதைபொருள் ஆராய்ச்சி சம்பந்தமா ஒரு கட்டுரைத் தொடரை ஆரம்பிக்கிறதா இருக்கோம்... உங்க ஆர்க்கியாலஜி சென்டர்ல வேலை செஞ்சு ரிட்டையரான புரஃபஸர் யாராவது ஒருத்தரைப் பேட்டி எடுத்து விஷயங்களைப் போடலாம்னு இருக்கோம். யாராவது ஒருத்தரை சஜெஸ்ட் பண்ணுங்களேன்..."

டைரக்டரின் முகம் மலர்ந்தது. "பிரஸ் ரிப்போர்ட்டர்ஸா...? சந்தோஷம்... உங்க கட்டுரைக்கு நிறைய விஷயங்களைத் தரக் கூடியவர்... ஒருத்தர் இருக்கார்... அட்ரஸ் தர்றேன். அவரைப் போய்ப் பாருங்க..."

ஒரு சின்னக் காகிதத் துண்டில் தன் பால்பாயிண்ட் பேனாவில் எழுதி அந்தக் காகிதத் துண்டைக் கீர்த்தியிடம் நீட்டினார் டைரக்டர்.

கீர்த்தி படித்தான்.

ஹெச்.பி. தோஷி, 5, ட்ராம்பகேஸ்வர் ரோட், நாசிக்.

கீர்த்தியும் தயாளனும் சென்ற சமயம், தோஷி தன் பேரக் குழந்தைகளோடு விளையாடிக் கொண்டிருந்தார். மெலிவான உடல். சமீபத்திய ரிட்டையர்மெண்ட் அவர் உடலைக்

கொஞ்சம் பாதித்திருக்க வேண்டும். கண்களுக்கு அடியில் கருவளையங்கள். உதட்டில் சிகரெட் நிகோடினின் மெலிதான கறுப்பு.

அறிமுகப்படுத்திக் கொண்டார்கள், கீர்த்தியும் தயாளனும்.

"ப்ளீஸ் கம் இன். ஏ... சீதா...! இதர் ஆவ்... பச்சே லேலோ..." உட்புறமாய்த் திரும்பிக் குரல் கொடுத்தார். உரிக்கப்பட்ட மரவள்ளிக் கிழங்கு நிறத்தில் தளதளவென்று இருந்த ஒரு பெண் தலை முக்காட்டை இழுத்துவிட்டுக் கொண்டபடி உள்ளேயிருந்து வெளிப்பட்டுக் குழந்தையை எடுத்துக்கொண்டு போனாள்.

அவர் உள்ளே போக - அவரைப் பின்தொடர்ந்தார்கள் கீர்த்தியும் தயாளனும். அவர் ஒரு நாற்காலியில் சாய்ந்து கொண்டு எதிரே இருந்த சோஃபா-கம்-பெட்டைக் காட்டி அவர்களை உட்காரச் சொல்லிவிட்டு மெல்லிய குரலில் கேட்டார். இதமான ஆங்கிலம்.

"என்னிடமிருந்து என்ன எதிர்பார்க்கிறீங்க?"

கீர்த்தி தன் கைப் பையைத் திறந்து - அதில் இருந்த போட்டோவை எடுத்து நீட்டினான். சொன்னான்.

"மிஸ்டர் தோஷி, இதைக் கொஞ்சம் பாருங்க..."

தோஷி அந்தப் போட்டோவை ஆர்வமாய் வாங்கினார். கண்களுக்கு வெகு அருகில் வைத்துக்கொண்டு பார்த்தார். "என்ன இது?" என்றார் வியப்போடு.

"அதை நீங்கதான் சொல்லணும்..."

தோஷி திகைப்போடு தலையை உயர்த்தினார், தயாளன் சொன்னான். "மிஸ்டர் தோஷி...! உங்க கையில இருக்கிற போட்டோ விளையாட்டுத்தனமா எடுக்கப்பட்ட போட்டோ இல்லை... ஆர்க்கியாலஜி சம்பந்தப்பட்ட போட்டோ அது... ஆர்க்கியாலஜி டிபார்ட்மெண்டுக்கே சொந்தமான சில சங்கேத வார்த்தைகள் அந்த போட்டோல இருக்கு... உங்க முப்பது வருஷ ஆர்க்கியாலஜி அறிவைப் பயன்படுத்தி -

அந்த வார்த்தைகளுக்கு அர்த்தம் கண்டுபிடிச்சு நீங்க விளக்கிச் சொல்லணும்... சொன்னா உங்களுக்குப் ஃபீஸ் இருபதாயிரம் ரூபாய்."

தோஷி 'இருபதாயிரம் ரூபாய்' - என்ற வார்த்தையைக் கேட்டதும் சட்டென்று முகம் மலர்ந்தார். திரும்பவும் போட்டோவைப் பார்த்தார். மசமசவென்று எழுத்துக்கள் தெரிந்தன.

"இதை எங்கிருந்து போட்டோ எடுத்தீங்க...?"

"இது ஒரு கல்வெட்டு." பொய்யை அள்ளினான் கீர்த்தி.

"பார்த்தா அப்படித் தெரியலையே...?"

"மிஸ்டர் தோஷி... இந்த போட்டோ எங்கே எடுத்தது. யார் எடுத்தாங்க... இந்த மாதிரியான கேள்விகளைக் கேட்டு நேரத்தை வீணாக்காமே - சீக்கிரமா அதைப் படிச்சு... என்ன விவரம்னு சொல்லிட்டு உங்க ஃபீஸை வாங்கிக்குங்க."

தோஷி எழுந்தார். பக்கத்து அறைக்குள் போனார். கீர்த்தியையும், தயாளனையும் உள்ளே வரச் சொன்னார். உள்ளே போனார்கள். - சிறிய அறை அது, சுவர் முழுக்க ஆர்க்கியாலஜி சம்பந்தப்பட்ட போட்டோக்கள். உதிரியாய் வெள்ளிக் கோப்பைகள், மெடல்கள்.

அறையின் நடுவில் இருந்த மேஜையின் மேல் ரேடியோப் பெட்டி சைஸில் இருந்த ஒரு கருவியை நெருங்கினார். அதன் சின்னக் கதவைத் திறந்து கையில் இருந்த போட்டோவை உள்ளே வைத்தார். பட்டன் ஒன்றைத் தட்ட கருவியின் உட்புறம் பிரகாசமானது. மேல் நோக்கி இருந்த லென்ஸ் வழியாக உள்ளே பார்த்தார், தோஷி.

போட்டோ பல மடங்கு பெரிதாக்கப்பட்டு - எழுத்துக்கள் துல்லியமாய்த் தெரிந்தன. தோஷி சுறுசுறுப்பாய் செயல்பட்டார். ஒரு வெள்ளைத்தாளையும் பேனாவையும் எடுத்துக்கொண்டு ஒரு கண்ணை லென்ஸ் வழியாய் பதித்துக் கொண்டு போட்டோவில் தெரிந்த எழுத்துக்களை வெள்ளைத்தாளில்

மடமடவென்று எழுத ஆரம்பித்தார். கீர்த்தியும், தயாளனும் கைகளைக் கட்டிக்கொண்டு மௌனமாய் நின்றிருந்தார்கள்.

சரியாகப் பதினைந்து நிமிடம்.

தலையை உயர்த்தினார் தோஷி. முகத்தில் வியர்வை அரும்புகள்.

"என்ன மிஸ்டர் தோஷி... கண்டுபிடிச்சுட்டீங்களா?"

தோஷி சிரித்தார். "ஈஸி... ரொம்பவும் ஈஸி..."

கீர்த்தியும் தயாளனும் பரபரப்பாய் அவரை நெருங்க... தோஷி சொன்னார் நிதானமாக.

"ஏழு டெஸ்ட் டியூப்ஸைப் பத்தி இதுல சொல்லியிருக்கு..."

"எஸ்... யூ ஆர் கரெக்ட்....!"

தொடர்ந்தார் தோஷி. "அந்த ஏழு டெஸ்ட் டியூப்ஸ்லயும் ஒரு மருந்துக் கலவை இருக்கு... அது அபூர்வமான மருந்துக் கலவை. கண்ணாடித் துண்டுகளை வைரமா மாத்தற மருந்துக் கலவை..."

கீர்த்தியும், தயாளனும் அதிர்ந்து போய் ஒருவரையொருவர் பார்த்துக் கொண்டார்கள். "ஒவ்வொரு டெஸ்ட் டியூபிலும் அந்தக் கண்ணாடித் துண்டுகளை எத்தனை நாள்... எத்தனை மணி நேரம்... நிமிஷம் ஊறப்போடணும்ங்கிற ஃபார்முலா இதுல இருக்கு. T – முதல் டெஸ்ட் டியூபையும் D எழுத்து Days, H எழுத்து Hours, M எழுத்து Minutes, S எழுத்து Secondsஐயும் குறிக்கும். C எழுத்து Colour – R எழுத்து Red. அதாவது முதல் டெஸ்ட் டியூப்ல ஊறப் போற கண்ணாடித்துண்டு சிவப்பா மாறும்... இப்படியே ஒவ்வொரு டெஸ்ட் டியூப்புக்கும் ஒவ்வொரு ஃபார்முலா... ஒவ்வொரு கலர். கடைசி டெஸ்ட் டியூப்பான ஏழாவது டெஸ்ட் டியூப்புல – அந்தக் கண்ணாடித் துண்டு விலைமதிப்புள்ள வைரமா மாறும்..."

தோஷி பேப்பரைப் பார்த்துப் படித்துக்கொண்டே போக, கீர்த்தியின் கண்களும் தயாளனின் கண்களும் ஆசையில் பளபளத்தன.

புரஃபஸர் கிழவா! எங்களை ஏமாத்தவா பார்த்தே...!

தோஷி பேப்பரைப் படித்து முடித்துவிட்டுத் திரும்பினார். அவர் முகமும் ஆச்சர்யத்தில் நீச்சலடித்துக் கொண்டிருந்தது. குரலில் தவிப்பு மேலிடக் கேட்டார்.

"என்ன... இதெல்லாம் நிஜந்தானா?"

"இதெல்லாம் நிஜமா இல்லே பொய்யான்னு இனிமேதான் தெரியும் மிஸ்டர் தோஷி. அந்தப் போட்டோவையும் அந்த வெள்ளைப் பேப்பரையும் எங்ககிட்டேயே கொடுத்துடுங்க..." தயாளன் சொல்ல தோஷி சிரித்தார். "நீங்க ரெண்டு பேரும் ஒரு அபூர்வமான ஆர்க்கியாலஜி சீக்ரெட்டைக் கொண்டு வந்திருக்கீங்க. இந்த சீக்ரெட் உங்களுக்கு எப்படித் தெரிஞ்சுது...? ப்ளீஸ் ஸ்பீக் அவுட் த ட்ரூத்..."

கீர்த்தி கடுமையானான். "மிஸ்டர் தோஷி! அந்தப் போட்டோவையும் பேப்பரையும் தர்றீங்களா?"

"நான் கேட்டதுக்குப் பதில் சொல்லாம..." - தோஷி முடிக்கவில்லை. தயாளன் கையை நீட்டினான். "போட்டோவையும் பேப்பரையும் தர்றீங்களான்னு கேட்டேன்!"

தோஷி முகம் மாறினார். அவசர அவசரமாய் போட்டோவையும் பேப்பரையும் எடுத்துக் கொடுத்தார். அதை வாங்கிப் பையில் வைத்துக்கொண்டே கீர்த்தி தயாளனைப் பார்த்து "போகலாமா..?" என்று கேட்டுக்கொண்டே நடந்தான்.

தோஷி திகைப்போடு கேட்டார். "என்னோட ஃபீஸ்?"

கீர்த்தி நின்றான் "இருபதாயிரம்தானே..?"

"எஸ்..."

"தயாளன்! மிஸ்டர் தோஷி ஃபீஸ் கேட்கறார்... குடுத்துடு!"

தயாளன் தன் பேண்ட் பையில் கையைவிட்டு ஒரு சின்னஞ்சிறு பிஸ்டலை எடுத்தான். தோஷியின் நெற்றிப் பொட்டில் அதன் வாயை வைத்தான்.

9

பல்லிடுக்கில் கேட்டான்: "மிஸ்டர் தோஷி! இப்ப சொல்லுங்க, உங்களுக்குப் இருபதாயிரம் ரூபா வேணுமா? இல்லே உயிர் வேணுமா? ரெண்டுல எது வேணும்னு சீக்கிரமா முடிவு பண்ணிச் சொல்லுங்க..."

தோஷியின் முகம் கலவரமடைந்தது. கண்களில் மரண பயம் வந்து உட்கார்ந்து கொண்டது. கீர்த்தி அவரை நெருங்கி அடிக்குரலில் சொன்னான். "மிஸ்டர் தோஷி! இனிமே நீங்க உங்க ஃபீஸைப் பத்திக் கேக்க மாட்டீங்கன்னு நான் நினைக்கிறேன். இந்த நிமிஷத்திலேருந்து எங்களைப் பத்தி நீங்க மறந்துடணும்... சுத்தமா மறந்துடணும். நாங்க இங்கே வந்ததையோ... இந்தப் போட்டோவைக் காட்டி விளக்கம் கேட்டதையோ, நீங்க அதுக்கு விளக்கம் சொன்னதையோ - தப்பித்தவறிக்கூட யார்கிட்டயும் சொல்லக் கூடாது. அப்படி நீங்க சொன்னதா எங்களுக்குத் தகவல் கிடைச்ச மறுநிமிஷமே இந்தப் பிஸ்டல் மூணு பேருடைய உயிரைக் குடிச்சிடும். ஒண்ணு உங்க பேரன், ரெண்டாவது உங்க மக. மூணாவது நீங்க...! இது வெறும் வெத்து மிரட்டல் இல்லை மிஸ்டர் தோஷி... பி கேர்ஃபுல்!"

தோஷி அலறினார். "நோ... நோ...! அப்படியெல்லாம் செஞ்சுடாதீங்க... ப்ளீஸ்."

"அப்படியெல்லாம் செய்யாம இருக்கணும்னா... நீங்க வாயை மூடிட்டு இருக்கணும்."

"இருக்கிறேன். காட் பிராமிஸ்!"

புன்னகையோடு வெளியேறினார்கள் கீர்த்தியும் தயாளனும்.

ஆரஞ்சு வண்ணச் சூரியன் மேற்குப் பக்கமாய் அஸ்தமனமாகிக் கொண்டிருக்க, மேகத் துணுக்குகள் இரத்தத்தைப் பூசிக்கொண்ட மாதிரிச் சிவந்திருந்தன. காட்டுப்பகுதி இருட்டில் விழத் தயாராகிக் கொண்டிருந்தது.

டெண்ட்டுக்கு வெளியே உட்கார்ந்தபடி டீயை உறிஞ்சிக் கொண்டிருந்த புரஃபஸர் பைரவமூர்த்தி, எதிரில் உட்கார்ந்திருந்த மோகனையும் தாமரையையும் பார்த்தபடியே சொன்னார்.

"எனக்குத் தலையிலடிபட்டதைச் சாக்கா வெச்சிகிட்டு... இந்த கீர்த்தியும், தயாளனும் நாசிக் சிட்டியைப் பார்த்துட்டு வரோம்ன்னு புறப்பட்டுட்டாங்க..." - பாண்டேஜ் துணி சுற்றப்பட்ட தன் தலையைத் தடவிக் கொண்டார் பைரவமூர்த்தி.

மோகன் சிரித்தான். "நாசிக்ல ப்யூட்டி ஸ்பாட்ஸ் நெறைய இருக்கு. கேமிராவுக்கு நிறைய வேலை இருக்கும். கோதாவரி உற்பத்தியாகற இடமே நாசிக்தானே? அந்தப் பிரம்மகேஸ்வரர் கோயிலும் – கோதாவரி பாயற அழகையும் – பஞ்சவடியையும் பார்க்கப் பார்க்க அலுக்காதாமே?"

"அப்போ... நீங்களும் அதையெல்லாம் பார்க்கல்லே..." தாமரை புன்னகையோடு கேட்க, மோகன் 'ஆமாம்' என்கிற பாவனையில் தலையை ஆட்டினான்.

"என்னாலே ரெண்டு நாள் வேஸ்டாயிடுச்சு... எனக்கு மட்டும் தலையில அடிபடாம இருந்திருந்தா இந்நேரத்துக்கு ஆராய்ச்சியில் பாதி வேலை முடிஞ்சிருக்கும். ச்சை... தெரியாத்தனமா அந்தப் பாறைத்திட்டு மேல கால் வைக்கப்போய்..." பைரவமூர்த்தி சலித்துக்கொண்டே டீயைக் குடித்து முடித்துக் கோப்பையைக் கீழே வைத்தார்.

ஏகப்பட்ட பறவைகள் ஏகப்பட்ட சத்தங்களோடு காட்டு மரங்களைத் தஞ்சமடைந்து கொண்டிருக்க – ஆரஞ்சு வண்ணச் சூரியன் 75 சதவீதம் காணாமல் போயிருந்தான். லேசாய்க் குளிர் ஆரம்பித்தது. மோகன் எழுந்தான். “ஸார்... டெண்ட்டைச் சுத்தி கணப்பைப் போட்டுடவா?”

பைரவமூர்த்தி தலையை ஆட்டினார். “போட்டுடு மோகன். எரிச்ச மரத்துண்டுகளையே போட்டுடு. மூணு டெண்ட்டுக்குமே கணப்பு வேணும். இன்னும் கொஞ்ச நேரத்துல அவங்களும் வந்துடுவாங்க...”

தாமரையும் எழுந்தாள். “நானும் உதவி பண்றேனே மோகன்?”

மோகன் மறுத்தான், கையை ஆட்டி. “நோ... நோ... இந்த வேலையெல்லாம் உங்களால முடியாது... ஒவ்வொரு மரத்துண்டும் எம கனம் கனக்கும் உங்களால தூக்க முடியாது.”

“உங்களால மட்டும் முடியுமா?”

“நான் ஆண், அறுபது கிலோ எடை இருக்கேன்... தூக்க முடியாதா என்ன?”

தாமரை சிரித்தாள். “நான் ஒண்ணு சொன்னா நீங்க கோபிச்சுக்க மாட்டீங்களே மோகன்?”

“இல்லே... சொல்லுங்க.”

“உங்க முகம் எனக்கென்னவோ, ஒரு ஆணோட முகம் மாதிரியே தெரியல்ல. ஒரு அழகான பெண்ணோட முகம் மாதிரி... அந்த நீளமான புருவங்கள்... லேசான உதடு... உங்களுக்குப் பொண்ணு வேஷம் எடுப்பா இருக்கும்.”

மோகனுக்கு அதிர்ச்சியாய் இருந்தது. பைரவமூர்த்தியைப் பார்த்தான்.

அவர் தன் அதிர்ச்சியைக் காட்டிக் கொள்ளாமல் தாமரையை இயல்பாய்ப் பார்த்தார். “வெல் செட் தாமரை! நீ சொன்னது செண்ட் பர்சண்ட் கரெக்ட். மோகன் தன்னோட

காலேஜ் டிராமால வழக்கமா லேடி கேரக்டர் வேஷந்தான் போடறதாம்... ஹி ஹேஸ் ஏ ப்யூட்டிபுல் லேடி ஃபிகர்...”

“நான் அப்படிச் சொன்னதுலே உங்களுக்கு ஏதாச்சும் வருத்தமா, மோகன்?”

“நோ... நோ..., வருத்தப்பட இதிலென்ன இருக்கு...? அழகான முகம் கொண்ட ஒரு ‘ஆண்’ன்னு என்னை சொல்றீங்க... அவ்வளவுதானே?”

பைரவமூர்த்தி – மோகன் – தாமரை மூவரும் வாய்விட்டுச் சிரிக்க,

“இவ்வளவு பலமாச் சிரிக்கும்படி யார் என்ன ஜோக் சொன்னாங்க ஸார்?” பின்புறம் ஒரு குரல் எழுந்தது.

மூவரும் திரும்பிப் பார்க்க – தயாளனும், தோளில் கேமராவோடு கீர்த்தியும் நின்றிருந்தார்கள்.

பைரவமூர்த்தி அவர்களைப் பார்த்ததும் ஒரு குழந்தையைப் போல சந்தோஷப்பட்டுக் கொண்டே எழுந்தார். “கம் ஆன் மை பாய்ஸ்! இப்பதான் உங்களைப் பத்திச் சொல்லிகிட்டிருந்தேன். நாசிக் எப்படியிருந்தது? என்ஜாய் பண்ணீங்களா? எங்கெங்கே போனீங்க? எவ்வளவு ஸ்நேப் அடிச்சீங்க...?”

அவர் கேள்விகளை அடுக்கிக்கொண்டே போக, கீர்த்தி சொன்னான். “ஒன் மினிட் ஸார்...! பஸ்ல வந்தது மூஞ்சியெல்லாம் பிசுபிசுன்னு இருக்கு. போய் வாஷ் பண்ணிட்டு டென் மினிட்ஸ்ல வந்துடறோம்... நிதானமாப் பேசுவோம்.”

“ஓ.கே! கம் குயிக்லி...”

கீர்த்தியும் தயாளனும் டெண்ட்டுக்குள் நுழைந்தார்கள்.

நாற்காலியில் உட்காரப்போன பைரவமூர்த்தி “அடடே!” என்றார்.

“என்ன ஸார்?” – மோகன் கேட்டான்.

“ஒண்ணுமில்லை! தயாளன் கையில நியூஸ் பேப்பர் ஏதோ இருந்தது. வாங்கியிருந்தா படிச்சிட்டு உட்கார்ந்து இருக்கலாம்.”

“ஆமா... நானும் பார்த்தேன். நாசிக்கில வாங்கி இருப்பாங்கன்னு நினைக்கிறேன். நியூஸ் படிச்சு இன்னிக்கு நாலுநாள் ஆச்சு...! ஒன் மினிட் ஸார்! பேப்பரை வாங்கிட்டு வந்துடறேன்.” சொல்லிவிட்டு மோகன் அவர்களுடைய டெண்ட்டை நோக்கிப் போனான்.

அவன் உள்ளே நுழைய முயன்ற அதே நேரம்...

தயாளனின் பேச்சுக் குரல் கேட்டது. “கிழவன் என்னமா நம்மை ஏமாத்தப் பார்த்திருக்கான்? கண்ணாடித் துண்டுகளை வைரமா மாத்தற அந்த ஏழு டெஸ்ட் டியூப் ஃபார்முலா நம்ம கைக்கு கிடைக்காம இருந்திருந்தா செமத்தியா நாம ஏமாந்திருப்போம்...”

தயாளன் சொல்லிக்கொண்டே போக –

திகைத்துப்போன மோகன் அப்படியே நின்றான்.

சரியாகப் பதினாறு நாட்கள்.

புரஃபஸர் பைரவமூர்த்தி சரியாய்த் தூங்கவில்லை. சரியாய்ச் சாப்பிடவில்லை. அவருடைய மோவாயும். மேலுதட்டுப் பரப்பும் ரேசர் ஸ்பரிசத்தை தவிர்த்துவிட்டு ரோமப் பயிரை அமோகமாய் உற்பத்தி செய்திருந்தது. உடம்பு மட்டும் கொஞ்சம் தளர – மனது முன்னைக்காட்டிலும் பல மடங்கு உற்சாகமாய் இருந்தது.

“தயாளன்... இதோ இந்த மலைப்பகுதிக்குக் கீழே நிச்சயமா அந்த ஏழு டெஸ்ட் டியூப்ஸூம் புதைஞ்சு கிடக்கும்...” என்று சொல்லிக்கொண்டே சின்னக் குழந்தையாய் ஓடி ஓடிப் பாறைகளையும் மணலையும் ஆராய்ந்து முடிவில் வியர்வை மினுமினுக்கும் முகத்தோடு ஏமாற்றத்தோடு தலையை உயர்த்துவார்.

கையில் இருக்கும் வரைபடத்தை விரித்து வைத்துக் கொண்டு டார்ச் ஒளியின் உதவியால் இரவு எந்நேரமும் யோசித்துக் கொண்டிருப்பார்.

அன்றைக்குக் காலை - எல்லோரையும் அழைத்தார் பைரவமூர்த்தி. சொன்னார். "இந்தக் காட்டோட பாதிப் பரப்பளவைத் துல்லியமா அலசிட்டோம்... டாக்டர் மதுசூதனராவ் இந்த வரைபடத்துல பதினாலு இடங்களை குறிச்சிருக்கார். பதினாலு இடங்கள்ல ஏதாவது ஒரு இடத்துலதான் அந்த டெஸ்ட் டியூப்ஸ் புதைஞ்சிருக்கும். நாம இதுவரைக்கும் ஒன்பது இடங்களை அலசிப் பார்த்துட்டோம். அங்கே டியூப்ஸ் இல்லே. இன்னும் மீதி இருக்கிற அஞ்சு இடங்களை நாம பார்க்கணும். அந்த அஞ்சு இடங்களும், நாம இப்ப இருக்கிற இடத்தை விட்டு நாலு கிலோ மீட்டர் தூரம் தள்ளியிருக்கு. இந்த டெண்ட்டுகளையும் அதில இருக்கிற நம்ம உடமைகளையும் விட்டுட்டு அவ்வளவு தூரம் போயிட்டுத் திரும்பறதுன்னா கொஞ்சம் சிரமம். அதனாலே இந்த டெண்ட்டுகளைக் கலைச்சு இந்தப் ஃபாரஸ்ட்டோட கிழக்குப் பகுதியில செட் பண்ணிக்கலாம். என்ன சொல்றீங்க?"

கைகளைக் கட்டிக்கொண்டு பைரவமூர்த்தி பேசுவதையே உன்னிப்பாய் கவனித்துக் கொண்டிருந்த மோகன் மெல்லத் தொண்டையைச் செருமிக் கொண்டான். "நீங்க சொல்றது சரிதான் ஸார்! ஆனா... இந்த ஃபாரஸ்ட்டோட கிழக்குப்பகுதியில காட்டு மிருகங்களோட தொந்தரவு அதிகமா இருக்கும். குறிப்பா மலைப்பாம்பு அதிகமா இருக்கும்."

பைரவமூர்த்தி சிரித்தார். "மோகன்! முன்னே பின்னே பார்த்தேயிருக்காத இந்தக் காட்டைப் பத்தி நீ ரொம்பவும் அதிகமா கற்பனை பண்ணி வெச்சிருக்கே. மன்மாட் ஸ்டேஷன் மாஸ்டர் சொன்னதையே நினைச்சுட்டிருக்காதே. உயிருக்கு துணிஞ்சுதான் இந்த ஆராய்ச்சியில ஈடுபட்டிருக்கோம். மீறிப்போனா இனியொரு பத்து நாளுக்குள்ளே கண்டு பிடிச்சிடலாம். ப்ளீஸ் கோவாப்பரேட் வித் மீ மோகன்..."

கீர்த்தியும், தயாளனும் ஒருவரையொருவர் பார்த்துக் கொண்டார்கள். தாமரை பைரவமூர்த்தியின் தோளை ஒட்டினாற்போல் நின்றுகொண்டு... "அப்பா! நீங்க சொல்றதுதான் சரி, டெண்ட்டை மாத்திடலாம். இந்த இடம் போரடிச்சிடுச்சு..." என்றாள்.

"தயாளன்! கீர்த்தி! நீங்க ரெண்டு பேரும் என்ன சொல்றீங்க?" – பைரவமூர்த்தி கேட்டார்.

"நீங்க எது செஞ்சாலும் சரிதான் ஸார்... சீக்கிரமா அந்த ஏழு டெஸ்ட் டியூபும் கிடைச்சுட்டாப் பரவாயில்லே..." தயாளன் சொல்ல...

"கிடைச்சுடும்! கிடைச்சுடும்..!" என்றார் பைரவமூர்த்தி.

ஓட்டல் கிருபா, கோவை.

பணத்தையும் மொசைக்கையும் சேர்த்துப் பிசைந்து ஏழடுக்குக் கட்டிடமாய் நிறுத்தியிருந்தார்கள். த்ரீ ஸ்டார் ஓட்டல் என்ற பட்டயத்தை மாட்டியிருந்தார்கள். கோவை நகரின் மில் அதிபர்கள், பணத்தை வைத்துக்கொண்டு என்ன செய்வது என்று விழிக்கும் பணக்கார வர்க்கங்கள் சிரமபரிகாரத்திற்காக பென்ஸ் கார்களில் வந்து இறங்கும் சொகுசான ஓட்டல் அது.

மேலே லாட்ஜிங், கீழே போர்டிங். அதற்குக் கீழே கிரவுண்ட் ப்ளோரில் கேபரே ஹால். ஒவ்வொரு இரவும் அந்த ஹால் ஜாஸ் இசையில் அதிர்ந்து நடுங்கும். இன்றைக்கும் –

ஹால் முழுவதும் அரையிருட்டுப் பரவியிருக்க, நடுவே இருந்த மேடையில் ஸ்பாட் லைட்டின் ஒழுங்கான வட்டம் அசைய, அதன் மத்தியில் நின்றிருந்த சிக்கனமான உடையில் இருந்த பெண், டிரம் இசைக்குத் தகுந்தாற் போல் ஆடிக்கொண்டிருந்தாள். இதுவே தனக்கு அதிகம் என்பதுபோல அவற்றையும் உருவிவிட நேரம் பார்த்துக் கொண்டிருந்தாள் அவள்.

ஹாலின் மூலையில் இருந்த ஒரு நாற்காலியில் அமர்ந்தபடி அவளையே பார்த்துக்கொண்டிருந்தார் அவினாஷ். ‘ச்சே! என்ன பெண்கள்? காசு கிடைக்கிறது என்பதற்காக இப்படியா?’ முகத்தை திருப்பியபடி சிகரெட் ஒன்றைப் பற்ற வைத்துக்கொண்ட அவினாஷ் லைட்டரை அணைக்க முயன்ற நேரம் அது –

“கேன் ஐ ஹேவ் த லைட்டர்... ப்ளீஸ்?” பின்னால் குரல் கேட்டது.

திரும்பினார்.

“அட மிஸ்டர் அவினாஷ், நீங்களா?” கையில் சிகரெட்டுடன் நின்றிருந்தான் சைலஜாவின் அண்ணன் அசோக்.

“ஓ அசோக்... நீங்களா? வாட் ஏ சர்ப்ரைஸ்! வாங்க உட்காருங்க!”

அவினாஷ் நாற்காலியை நகர்த்திப் போட்டார். அசோக் முகம் மலர்ந்தபடி அதில் அமர, லைட்டரால் அவன் கையிலிருந்த சிகரெட்டின் தலைக்குத் தீயை வைத்தார்.

“தேங்க்யூ...!” என்ற அசோக் சிரித்தபடி கேட்டான்.

“மிஸ்டர் அவினாஷ், இந்த இடத்துக்கு நீங்க வந்திருக்கீங்க?”

“ஏன்.... நான் வரக்கூடாதா?”

“வரலாம்... ஆனா உங்க போலீஸ் கண்ணுக்கு இதெல்லாம் உறுத்துமே?”

“வாஸ்தவந்தான் அசோக். ஆனா... நீங்க கொடுத்த லிஸ்ட்படி... ஐ மீன் சைலஜாவோட இண்டர்வ்யூ யார் யாருக்குத் தெரிஞ்சிருக்கும்ன்னு நினைச்சு நீங்க கொடுத்த லிஸ்ட்படி மோகனுக்கு அடுத்தபடியா இருக்கிற பாலகிருஷ்ணனை வாட்ச் பண்ணத்தான் இங்கே வந்தேன். நேத்தைக்கு அவரை ஃபாலோ பண்ண ஆரம்பிச்சேன். இந்த நிமிஷம் வரைக்கும் என்னோட கண் பார்வையிலதான் இருக்கார்...”

அசோக் புன்னகைத்தான். "ஓ ஐ ஸீ...! அப்போ... இப்ப நீங்க டீட்டியில இருக்கீங்க!"

"எஸ்..." சிரித்தார் அவினாஷ்.

"வெறுமனே சிகரெட் பிடிச்சிட்டிருக்கீங்களே அவினாஷ். ட்ரிங்க்ஸ் ஏதாவது சொல்லட்டுமா? எனி ஹாட் ட்ரிங்ஸ்?"

"நோ தேங்க்ஸ்! நான் குடிக்கிறதில்லை."

"ரியலி..? பெங்களூர்ல இருந்திருக்கீங்க... குடிக்கிற பழக்கம் இல்லேன்னு சொல்றீங்க, என்னால நம்ப முடியல்ல! பை த பை.. நான் ஒரு பெர்மிட் ஹோல்டர்."

"நீங்க வேணும்னா சாப்பிடுங்க, அசோக்."

"தேங்க்யூ... உங்களுக்கு ஏதாவது கூல்ட்ரிங் சொல்லட்டுமா?"

"வித் பிளஷர்." – என்றார் அவினாஷ்.

அடுத்த விநாடி அசோக் கூப்பிட பேரர் வந்து பவ்யமாய் நிற்க, அவன் சொன்னான்.

"ஒன் லெமனேட் வித் ஐஸ்... அண்ட் ஒன் பெக் ஆஃப் விஸ்கி."

பேரர் அகன்றதும் சிகரெட்டின் சாம்பலை ஆஷ்ட்ரேயில் தட்டியபடி "எனி பிராக்ரஸ்..?" என்றான்.

உதட்டைப் பிதுக்கினார் அவினாஷ். அந்த நேரம் எல்லோரும் படபடவென்று கைகளைத்தட்ட இருவரும் திரும்பினார்கள். காபரே நடனம் க்ளைமாக்ஸை நெருங்கி கொண்டிருந்தது. இருக்கும் கொஞ்ச நஞ்ச உடையை தனக்கு ஒரு பெரிய சுமையாய்க் கருதியவளாய் அதை உருவி எறிய விநாடிகளை எண்ணிக் கொண்டிருந்தாள் அந்தப் பெண்.

டிரம்ஸ் இசை தடதடவென்று அதிர –

சபலப்பட்ட ஆண்கள் கூட்டம், அந்த நிமிடம் உலகில் எதுவுமே முக்கியமில்லை என்பதைப்போல அசையாமல் உட்கார்ந்திருக்க –

அவள் பளிச்சென்று ஒட்டியிருந்த மேலாடையை உருவி முன்னால் உட்கார்ந்திருந்த ஒரு வழுக்கைத் தலைக்காரர்க்குத் தொப்பியாய் அணிவித்து விட்டுச் சாவகாசமாய் உள்ளே ஓடினாள்.

எல்லோரும் சிரித்தார்கள்.

அமிதாப்பச்சனுக்கு அண்ணன் மாதிரி இருந்த ஒருவன் மேடையில் ஏறி மைக்கைப் பிடித்துக்கொண்டு கொச்சையான ஆங்கிலத்தில் கொஞ்சிக் கொஞ்சிப் பேசினான்.

“டியர் பேட்ரன்ஸ், நெக்ஸ்ட் பர்ஃபாமென்ஸ் பை மிஸ் மதுபாலா. ஷி வில் டான்ஸ் ஃபார் யூ நவ்...” - அவன் பேசி முடிந்த அதே நேரம் மதுபாலா ஓடிவந்து மேடையின் மேல் ஏறினாள். இடுப்பை அசைத்து ஆட ஆரம்பித்தாள்.

அசோக் திடீரென்று சிரித்தான்.

“ஏன் சிரிக்கிறீங்க அசோக்?”

“ஆடறாளே இந்த மதுபாலா... இவளைப்பத்தி ஒரு ரகசியம் உங்களுக்குச் சொல்லட்டுமா?”

“ம்... சொல்லுங்க!” - ஆர்வமாய்க் குனிந்தார் அவினாஷ்.

அசோக் கிசுகிசுப்பான குரலில் சொன்னான். “இந்த மதுபாலா நிஜமாவே பொண்ணு கிடையாது. பெண் வேஷத்துல ஆடற ஆண்...” அசோக் சொன்னதைக் கேட்டு அதிர்ந்தார் அவினாஷ்.

“என்ன சொல்றீங்க அசோக்?”

“எஸ்... திஸ் இஸ் ஃபேக்ட் மிஸ்டர் அவினாஷ். ஓட்டல் மானேஜர் எனக்குத் தெரிஞ்சவர். அவர் சொல்லித்தான் எனக்குத் தெரியும். பொண்ணு மாதிரியே என்ன ஒரு அழகான உடலமைப்பு பார்த்தீங்களா! ரியலி ஜம் ஸ்டன்ட்!”

பிரமிப்பு மாறாமல் ஆடும் ‘மதுபாலா’வையே பார்த்தார் அவினாஷ்.

"நீங்க வேணுமானாப் பாருங்க இன்ஸ்பெக்டர். இந்த மதுபாலா மட்டும் டிரஸ்ஸை கழட்டி வீசமாட்டா. கடைசி வரைக்கும் இப்படியே ஆடிட்டுப் போயிடுவா..."

அசோக் சொன்னமாதிரியே ஆடின அந்த இருபது நிமிஷமும் தப்பித் தவறிக்கூட மேலாடை மேல் கையை வைத்துவிடாமல் ஆடினாள்(ன்) அந்த மதுபாலா.

எதற்கோ திரும்பின அவினாஷ் 'அட' என்று கையை உதறினார்.

"என்ன இன்ஸ்பெக்டர்?"

"இந்த மதுபாலாவைக் கவனிச்சுட்டிருந்ததுல அந்த பாலகிருஷ்ணனைக் கோட்டை விட்டுட்டேன். மறுபடியும் நாளைக்குத்தான் பார்க்க முடியும்."

பேரர் லெமனேடோடும் ஒரு பெக் விஸ்கியோடும் வந்தான்.

கோப்பைகளைக் காலி செய்துவிட்டு இருவரும் எழுந்தனர்.

"அசோக் நீங்க வீட்டுக்குத்தானே போகப் போறீங்க?"

"ஆமா..."

"வில் யூ ட்ராப் மீ அட் ஹோட்டல்?"

"வித் பிளஷர்."

முற்றின வெண்டைக்காய் மாதிரி இருந்த ஒருத்தி, பாம்பைத் தூக்கி மேலே விட்டுக்கொண்டு நடனமாடிக் கொண்டிருக்க, இருவரும் வெளியே வந்தார்கள்.

வெள்ளை மஸ்லின் துணியைப் போட்டு மூடினாற்போல் கோவை நகரைப் பனி மூடியிருந்தது. பீளமேட்டுக்குப் போகும் சாலை, ரிடையர் ஆகிவிட்ட சர்க்கார் உத்யோகஸ்தர் மனசு மாதிரி வெறிச்சோடிக் கிடந்தது. சாலையின் இரு பக்கங்களிலும் குப்பென்று எழுந்து நின்றிருந்த ஹவுஸிங் யூனிட் வீடுகளில் எழுபது சதவீதம் இருட்டில்

ஆழ்ந்திருந்தன. வானம், நட்சத்திரங்கள் இல்லாமல் நிலா இல்லாமல், கறுப்புச் சேலையைப் போர்த்திக்கொண்டு விதவையாகியிருந்தது.

ஸ்கூட்டரை உதைத்து உயிரூட்டினான் அசோக்.

ஒரே உதையில் உயிர் பிடித்துக்கொள்ள அது உறுமியது.

அதன் மேல் ஆரோகணித்தான்.

"உட்காருங்க... ப்ளீஸ்!" என்றான் அவினாஷைப் பார்த்து.

அவினாஷ் ஏறிக்கொள்ள - வெஸ்பா சீறியது. அதுவரை ஒளிந்திருந்த குளிர் ஜிவ்வென்று தாக்கியது.

"கொஞ்சம் மெதுவாவே போகலாம், அசோக்."

"ஸாரி இன்ஸ்பெக்டர், மெதுவாப் போனா என்னோட ஸ்கூட்டர்க்குப் பிடிக்காது."

அவினாஷ் சிரித்தார். "ஓ.கே அசோக், அப்பிடினா உங்க ஸ்கூட்டர்க்குப் பிடிக்காத காரியத்தைச் செய்யாதீங்க."

அசோக்கும் சிரித்தான்.

மரங்கள், எதிரே வந்த மாட்டு வண்டி, லாரி சர் சர்ரென்று பின்னுக்கு தள்ளப்பட.... விர்ரென்று சீறியது ஸ்கூட்டர்.

பாப்பநாயக்கன் பாளையம் வந்ததும், அதன் வளைவில் திரும்பி, மணி ஹைஸ்கூலைத் தாண்டி – ராம்நகர் எல்லைக்குள் பிரவேசித்து – சிந்தாமணி சூப்பர் மார்க்கெட்டுக்குப் போகும் பாதையைப் பிடித்து - வேகமாய்ப் போனான் அசோக்.

அதே நேரம்...

"படீர்..."

ஸ்கூட்டரின் பின்சக்கர டயர் வெடித்து - தரையைத் தேய்த்தது. 'ப்பர்ர்ர்ர்...' பிரேக்கை அழுத்தினான் அசோக்.

"ஓ மை குட்னஸ்...!"

கீழே இறங்கினார் அவினாஷ், "இனிமே வேகமாப்போனா உங்க ஸ்கூட்டர்க்குப் பிடிக்காதுன்னு நினைக்கிறேன்..." சிரித்தபடி சொன்னார் அவினாஷ். அசோக் சிரிக்க முயன்றான்.

"ஸ்டெப்னியும் இல்லை போலிருக்கு...?"

ஆமாம் என்று தலையசைக்கப் போன அசோக் சட்டென்று மலர்ந்தான். "மிஸ்டர் அவினாஷ்...! பக்கத்துத் தெரு வரைக்கும் ஸ்கூட்டரைத் தள்ளிகிட்டுப் போயிட்டா அங்கே மோகனோட ரூம் இருக்கு. அவனோட ரூம்ல என்னோட பழைய ஸ்டெப்னி ஒண்ணு இருக்கு. ஒரு பத்து நிமிஷம். என்கூட வந்தீங்கன்னா அந்த ஸ்டெப்னியை மாட்டிக்கிட்டுப் போயிடலாம்!"

அவினாஷ் அசுவாரசியமாய் சொன்னார். "மோகன்தான் ஊர்லயே இல்லையே... ரூம் பூட்டித்தானே கிடக்கும்..? ரெண்டு வாரத்துக்கு முன்னாடி நான் போய்ப் பார்த்துட்டு சும்மாதானே வந்தேன்."

அசோக் புன்னகை செய்தான் பெரிதாய். "மோகன்... எப்ப வெளியூர் போனாலும் சரி, ரூம் சாவியை என்கிட்டத்தான் குடுத்துட்டுப் போவான்... அவன் மறந்தாலும் நான் விடமாட்டேன். இன்ஸ்பெக்டர்! நான் குடிக்கிறது எங்க வீட்ல யாருக்கும் தெரியாது... தெரிஞ்சா அப்பா சத்தம் போடுவார். அதனால குடிச்சிட்டு ஒரு குட்டித்தூக்கம் போடறதுக்குன்னே அவனோட ரூம் சாவியை நான் வாங்கிக்குவேன். இந்த நிமிஷம் சாவி என்கிட்டத்தான் இருக்கு."

"ம்... தட்ஸ் குட்... அசோக்! ஸ்கூட்டரைத் தள்ளிகிட்டு நடங்க... ஏகமாக் குளிருது... சீக்கரமா ஸ்டெப்னியை மாட்டிக்கிட்டுப் போய்ச் சேருவோம்."

அசோக் ஸ்கூட்டரைத் தள்ளிக்கொண்டு நடந்தான்.

ஐந்தே நிமிடம்.

மோகனின் அறைவாசலில் ஸ்கூட்டரை நிறுத்தினான். பேண்ட் பாக்கெட்டில் இருந்த சாவியை எடுத்து பூட்டின் வாயைப் பிளந்தான். கதவைத் தள்ளினான்.

அது இரு கைகளையும் அகல விரித்து 'வா' என்றது.

உள்ளே நுழைந்து ஸ்விட்சைத் தட்ட, ஒரு நாற்பது வாட்ஸ் பல்பு சோகையாய் எரிந்தது. அவினாஷ் அறையைக்

கண்களால் அளந்தார். சின்ன அறை 10 x 7. ஒரு டேபிள், ஒரு கயிற்றுக் கட்டில். ஒரு நாற்காலி, சுவரில் காலண்டர்கள். குறைந்த உடையில் சிலுக்கு - புட்டபர்த்தி சாய்பாபா - மர்பி ரேடியோ குழந்தை - வைக்கோல் போர் சுமக்கும் குடியானவப் பெண் - எல்லோரும் அவினாஷைப் பார்த்தார்கள்.

மேஜையின் மேல் பழைய குமுதம், பேசும்படம், தினமணி பேப்பர், ஏதேதோ காகிதங்கள், தடிமனாய் சில புத்தகங்கள், அறையில் ஏதோ வாசம் அடித்தது. மண் வாசம்.

"மிஸ்டர் அவினாஷ்... இந்த சேர்ல உட்கார்ந்து ஏதாச்சும் படிச்சிட்டிருங்க. ஒரு ஃபைவ் மினிட்ஸ்ல ஸ்டெப்னியை மாட்டிடறேன்."

ஸ்டெப்னியைத் தூக்கிக்கொண்டு அசோக் வெளியேற, அயர்ச்சியோடு நாற்காலியில் உட்கார்ந்தார் அவினாஷ். மோவாயைத் தடவிக்கொண்டே கண்களை அலையவிட்டார். "சென்ட் பர்சென்ட் பேச்சிலர் ரூம் இது!" - முனகிக்கொண்டார்.

உடம்பைச் சற்றே சாய்த்து - இடது கையால் மேஜை அறையைத் திறந்தார். பளிச்சென்று ஒரு நிரோத் பாக்கெட் தெரிந்தது. ஏதேதோ காஸ்மெட்டிக் பில்கள். பால்பாயிண்ட் பேனாக்கள். பென்சில்கள்.

இன்னமும் குடைந்தார் அவினாஷ்.

ஒரு பழுப்புக்கவர் கிடைக்க - அதனுள் மூன்று போட்டோக்கள், கண்ணுக்குத் தட்டுப்பட்டன. ஒவ்வொன் றாய்ப் பார்த்தார். அவினாஷ், மூன்றிலும் ஒரே பெண் - நாற்காலியில் உட்கார்ந்தபடி சுவருக்குச் சாய்ந்தபடி, பக்கவாட்டில் திரும்பியபடி சிரித்தாள், சிரித்தாள், சிரித்தாள்.

முகமும் சிரிப்பும் கவர்ச்சியாய் இருந்தன.

யார் இவள்? மோகனுக்குத் தங்கையா? அக்காவா? காதலியா? குழம்பிக்கொண்டே காகிதங்களைக் கிளறினார். மெலிதான பச்சை நிறத்தில் ஒரு லெட்டர் பேப்பரின் இடது கோடியில் அந்த எழுத்துக்கள் தெரிந்தன.

புரஃபஸர் ஹெச்.பி. பைரவமூர்த்தி,

ஆர்க்கியாலஜிஸ்ட், ஹூப்ளி.

கடிதத்தின் வாசகங்கள் ஆங்கிலத்தில் எளிமையாய் இருந்தன, தந்தி வாசகங்களைப் போல்.

Mohan!

Rush to Hubli, Matter is urgent. This is time to fulfill our Ambitions - Professor.

மனதிற்குள் தமிழாக்கம் ஓடியது.

'மோகன், ஹூப்ளிக்கு விரைந்து வா. அவசரம். நமது குறிக்கோளை அடைய நேரம் வந்துவிட்டது.'

அதே மாதிரி இன்னொரு கடிதம். அவினாஷின் கண்கள் படபடப்பாய் மேய்ந்தன.

Confirm the interview date. We will plan and do it Successfully - Professor.

இதற்கும் தமிழாக்கம் திரும்பவும் ஓடியது.

'இன்டர்வியூ தேதியை உறுதி செய். நாம் திட்டம் தீட்டி வெற்றிகரமாய் முடிப்போம்.'

அவினாஷ் சரேலென எழுந்தார். அவர் உடம்பில் இருந்த செல்கள் பூராவுமே துரிதகதியில் இயங்க ஆரம்பித்தன. 'ஆரம்பம் இங்கே இருக்கிறது. ஆபத்து இந்த அறையிலிருந்து ஆரம்பித்து இருக்கிறது.' மூளை, அலாரம் வைத்த கடிகாரமாய் அலறியது.

அசோக் உள்ளே நுழைந்தான், பங்க்ச்ர் ஆன டயரோடு.

"ஸ்கூட்டர் ரெடி! புறப்படலாமா இன்ஸ்பெக்டர் ஸார்...?"

"ஒரு நிமிஷம் அசோக்... ப்ளீஸ் ஸீ திஸ் போட்டோஸ்... இந்தப் பொண்ணு யார்ன்னு உங்களாலே சொல்ல முடியுமா?"

போட்டோக்களைப் பார்த்த அசோக் சிரித்தான். "இந்த போட்டோல இருக்கறது நிஜமாவே பொண்ணுன்னு நினைச்சீங்களா? யூ ஆர் அப்சல்யூட்லி ராங் இன்ஸ்பெக்டர்.

இந்தப் போட்டோல இருக்கிறது மோகன்தான். அவனுக்கு பெண் வேஷம் எடுப்பாயிருக்கும். காலேஜ் டிராமால இவன் தான் ஹீரோயினா நடிப்பான்... அப்ப எடுத்த போட்டோ இந்த மூணும்...!"

அசோக் பேசப் பேச -

அவினாஷுக்கு முன்னால் இருந்த குழப்பத்திரைகள் விலகிக்கொண்டே போயின. பரபரவெனச் செயல்பட்டார்.

போட்டோக்களையும் – புரஃபஸரின் கடிதங்களையும் எடுத்துக் கொண்டார். சொன்னார்.

"அசோக்... நான் இப்பவே இந்த நிமிஷமே பெங்களூர் புறப்படணும்..."

அவினாஷ் சொன்னதைக் கேட்டு-

அசோக் திகைத்துப் போய் நின்றான்.

10

"இந்த இடம்தான்!" – என்றார் புரஃபஸர் பைரவமூர்த்தி.

எதிரே சின்னதாய் ஒரு மலைக்குன்று. ஏறக்குறைய எல்லாமே பாறைகள். கெட்டித்துப்போன பாறைகள். அவைகளின் வெடிப்புகளில் காய்ந்த முட்செடிகள். மலைப்பகுதியின் வாயை ஒரு பெரிய பாறை கதவாய் மாறி அடைத்திருந்தது. கீர்த்தி, தயாளன், மோகன் – தத்தம் கைகளில் நீண்ட கடப்பாரைகளை ஏந்திக்கொண்டு பைரவமூர்த்தியைப் பார்த்தார்கள். "பாறையை பெயர்த்தெடுத்துடலாமா ஸார்...?" கீர்த்தி கேட்டான்.

"நோ... நோ... மை பாய்ஸ்! இது வெறும் கடப்பாரைக்கு அசையற பாறையில்லை. சின்னச்சின்ன டைனமைட் ஸ்டிக்ஸ் வெச்சுச் சிதறடிக்கணும்..." என்றவர் காலுக்குக் கேன்வாஸ் உறையை மாட்டிக்கொண்டு உட்கார்ந்திருந்த தாமரையைப் பார்த்தார்.

"தாமரை! அந்த பேக்கைப் பிரிச்சு டைனமைட்டை எடும்மா..." தாமரை எடுத்துத் தந்தாள். அதை வாங்கிக்கொண்ட பைரவமூர்த்தி மற்றவர்களைப் பார்த்துச் சொன்னார். "ப்ளீஸ்! யாரும் இங்கே நிக்காதீங்க... அம்பது அடி தள்ளி நில்லுங்க... பாறை வெடிச்சுப் பிளந்ததும் யாரும் உடனடியா உள்ளே போயிட வேண்டாம். பி கேர்ஃபுல்...!"

தயாளனும் கீர்த்தியும் ஒரு பக்கமாய் விலகினார்கள்.

மோகனும் தாமரையும் இன்னொரு பக்கமாய் விலகினார்கள். சுமார் ஐம்பது அடி பின்னுக்கு வந்ததுமே கீர்த்தி மெல்லிய குரலில் தயாளனிடம் சொன்னான்.

“தயாளன்...! இனிமேத்தான் நாம ரொம்பவும் ஜாக்கிரதையா இருக்கணும்... இந்த ஆராய்ச்சியோட கடைசிக்கட்டத்துக்கு வந்துட்டோம்... ஏழு டெஸ்ட் டியூப்ஸ்ஸூம் நிச்சயமா இந்த மலைக் குகைக்குள்ளாறதான் இருக்கும்னு புரஃபஸர் தீர்மானமான முடிவுக்கு வந்திருக்கார். அந்த டெஸ்ட் டியூப்ஸ் பூராவும்... நம்ம கைவசம் வரணும். டைனமெட் ஸ்டிக்ஸ் வெச்சுப் பாறை சிதறினதும் அந்த குகைக்குள்ளே நுழையற முதல் ஆளா நீதான் இருக்கணும்...”

“அப்ப நீ..?” - என்றான் தயாளன்.

“நான் உன் பின்னாடியே வருவேன்.. குகைக்குள்ளே நுழைஞ்சதும் மொத காரியமா டெஸ்ட் ட்யூப்ஸை தேடிப்பார்... கிடைச்சா மறைச்சு வை.”

“ஏழு டெஸ்ட் டியூப்ஸயும் கண்டுபிடிச்ச பின்னாடி புரஃபஸர், தாமரை, மோகன் இவங்க மூணுபேருக்கும் எமலோகத்துக்குப் போக ‘பாஸ்போர்ட்’ இந்த மலைக் குகையிலேயே குடுத்துடலாமா கீர்த்தி?”

“திவ்யமாக் குடுத்துட வேண்டியதுதான்... தாமரைக்கு கடைசியா குடுக்கலாம். ஆசைதீர அவ உடம்பைத் தொட்டுட்டு நிதானமாத் தரலாம். என்ன அழகான உடம்பு!”

கீர்த்தியின் முகத்தில் குரூரம் அரும்பியது.

அதே வினாடிகளில்....

தாமரைக்கு அருகில் நின்றபடி - நூறு அடிக்கு அப்பால் டைனமைட் வெடிகளைப் பாறையின் இடுக்கில் வைத்து இணைப்பதில் ஈடுபட்டிருந்த பைரவமூர்த்தியைப் பார்த்துக் கொண்டிருந்த மோகன் மனதுக்குள் பேசிக் கொண்டிருந்தான்.

‘ஸார்... நீங்க உருவாக்கிக் கொடுத்த இந்த ஆயுதம் - உங்க லேப்லே செய்யப்பட்ட சயனைட் ஏரோ உங்க உயிரையே பறிக்கப்போகுது... டாக்டர் மதுசூதனராவோட உயிரைப் பறிச்ச அதே விஷ அம்பு, உங்க கழுத்திலேயும் புதையக் காத்திருக்கு. உங்க கழுத்திலே மட்டுமில்லை...

இந்த கீர்த்தி... அந்த தடிப்பயல் தயாளன்... இவங்களோட கழுத்துலேயும் பாயக் காத்திருக்கு...'

'ஆரம்பத்துலே நீங்க செய்யப்போற இந்த ஆராய்ச்சியைப் பத்தி நான் ரொம்பவும் சாதாரணமா நினைச்சுட்டேன் - ஒரு கிம்பர்லி வைரச்சுரங்கத்தையே உருவாக்கக்கூடிய சக்தி அந்த ஏழு டெஸ்ட் டியூப்ஸ்ஸுக்கும் இருக்குங்கிற உண்மை எனக்கு எந்த நிமிஷம் தெரிஞ்சதோ அந்த நிமிஷத்திலிருந்து நானும் உஷாராயிட்டேன். அந்த ரகசியம் யாருக்குமே தெரியக்கூடாதுன்னு நினைச்சீங்க. இப்போ இங்கே இருக்கிற நம்ம அஞ்சு பேர்க்குமே அந்த ரகசியம் தெரியும். ஆனா... ஒவ்வொருத்தரும் நினைச்சுட்டிருக்காங்க... அந்த ரகசியம் தனக்கு மட்டுந்தான் தெரியுமுன்னு... அந்த டெஸ்ட் டியூப்ஸை தனக்கு சொந்தமாக்கிக்க ஒவ்வொருத்தரும் ஆசைப்படறாங்க. இந்தப் பந்தயத்தில் ஜெயிக்கப் போறது என்னமோ... நான்தான். ம்...! வெடி வெச்சுப் பாறையை உடையுங்க... முதல்லே...! டெஸ்ட் டியூப்ஸைத் தேடி எடுங்க...! அப்பறமா என்னோட வேலையைக் காட்றேன்.'

மார்புப் பகுதியில் இருந்த ரிவால்வரைத் தொட்டுப் பார்த்துக் கொண்டான் மோகன்.

அவினாஷின் கையிலிருந்த போட்டோவைப் பார்த்து –

"இந்தப் பொண்ணுதான் ஸார்!" – மாரி கத்த -

"இவளே தான்!" – ஹெட்கிளார்க் சிகாமணி துள்ள -

"ஆமா... ஸார் - இவதான் என்னோட டாக்ஸியிலே ஏறினவ" – டாக்ஸி டிரைவர் உறுதியாய்ச் சொல்ல -

அவினாஷ் உடம்பெல்லாம் அவசரமானார்.

வயர்லெஸ்ஸை உயர்ப்பித்து ஹூப்ளி போலீஸ் ஹெட் குவார்ட்டர்ஸை கூப்பிட்டார். "திஸ் ஈஸ் பெங்களூர் பி 2..."

"எஸ்..."

"ஒரு மெஸேஜ் அவசரமா வேணும்... புரஃபஸர் ஹெச். பி.பைரவமூர்த்தி - ஆர்க்கியாலாஜிஸ்ட் சென்னம்மா ரோட், நெம்பர் ஸெவன்... தற்சமயம் எங்கே இருக்கார்ங்கிற விவரம் வேணும். மேட்டர் ஈஸ் வெரி அர்ஜெண்ட்... என்கொயர்!"

"வி... வில் கம் பேக் வித்தின் தர்ட்டி மினிட்ஸ்..."

வயர்லெஸ்ஸை அணைத்துவிட்டு முப்பது நிமிஷம் காத்திருந்தார் அவினாஷ். சொன்ன நேரத்துக்கு செய்தி வந்தது. "திஸ்... ஈஸ் ஹூப்ளி பி.ஹெச் குவார்ட்டர்ஸ்... புரஃபஸர் பைரவமூர்த்தி தற்சமயம் ஆராய்ச்சிக்காக நாசிக்குக்குப் பக்கத்தில் மன்மாட் போயிருக்கிறார்..."

"மன்மாட்?"

"எஸ்..."

"யார் சொன்னது?"

"வீட்டு வேலைக்காரன்..."

"எப்பப் போனாராம்...?"

"போன மாதம் இருபத்திஐந்தாம் தேதி..."

"தேங்க்யூ..."

'ப்ப்பட்டார்ர்ர்...'

டைனமைட்டுகள் தங்களது கடமையை ஒழுங்காகச் செய்ய மலைப்பகுதியின் வாயை மூடியிருந்த பாறை சின்னா பின்னமாய்ச் சிதறி - நாலா பக்கமும் சிறு கற்களையும் மண்ணையும் வாரியிறைத்தது. வெடிச்சத்தம் அடங்கி ஓய்ந்த மறுவிநாடி... தயாளன் மலைப்பகுதியின் வாயை நோக்கி வேகமாய் ஓடினான். கையில் ஒரு அடி டார்ச் - மறுபக்கமாய் நின்றிருந்த பைரவமூர்த்தி கத்தினார்.

"தயாளன்... வேண்டாம்! இப்போ உள்ளே போகாதே...!"

"தயாளன் கெட் பேக்! ப்ளீஸ்... ஓடாதே!"

அவர் பேச்சை ஒரு சதவீதம்கூட பொருட்படுத்தாமல் - ஓடினான். கோபத்தில் கத்தினார். "ஏய்... முட்டாள்! நில்லு...!"

தயாளன் குகை வாயிலை நெருங்கினான்.

உள்ளே அரையிருட்டு.

டார்ச்சை அடித்தான். வெளிச்சம் பீறிட்டு வழிகாட்ட –

உள்ளே காலடி எடுத்து வைத்தான்.

மெல்ல... மெல்ல முன்னேறினான்.

பத்தடி போவதற்குள்...

"ஆ... ஆ... ஆ... ஆ..!!!" ஓர் அமானுஷ்ய அலறல். கத்தியவன் தயாளன்தான்.

அவினாஷின் கையைப் பற்றிக் குலுக்கினார் இன்ஸ்பெக்டர் கோகுல்நாத்.

"விஷ்... யூ... ஆல் த பெஸ்ட் மிஸ்டர் அவினாஷ்! பம்பாய் போற பதினோரு மணி ஃப்ளைட்ல உங்களுக்கு சீட் ரிஸர்வ் பண்ணியிருக்கு... மத்தியானம் ஒரு மணிக்கெல்லாம் நீங்க பம்பாய்ல இருப்பீங்க. அங்கிருந்து நாசிக் நூத்தம்பது கிலோ மீட்டர்... பஸ் நிறைய இருக்கும்... அதில போயிடுங்க. நாசிக் போய் சேர்ந்ததும் அங்கிருந்து மன்மாட் ஒரு மணி நேரப் பயணம்... மன்மாட்டிலிருந்து மாலேகான் போற ரோட்ல பதினாறாவது கிலோமீட்டர்ல ஆராய்ச்சி முகாம் போட்டிருக்கிறாராம் புரஃபஸர். அவர் வீட்டு வேலைக்காரன் சொன்ன தகவல் இது. மன்மாட், நாசிக் போலீஸுக்குத் தகவல் போயிருக்கு... நீங்க அந்த ஸ்பாட்டுக்குப் போய்ச் சேர்ற வரைக்கும் அவங்க வெயிட் பண்ணுவாங்க..."

"ஓ.கே... ஸார்."

"ரிவால்வரைக் கூடிய வரைக்கும் பயன்படுத்தாதீங்க..."

"எஸ்... ஸார்!" விறைப்பாய் சல்யூட் அடித்துவிட்டு அகன்றார் அவினாஷ்.

உடம்பிலிருந்த ஒவ்வொரு அவுன்ஸ் ரத்தத்தையும் உறைய வைத்தது தயாளனின் கர்ணகடூரமான அலறல்.

பைரவமூர்த்தி, கீர்த்தி, தாமரை, மோகன் – நால்வருமே ஒரே நேரத்தில் குகை வாசலை நோக்கிப் பாய்ந்தார்கள்.

குகையின் உள்ளே –

மெலிதான இருட்டு. “தயாளன்..!!!” – பைரவமூர்த்தி கத்தினார்.

பதிலுக்கு குகையின் உள்ளே ‘தயாளன்... தயாளன்... தயாளன்’ – என்று எதிரொலித்தது.

“கீர்த்தி, என்னோட டார்ச்சை எடு...! மோகன் நீ என் பின்னாடியே வா...!” பைரவமூர்த்தி நகர்ந்தார். கீர்த்தி டார்ச்சை எடுத்து நீட்ட – வாங்கிக்கொண்டார். நடந்தார். கீர்த்தியும் மோகனும் அவரைத் தொடர தாமரை தயக்கமாய் நின்றாள். பைரவமூர்த்தி டார்ச்சினின்றும் ஒளியை உமிழ வைத்தார். வெளிச்ச வட்டம் தத்தித் தத்தி உள்ளே பாய –

தயாளன் புலப்பட்டான். குப்புற விழுந்திருந்தான். உடம்பில் அசைவில்லை.

“தயாளன்...!!!” கீர்த்தி முன்னே பாய முயன்ற அதே நேரம்...

“ஸ்... ஸ்... ஸ்... ஸ்...” என்ற சீறல் சூறாவளியாய் எழுந்தது. சீறல் வந்த திசைப்பக்கம் ஒளியைத் தவழவிட்டார் பைரவமூர்த்தி.

ஒரு ராஜநாகம்!

சிவந்த நாக்கு மேலும் கீழும் துழாவ – சின்னக் கண்களில் ஆத்திரத்தை நிரப்பிக்கொண்டு இரண்டு உள்ளங்கை அளவுக்கு படத்தை எடுத்தபடி நின்றிருந்தது.

கண்ணிமைக்கும் நேரந்தான்...

பைரவமூர்த்தியின் கோட் பாக்கெட்டில் இருந்த அந்தச் சின்னஞ்சிறு ரிவால்வர் வெளிப்பட்டு –

“படீர்...”

ராஜநாகத்தின் பாதித் தலை பிய்த்து கொண்டுபோக – நிமிட நேரம் துள்ளிவிட்டு அடங்கியது. ரிவால்வரைப் பாக்கெட்டில் செருகிக் கொண்டார், பைரவமூர்த்தி.

"புவர் பாய்! சொல்லச் சொல்லக் கேக்காமே ஓடிவந்தான்... ராஜநாகத்தால கடிபட்டவனுக்கு அந்த விநாடியே சாவு நிச்சயம்! தயாளனைப் பார்த்து இனிப் பிரயோஜனம் இல்லை..."

நால்வரும் அவனை நெருங்கினார்கள். டார்ச்சின் ஒளியால் தயாளனைக் குளிப்பாட்டினார் பைரவமூர்த்தி.

தயாளன் நீலமாகியிருந்தான். உதட்டோரம் வெண்மையாய் ரத்தம் கலந்த நுரை. பைரவமூர்த்தியின் குரலில் கடுமை தெரிந்தது.

"தயாளனோட நிலைமை மத்தவங்களுக்கு வரக்கூடாதுன்னு நினைச்சா, நான் சொல்ற மாதிரிக் கேக்கணும்... ஃபாலோ மை வேர்ட்ஸ்!"

கீர்த்தி மௌனமாய் கீழே கிடந்த தயாளனையே பார்த்துக் கொண்டிருந்தான்.

"லெட் அஸ் கோ அஹெட்! தயாளனையே பாத்துட்டிருந்தா ஒரு பிரயோஜனம் இல்லை."

பைரவமூர்த்தி முன்னே நடந்தார். புத்துசெல் டார்ச் பளீரென்று வழியைக் காட்ட அந்த வழியை ஒட்டி நடந்தார். "அந்த ராஜநாகம் மாதிரியே இன்னும் சில பாம்புகள் வரலாம். சீறல் கேட்டா நின்னுடுங்க... வழிமாறிப் போகாதீங்க! என் பின்னாடியே வாங்க... தாமரை நீ கடைசியா வா!"

"சார்... இவ்வளவு இருட்டாயிருக்கே. டெஸ்ட் டியூப்பை எப்படித்தான் தேடறது...?" - கீர்த்தி பயந்த குரலில் கேட்டான். தயாளனின் மரணம் அவனுடைய மனதைத் தாக்கியிருந்தது.

"ஈஸி மை... பாய்...! ரொம்ப ஈஸி...!" - பைரவமூர்த்தி சட்டென்று நின்றார்.

ஏறக்குறைய குகையின் நடுப்பகுதிக்கு எல்லோரும் வந்திருந்தார்கள். இருட்டு இப்போது கண்ணுக்குப் பழகிவிட்டதால் குகையின் உள்ளே ஏதேதோ மசமசவென்று தெரிந்தன.

டார்ச்சை முன்பக்கமாய் நீட்டி ஒளியைச் சிதற வைத்தார் பைரவமூர்த்தி.

வெளிச்சத்தில் –

ஏகப்பட்ட மண்டையோடுகள் – மனித மண்டையோடுகள், மூட்டு எலும்புகள், விலா எலும்புகள் – லேசாய்ப் பிணநாற்றம்.

பைரவமூர்த்தி சொன்னார். "ஒவ்வொரு நூற்றாண்டிலும் இந்த டெஸ்ட் டியூப்ஸை எடுக்க முயற்சி பண்ணி அதுக்கு பலியானவங்களோட அப்பட்டமான பட்டியல் இது... ஆனா இந்த நூற்றாண்டுல பைரவமூர்த்தி மட்டுந்தான் ஏழு டெஸ்ட் டியூப்ஸோட வெளியே போகப் போறான்...! மோகன், கீர்த்தி கம் திஸ் சைட்..."

மோகனும் கீர்த்தியும் வந்தார்கள்.

பைரவமூர்த்தி தன் மார்புப் பகுதியில் கையை நுழைத்து ஒரு சிறிய தோல் பையை எடுத்தார். பிரித்தார். கையை உள்ளே நுழைத்து எதையோ எடுத்தார்.

நான்கு மூக்குக் கண்ணாடிகள்.

"இது சாதாரண ஸ்பெக்ஸ் இல்லை... மோகன்! லேசர் கதிர்களை உள்ளடக்கிய கண்ணாடி இது... பூமிக்கடியில புதையுண்டு போயிருக்கிற எந்த உலோகமானாலும் சரி, துல்லியமா அதை மட்டும் பிரகாசமா காட்டக்கூடிய கண்ணாடி... இதைப் போட்டுக்கிட்டு இந்தக் குகையை ஜாக்கிரதையா சுத்தி வந்தாப் போதும்... ஏழு டியூப்ஸையும் ஏழு நிமிஷத்துலே கண்டுபிடிச்சிடலாம்."

"ரியலி... யு ஆர் கிரேட் ஸார்!" – மோகன் சந்தோஷித்தான். கண்ணாடிகள் நால்வர் முகங்களிலும் ஏறிக்கொண்டன. பைரவமூர்த்தி நகர்ந்தார். "தாமரை...! நீ தனியாப் போகாதே... என் கூடவே வா...! கீர்த்தி நீ அந்தப் பக்கம் போ...! மோகன் நீ வலது கைப் பக்கமா வா...!"

மளமளவென்று உத்தரவுகளைப் பிறப்பித்தார் பைரவமூர்த்தி.

கீர்த்தி ஆச்சர்யப்பட்டுக்கொண்டே நடந்தான். கண்ணாடியினின்றும் புறப்பட்ட லேசர்கள் - பூமியை அகழ்வது போல் தோற்றம் கொடுத்து - பூமிக்குப் பத்தடி வரை உள்ள பொருட்களை நிர்வாணமாக்கிக் காட்டியது.

சில நிமிடங்களுக்குப் பிறகு - திடீரென்று கத்தினார் பைரவமூர்த்தி. "ஐ காட் இட்...!" அவர் தன் ஆட்காட்டி விரலை தரையின் ஒரு பகுதியை நோக்கி நீட்ட... மூன்று பேரும் அங்கே பார்வைகளைப் பதிக்க -

தரைக்குக் கீழ் இரண்டடி ஆழத்தில் -

ஓரடி நீளமுள்ள அந்தப் பித்தளை டெஸ்ட் டியூப் பக்கவாட்டில் புதைந்திருந்தது.

"கீர்த்தி! தோண்டு இதை...!" பைரவமூர்த்தி உற்சாகமாய் கத்த -

தன் கையிலிருந்த சிறிய கடப்பாரையால் - மளமளவென்று மண்ணைத் தோண்டி அந்த டெஸ்ட் டியூப்பை எடுத்தான் கீர்த்தி. கொஞ்சம் பாசி பிடித்துப்போய் - துருப்பிடித்துப்போய் - கனமாய் இருந்தது அது.

பைரவமூர்த்தி அதை கையில் வாங்கினார். ஒரு குழந்தையை தடவிக் கொடுப்பது போல் தடவினார். "திஸ்... ஈஸ்... அவர் ஃபர்ஸ்ட் அச்சீவ்மெண்ட்!" பூரித்தார்.

இன்னமும் உள்ளே நடந்தார்கள். இருபதடிக்குப் பின் -

மோகன் கத்தினான். "ஹியர் இட் ஈஸ்... ரெண்டாவது டெஸ்ட் டியூப்..." பைரவமூர்த்தி மோகனின் கையைப் பற்றிச் சந்தோஷமாய்க் குலுக்கினார். "எடு மோகன், நீயே அதை எடு..."

கீர்த்தியின் உடம்பில் ஜாக்கிரதை அரும்ப ஆரம்பித்தது.

சான்டா க்ரூஸ் ஏர்போர்ட்.

உள்ளூர் பஸ் ஸ்டாண்டில் நிற்கும் பலதரப்பட்ட போக்குவரத்துக் கழகங்களின் பஸ்களைப் போல் பல்வேறு

நாட்டின் விமானங்கள் அந்நியமாய் நின்றன. ஏர்ஹோஸ்டஸ் சாக்லேட் குரலில் ‘வணக்கம்’ சொல்லி வழியனுப்ப - வெளியே வந்தார் அவினாஷ். கையில் சின்னதாய் சூட்கேஸ்.

பரபரப்பான பம்பாய் பல மைல்களுக்குப் பரவியிருந்தது. தமிழைத் தவிர மற்ற அந்நிய பாஷைகள் மிதக்கும் அந்த ஏர்போர்ட்டை விட்டு வெளியே வந்தார். முறையாய் க்யூவில் நின்று டாக்ஸியைப் பிடித்தார். “எஸ். டி. பஸ் ஸ்டாண்ட்.” சொல்லிவிட்டு உட்கார்ந்தார். டாக்ஸி அவினாஷை எஸ்.டி. பஸ் ஸ்டாண்டில் துப்பியது.

நாசிக் போக - புறப்பட்டுக் கொண்டிருந்த அந்த எஸ்.டி. பஸ்ஸில் தாவி ஏறினார், அவினாஷ்.

ஆறாவது டெஸ்ட் டியூப்.

கையில் கிடைத்த டியூப்பை சந்தோஷக் கண்களோடு பார்த்தார் பைரவமூர்த்தி. கடந்த நான்கு மணி நேரங்களில் ஆறு டெஸ்ட் டியூப்புகள் மண்ணை விட்டு வெளிக்காற்றைச் சுவாசிக்க வந்திருந்தன. கீர்த்தியும் மோகனும் தாமரையும் குகையின் நாலா பக்கங்களிலும் அலைந்தார்கள்.

இனி ஒரே ஒரு டெஸ்ட் டியூப் பாக்கி - ஏழாவது டெஸ்ட் டியூப்!

பைரவமூர்த்தி சொன்னார். “நிதானமாத் தேடுங்க... டென்ஷன் வேண்டாம். ஏதாச்சும் பாறைக்குப் பின்னாடி இருக்கலாம். கவனமாப் பாருங்க...”

லேசர் கதிர்கள் பொருத்தப்பட்ட கண்ணாடிகள் கண்களுக்கு எரிச்சலூட்டின. கண்ணாடியைக் கழற்றினால் வெறும் தரை மட்டுமே தெரிந்தது. குகையின் ஒவ்வொரு அங்குலத்தையும் துல்லியமாய் அலசினார்கள். பாறை இடுக்குகள், பொந்துகள் ஒன்றையும் விடாமல் சல்லடை போட்டு சலித்தார்கள்.

பைரவமூர்த்தி தன் கையிலிருந்த வாட்ச்சைப் பார்த்தார். மணி ஐந்து.

முதல் முறையாய்ப் பதட்டப்பட்டார் பைரவமூர்த்தி. 'அந்த ஏழாவது டெஸ்ட் டியூப் கிடைக்காமலேயே போய்விடுமோ?' அந்த எண்ணமே திகீரென்றது பைரவமூர்த்திக்கு. 'அந்த ஏழாவது டெஸ்ட் டியூப் கிடைக்காவிட்டால் இந்த ஆறு டெஸ்ட் டியூப்ஸ் கிடைத்தும் பிரயோஜனமில்லை...!' – பயப்பட்டார்.

டார்ச்சின் வெளிச்ச வட்டங்கள் குகையைச் சுற்றிச் சுற்றி வர – தாமரை மிரண்ட விழிகளோடு – பிளந்த வாயோடு – ஒரு குகைச் சுவரைச் சுட்டிக் காட்டினாள் மௌனமாய்.

பார்த்தார்கள். குகைச்சுவரில் – ஒரு கை நுழையும் அளவுக்கு ஒரு துவாரம் தெரிய –

"என்னம்மா...?" – என்றார் பைரவமூர்த்தி.

"அ... அ... அந்த ஓட்டையிலே கண்ணை வைச்சுப் பாருங்கப்பா..." – தாமரையின் குரல் நடுங்கியது. பைரவமூர்த்தி கேள்விக்குறியை முகத்தில் தேக்கிக்கொண்டு அந்தத் துவாரத்தை நெருங்கினார்.

கண் வைத்துப் பார்த்தார். அடுத்த வினாடி, அவர் உடல் அதிர்ந்தது.

பாம்புகள்... நீண்ட பாம்புகள்... நூற்றுக்கணக்கில் – தப்பு... ஆயிரக்கணக்கில் –

ஒன்றோடு ஒன்று பிணைந்து கொண்டு – நெளிந்து கொண்டு... ராஜநாகங்கள் எல்லாமே!

"கீர்த்தி...! மோகன் இந்தப் பக்கமா எதையும் இடிச்சிடாதீங்க... ஒரு பாம்பு உஷார் ஆனாலும் போதும் படையே வெளியே வந்துடும்... ஜாக்கிரதை!"

மோகனும் – கீர்த்தியும் – துவாரத்தை நெருங்கிப் பார்த்து விட்டு – முகங்களில் பயத்தை அப்பிக்கொண்டு வந்தார்கள்.

"கம் ஆன்... லெட் அஸ் மூவ் இன் திஸ் ஸைட்!" பைரவமூர்த்தி நகர்ந்து குகையின் வலது கோடிக்குப் போனார். மற்றவர்கள் பின்தொடர... பார்வையை அலையவிட்டார்.

ஒவ்வொரு சதுர அடியும் – அவர் பார்வையில் விட்டு விலகி... விலகி... தாவித் தாவி.

கடைசியில் – குகையின் மூலையில் – சரியாய் மூலையில்...

நீட்டிக்கொண்டிருந்த பாறை முனைக்குப் பின்னே–

ஏழாவது டெஸ்ட் டியூப் தெரிந்தது.

பைரவமூர்த்தி உற்சாகத்தில் ஆர்ப்பரித்தார். "அல்ட்டி மேட்லி ஐ காட் இட்....! ரஷ் ஹியர் மோகன்..! கீர்த்தி..! தாமரை..!"

பைரவமூர்த்தி ஆர்ப்பரித்துக் கொண்டே திரும்பிய அதே வினாடி....

"சர்ர்ர்ர்க்க்க்..."

பைரவமூர்த்தியின் கழுத்துப் பரப்பில் அந்த விஷ ஊசி ஏற –

'ஹக்' – என்ற அலறலோடு கழுத்தைப் பிடித்துக்கொண்டு கீழே சாய்ந்தார் பைரவமூர்த்தி.

"அப்பா... ஆ!!!" – என்ற அலறலோடு தாமரை பைரவமூர்த்தியை நோக்கிப் பாய்ந்தாள். மோகனின் குரல் பின்னாலிருந்து கேட்டது.

"பிரயோஜனமில்லை தாமரை! இந்நேரம் உங்கப்பாவோட உயிர் போயிருக்கும்..." – மோகனின் குரல் கேட்டு தாமரை திரும்பினாள்.

மோகன் ரிவால்வரோடு நின்றிருந்தான்.

"எங்கப்பாவை நீயா சுட்டே?" – வீறிட்டுக் கொண்டே அவனை நெருங்கினாள்.

"சுடலை... விட்டேன் இந்த விஷ அம்பை. தாமரை என்கிட்டே வராதே! அங்கேயே நில்லு... ஒரு அடி என்னோட பக்கத்துல வந்தே, என்னோட ரிவால்வர் சீறிடும்!"

தாமரை நின்றாள்.

திக்பிரமை பிடித்து நின்றிருந்த – கீர்த்தியின் பக்கமாய்த் திரும்பினான் மோகன். "கீர்த்தி! உனக்கும்தான் சொல்றேன்...

சினிமா ஹீரோ மாதிரி முட்டாள்தனமா தாமரையைக் காப்பாத்த நினைக்காதே. நீயும் அங்கேயே நில்லு... நான் இப்ப என்ன சொல்றேனோ அதை மட்டும் செய்... அந்தக் கடப்பாரையை எடுத்துக்கோ...! அந்த ஏழாவது டெஸ்ட் டியூப் புதைஞ்சிருக்கிற இடத்தைத் தோண்டி அதை வெளியே எடு... ஆறு டெஸ்ட் டியூப்ஸூம் இருக்கிற அந்தத் தோல்பையில போட்டு என்கிட்ட குடு சீக்கரம்...! இப்ப நான் சொன்ன வேலையைத் தவிர – வேற எந்தவிதமான அதிகப் பிரசங்கித்தனமும் செய்யக்கூடாது. செய்ய நினைச்சே... அதோ! பைரவமூர்த்தி சார் மாதிரி நீயும் தரையை கிஸ் பண்ணிட்டு கிடப்பே..." ரிவால்வரை அசைத்துக் காட்டி கீர்த்தியை விரட்டினான்.

கீர்த்தி திரும்பினான், மெல்ல...

தரையைத் தோண்டுவது போல் ஒரு பாவ்லா, அடுத்த வினாடி "விர்ர்ர்ர்ர்ர்..." கடப்பாரை மோகனின் நெஞ்சை நோக்கி வர...

நிலைமையை உணர்ந்த மோகன் குனிந்து – ரிவால்வரின் டிரிக்கரைச் சுண்டினான்.

"ஹக்!" – கீர்த்தி பைரவமூர்த்தியின் அருகே சுருண்டான். அதே விநாடி கீர்த்தி வீசிய கடப்பாரையும் தன் கடமையைச் செய்தது. குனிந்த மோகனின் உச்சந்தலையில் செம்மத்தியாய் தாக்கி இடியாய் இறங்க, அதன் முனை மோகனின் மண்டையோட்டைத் தகர்த்து, மூளையை ஸ்பரிசித்துப் பார்த்தது.

ரத்தத்தைப் பெருக்கிய மோகன் – துடித்தான், சில நிமிடங்கள். பிறகு அ...ட...ங்...கி...னா...ன்.

தாமரை – நின்றாள், வெறித்துப் பார்த்துக்கொண்டு. சில மணி நேரங்களுக்குள் நான்கு உயிர்களைப் பலி வாங்கிவிட்ட டெஸ்ட் டியூப்புகளைப் பார்த்தாள். ஏற்கெனவே சிதறிக் கிடக்கும் மண்டையோடுகளோடு, புதிதாய் நான்கு சேரப்போகிறது.

பெருகி வந்த கண்ணீரையும், பீறிட்டு எழுந்த துக்கத்தையும் அடக்கிக்கொண்டு, தோல் பையிலிருந்த ஆறு டெஸ்ட் டியூப்புகளையும், டாக்டர் மதுசூதனராவின் வரைபடத்தையும் எடுத்தாள்.

பாறைச் சுவரில் இருந்த பாம்புத் துவாரத்தைப் பார்த்தாள். அதை நோக்கி மெல்ல நடந்தாள். அதை நெருங்கி நின்று ஒவ்வொரு டெஸ்ட் டியூப்பாய் அதனுள் போட்டாள். கடைசியாய் அந்த வரைபடத்தையும் தாறுமாறாய்க் கிழித்துப் போட்டாள்.

'இனிமேல் எந்தத் தலைமுறைக்கும் இந்த ஏழு டெஸ்ட் டியூப்புகளைப் பற்றிய - விபரம் கிடைக்காமல் போகட்டும்.' மனதுக்குள் சொல்லிக் கொண்டவளாய், குகையை விட்டு வெளியே வந்தாள். அடுத்து என்ன செய்யலாம் என்று யோசித்துக்கொண்டே அவள் வெளியே வந்து நிற்பதற்கும், குகையின் வாசலில் அந்த போலீஸ் ஜீப் வந்து நிற்பதற்கும் சரியாய் இருந்தது.

அவினாஷ் - அவசர அவசரமாய் ஜீப்பினின்றும் இறங்கி தாமரையை நோக்கிப் போனார்.

●●●

டைனமைட் 98

இந்தக் கதை 1998 ஆம் ஆண்டு
குமுதம் வார இதழில் தொடராக
வெளிவந்தது

1

நியூடெல்லி ஸ்லோமோஷனில் - ஜாக்கிரதையாய் நடக்கும் ஒரு குழந்தையைப் போல் விழித்துக் கொண்டிருந்தது.

டிஃபன்ஸ் காலனியில் எல்லா வீடுகளும் அந்த வைகறை இருட்டிலேயே விழித்துக்கொண்டு விட்டன. தொப்பை போட்டுவிட்ட ஆர்மி ஆபீஸர்கள் அதைக் கரைக்கும் முயற்சியாக ஜாகிங் புறப்பட்டுப் போகத் தயாராக இருந்தார்கள்.

அநேகமாய் எல்லாருமே சர்தார்ஜிகள். காலனி முழுக்க ஹிந்தி, ஆங்கிலம் கலந்த வாக்கியங்கள் காற்றில் கலந்து கொண்டிருக்க-

அந்த 'ஏ' டைப் மாடி வீட்டில் மட்டும் அச்சுவெல்லமாய்த் தமிழ் சம்பாஷணை.

"அமரா...!!!"

அண்ணியின் குரல் கீழேயிருந்து கேட்க, குளித்துவிட்டு வந்து சுடிதார்க்குள் புகுந்து கொண்டிருந்த அமரா பதிலுக்குக் குரல் கொடுத்தாள்.

"வந்துட்டேண்ணி...!!"

"சீக்கிரமா வா...! உனக்கு போன்."

"போன்ல யாரண்ணி?"

"பேர் சுஷ்மா, உன்னோட ஃப்ரெண்டாம்."

"இதோ வந்துட்டேன்...!" சொல்லிக் கொண்டே மாடிப்படிகளின் உச்சியில் வெளிச்ச தேவதையாய் உற்பத்தியான அமராவுக்கு வயசு இரண்டு பத்துகள். டெல்லிக் கல்லூரியொன்றில் பி.பி.ஏ. இதை முடித்துவிட்டு எம்.பி.ஏ போக ஆவல். கவிதை எழுதுவாள். சாயந்தர வேளைகளில் கன்னாட் ப்ளேஸில் இருக்கும் ஐ.பி.ஏவுக்குப் போய் கம்ப்யூட்டர் படிப்பாள். செவ்வாய், வெள்ளிகளில் முருகன் படத்துக்கு முன்பாய் உட்கார்ந்து கந்த சஷ்டி படிப்பாள். ஞாயிற்றுக்கிழமைகளில் யோகா. இவ்வளவு வேலைகளுக்கும் மத்தியில் ஒரு ரோஜாச் செடியைப் பராமரித்து வருவதுபோல் ரகசியமாகத் தன் காதலையும் வளர்த்து வந்தாள்.

அமரா டெலிபோனுக்குப் போய் அங்கே ஒருக்களித்து விழுந்திருந்த ரிஸீவரை எடுத்து தன் வலது காதுக்குக் கொடுக்க - சௌந்தரி காப்பி போடும் வேலையைக் கவனிக்கச் சமையல் கட்டை நோக்கிப் போனாள்.

அமரா, அண்ணி சமையலறைக்குப் போகும்வரை பொறுமை காத்துவிட்டு ரிஸீவரில் குரல் கொடுத்தாள்.

"ஹலோ..."

"அமரா..." ஆண் குரல் ஒலித்தது.

அமரா குரலைத் தாழ்த்தினாள். "ரஞ்சித்...! உனக்கு எத்தனை வாட்டி சொல்லியிருக்கேன். வீட்டுக்கெல்லாம் போன் பண்ணாதேன்னு..."

"ஏன்... நான் லேடீஸ் வாய்ஸ்ல பேசினதை உன்னோட அண்ணி ஸ்மெல் பண்ணிட்டாங்களா?"

"இல்லை..."

"பின்னே எதுக்காகப் பயம்..?"

"இதோ பார்... ரஞ்சித்...! என்னோட அண்ணன்கிட்ட நானா நம்ம விஷயத்தை ஓப்பன் பண்ற வரைக்கும் நீ இப்படிப்பட்ட விஷமம் எல்லாம் பண்ணக்கூடாது..."

“இப்ப நான் எதுக்காகப் போன் பண்ணினேன் தெரியுமா..?”

“டேய்...! ரிஸீவ்ரை வெச்சுட்டு ஓழுங்கா பஸ் ஸ்டாப்புக்கு வந்து நில்லு. நான் இப்ப புறப்பட்டு வந்துட்டிருக்கேன்.”

ரிஸீவரை வைத்தாள் அமரா. பார்வையைச் சுற்றுமுற்றும் துரத்தினாள். அண்ணி சமையலறையில் வேலைக்காரியோடு பேசிக் கொண்டிருக்க, அண்ணன் சபரி குளியலறையிலிருந்து வெளிப்பட்டுத் தன்னுடைய அறையை நோக்கிப் போய்க் கொண்டிருந்தான். முப்பது வயது சபரிக்கு நேஷனல் செக்யூரிட்டி கார்ட்ஸ் என்று விரிவாகச் சொல்லப்படும் என்.எஸ்.ஜியில் முதல் நிலை இன்ஸ்பெக்டராக வேலை. இதற்கு முன்னால் பாம் டிஸ்போஸல் ஸ்க்வாட்டில் இரண்டு வருட அனுபவம் உண்டு.

லேசாக முடி கொட்டிவிட்ட மண்டையில் டவலால் ஈரம் போகத் துடைத்துக் கொண்டிருந்த அண்ணனுக்கு முன்பாய் போய் நின்றாள் அமரா.

“அண்ணா...! குட்மார்னிங்...”

சபரி புன்னகைத்தான். “என்ன இவ்வளவு காலையில ரெடியாயிட்டே..?”

“காலேஜ்மேட் ஓருத்திக்கு கல்யாணம்...”

“எங்கே..?”

“நிஜாமுதீன்ல...”

சபரியின் முகம் சட்டென மாறியது.

“அந்த பக்கமாவா போறே..?”

“ஏண்ணா..?”

“நாலைஞ்சு நாளாவே அந்த ஏரியால பாம்பிளாஸ்ட் ரூமர் இருக்கு...”

“ரூமர்தானே... வேலையத்தவன் எவனாவது போன் பண்ணிச் சொல்லிட்டுப் போயிடுவான். உங்க டீம் போய்

அந்த ஏரியால இருக்கிற ஓவ்வொரு மில்லி மீட்டரையும் பாம் டிடெக்டர் வெச்சு அலசிப் பார்த்துட்டு புரளின்னு சொல்லுவீங்க...”

“இல்ல அமரா... இது புரளியா இருக்க முடியாது. இந்தியாவோட வளர்ச்சியை விரும்பாத சில அந்நிய சக்திகள் பார்த்தீனியச் செடி மாதிரி தேசம் பூராவும் பரவியிருக்கு. போன வாரம் தாதாபாய் நௌரோஜி ரோட்ல ஒரு சாக்கடைக்குக் கீழே வெச்சிருந்த பவர்ஃபுல் பாம் ஒண்ணை செயலிழக்க வெச்சோம். அந்த பாம் மட்டும் ப்ளாஸ்ட் ஆயிருந்தா தாதாபாய் நௌரோஜி ரோட்டிலிருந்து ஒரு கிலோ மீட்டர் தூரம் வரைக்கும் ஒரு கட்டடம் பாக்கி இல்லாம செங்கல் செங்கல்லா உதிர்ந்து போயிருக்கும்... இன்னிக்குக்கூட இவ்வளவு சீக்கிரம் நான் வெளியே கிளம்பறதுக்குக் காரணம் இன்டலிஜென்ஸ் பீரோவிலிருந்து கிடைச்ச ஒரு தகவல்தான்.”

“அது என்ன தகவல் அண்ணா?”

சபரி சிரித்தான்.

“அது உத்தியோக ரகசியம். இன் எ நட்ஷெல் ந்யூஸ்...”

“சரி... இப்ப நான் கல்யாணத்துக்குப் போறதா..? வேண்டாமா..?”

“போய்ட்டு சீக்கிரமா வந்துரு...”

“இல்லேண்ணா... நான் மேரேஜை அட்டெண்ட் பண்ணிட்டு அப்படியே காலேஜுக்குப் போயிடறேன். ஈவினிங்தான் வருவேன்.”

“டேக் கேர் அண்ட் பி காஷியஸ்...”

சபரி அறைக்குள் போய்விட, அமரா அண்ணி சௌந்தரியிடம் சொல்லிவிட்டுக் கிளம்புவதற்காக சமையலறையை நோக்கிப் போனாள்.

“அண்ணி! எனக்கு பர்மிஷன் கிடைச்சாச்சு. நான் கல்யாணத்துக்குக் கிளம்பறேன்...”

"காப்பி சாப்பிடறியா..?"

"வேண்டாம்... எல்லாம் கல்யாண வீட்ல பார்த்துக்கிறேன்."

"சரி...! சாயந்தரம் காலேஜை விட்டு சீக்கிரமா வந்துடு..."

"எதுக்கண்ணி..?"

"அந்த சுஷ்மாவைப் பத்திக் கொஞ்சம் பேசணும்."

"சுஷ்மா..?"

"ம்... கொஞ்ச நேரத்துக்கு முன்னாடி உன்கிட்டே டெலிபோன்ல ஒருத்தி பேசினாளே - அந்த சுஷ்மாவைப் பத்தித்தான்."

"அ... ண்...ணி!"

சௌந்தரி கண் சிமிட்டினாள். "நான் ஒரு நர்ஸரி ஸ்கூல்ல வேலை பார்க்கிற டீச்சர்தான்... இருந்தாலும் எல்லாம் எனக்குத் தெரியும்!"

"அண்ணி...! அண்ணனுக்கு இந்த விஷயம்?"

"இன்னிக்கு ராத்திரி டிக்ளேர் பண்ணிடறேன். நீ கவலைப்படாம நிஜாமுதீனுக்கு போய்ட்டு வா. ஐ நோ ஏ... டூ... இஸட். சரி... உன் சுஷ்மாவோட நிஜப் பேர் என்ன..?"

அமரா வெட்கத்தோடு தலையைக் குனிந்தபடி சொன்னாள்.

"ரஞ்சித்..."

"அழகான பேர். ஆள் எப்படி..?"

"பேர் மாதிரியே..."

காலை மணி ஏழு.

சௌந்தரி வீட்டின் உள்ளே இருந்த எல்லா பீரோக்களையும் பூட்டி சாவிக் கொத்தை வானிட்டி பேக்கில் போட்டுக் கொண்டு வேலைக்காரியைக் கூப்பிட்டாள்.

“மம்தா..!”

அவள் உள்ளேயிருந்து ஓடி வந்தாள்.

“அம்மா...”

“நான் கிளம்பறேன். வீட்டை பத்திரமா பார்த்துக்க. போன் வந்தா யார்ன்னு கேட்டு வை...”

“சரிங்கம்மா...”

“கேரியர் சாப்பாட்டை மொதல்ல அய்யாவுக்குக் கொண்டு போய் குடுத்துட்டு, அப்புறமா எனக்கு கொண்டு வந்தா போதும்.”

“சரிங்கம்மா...”

ஒரு குடையை எடுத்துக் கொண்ட செளந்தரி, வாசலுக்கு வந்து தெருவில் இறங்கி ஆட்டோ ஸ்டாண்ட்டைப் பார்த்துப் போனாள்.

மம்தா கதவைச் சாத்தி தாழிட்டுக் கொண்டு உள்ளே வர- வீட்டின் பின்பக்கச் சுவரேறிக் குதித்த ஒருவன் சணல் பையோடு வேக வேகமாய் அவளிடம் வந்தான்.

மம்தா புன்னகைத்தாள்.

“அதுக்குள்ளே என்ன அவசரம்... அந்த அம்மா இன்னும் தெரு முனைக்குக்கூட போயிருக்காது...”

“அவசரமில்லை மம்தா... டிபன் கேரியர்ல வெடிகுண்டை செட் பண்ண ரெண்டு மணி நேரமாவது ஆகும். சபரிக்கு நிஜமான சாப்பாடு கேரியர் போகட்டும். செளந்தரிக்கு வெடிகுண்டு சாப்பாட்டை அனுப்பலாம். அவளோட கேரியர் எது..?”

மம்தா உள்ளே போய், அந்தச் சிறிய மூன்றடுக்கு டிபன் கேரியரைக் கொண்டு வந்து அவனுக்கு முன்பாக வைக்க, அவன் தான் கொண்டு வந்திருந்த சணல் பையைப் பிளந்து ஆர்.டி.எக்ஸ் ஜாதியைச் சேர்ந்த வெடிகுண்டுகளை எடுத்து வைத்தான்.

மம்தா அதைத் தொட்டுப் பார்த்துவிட்டுக் கேட்டாள். "இது வெடிச்சா... பள்ளிக்கூடத்துல இருக்கிற புள்ளைங்க எத்தனை பேர் சாவாங்க..?"

"சௌந்தரியோட சேர்த்து அம்பது அறுபது புள்ளைங்க..."

2

வேலைக்காரி மம்தாவின் கண்களில் ஒரு கலவரம் ஜனித்தது. அவனை ஒரு நம்பாத பார்வை பார்த்துவிட்டு கேட்டாள்.

"ஒரு டிபன் கேரியர்க்குள்ள வெக்கிற இந்த வெடிகுண்டு அம்பது அறுபது பேரைச் சாவடிக்குமா?"

அவன் பழுதுபட்ட பற்களில் சிரித்தான்.

"சர்வ நிச்சயமா... இதிலிருந்து அம்பது மீட்டர் தூரத்துக்குள்ளே எத்தனை பேர் இருந்தாலும் சரி ரத்தக்களறியாக வேண்டியதுதான்."

"வெடிகுண்டைப் பார்த்து ஃபிட் பண்ணுய்யா, நான் கொண்டு போற வழியிலேயே வெடிச்சுத் தொலைக்கப் போகுது..."

"மம்தா! உனக்கு அந்தப் பயமே வேண்டாம். இந்த டிபன் கேரியரோட மூணு அடுக்குலேயும் வெடிகுண்டுப் பொருத்தி நல்லா டைட் பண்ணிடுவேன். இதை அந்த டீச்சரம்மா சௌந்தரி இன்னிக்கு மத்தியானம் ஃபோர்ஸ் பண்ணி திறக்கும்போதுதான் ஒரே நேரத்துல மூணு குண்டும் வெடிக்கும். அதுவரைக்கும் எந்த ஆபத்தும் கிடையாது. திறக்காத வரைக்கும் அது பாத்திரம். திறந்தாத்தான் வெடிகுண்டு..."

"சரி... சரி... சீக்கிரமா ஃபிட் பண்ணி முடி. இந்த வீட்டுக்கு எந்த நேரத்துல யார் வருவாங்கன்னு சொல்ல முடியாது. அந்த அமரா பொண்ணு காலேஜுக்குப் போறேன்னு சொல்லிட்டுக்

கிளம்பும். போய்ட்டு ஒரு மணி நேரத்துக்குள்ளேயே திரும்பி வந்து காலேஜ் லீவுன்னு சொல்லிட்டு வீடியோ கேம் விளையாட ஆரம்பிச்சுடும். அதே மாதிரிதான் அவளுடைய அண்ணன் சபரியும் 'திடும்'ன்னு வீட்டுக்கு வருவார். 'ஒரு என்கொய்ரி விஷயமா இந்தப் பக்கம் வந்தேன். தலைவலி, ஸ்ட்ராங்கா ஒரு டீ போட்டுக் குடு'ன்னு சொல்வார். இந்த டீச்சரம்மா மட்டும்தான் காலையில ஏழு மணிக்குக் கிளம்பினா சாயந்திரம் அஞ்சு மணிக்கு வரும்."

செம்புக் கம்பிகளை கட்டிங் பிளேயரால் சின்னச் சின்னதாய் துண்டித்துக் கொண்டே அவன் சிரித்தான்.

"நாளைக்கு இந்நேரம் இந்த வீட்டுல நிறைய மலர்வளையம், மாலைனு நிரம்பியிருக்கும்... இந்த டிஃபன்ஸ் காலனியே ஒரு பெரிய சோகத்துல மிதக்கும்..."

"அதெல்லாம் விடு..! இந்தக் காரியத்தை நான் பண்றதுக்காக ரெண்டு லட்சம் ரூபா பேரம் பேசி, அட்வான்ஸா அம்பதாயிரம் மட்டும்தான் வாங்கியிருக்கேன். மிச்சப் பணம் எனக்கு எப்போ கிடைக்கும்?"

"திட்டம் போட்டபடி காரியத்தை நீ கச்சிதமாச் செஞ்சு முடி. பணம் உன்னைத் தேடிக்கிட்டு வரும்..."

"பணம் கொடுக்காம ஏமாத்திட்டா நான் சும்மாயிருக்க மாட்டேன்..."

"இதோ பாரு மம்தா...! இந்த வெடிகுண்டுப் பிரச்சினைக்கு பின்னாடி இருக்கிற ஆட்கள் சாமானியப்பட்டவங்க கிடையாது. எல்லாருமே அடிக்கடி வெளிநாட்டுக்குப் பறக்கிற பிக் ஷாட்ஸ். பணம் அவங்களுக்கு ஒரு பொருட்டே கிடையாது. காரியம் ஒழுங்கா நடந்தா, பேசினபடி பணம் குடுத்துடுவாங்க. பணத்தை வாங்கித்தர நான் இருக்கும்போது நீ எதுக்காகக் கவலைப்படற..?"

"உன்னை நம்பித்தான் இந்தக் காரியத்துல இறங்கியிருக்கேன்..."

"கவலைப்படாத...! டிபன் கேரியர்ல இருக்கிற வெடிகுண்டு ப்ளாஸ்ட் ஆன அடுத்த நிமிஷமே உனக்குச் சேரவேண்டிய பணத்தோட உன்னை வந்து பாப்பேன்... நீ மட்டும் போலீஸ் கைக்கு மாட்டிக்காம நான் சொன்ன ரகசியமான இடத்துல போய் இருந்துட்டா போதும்."

அவன் சொல்லிக் கொண்டிருக்கும்போதே பக்கத்து அறையின் மூலையில் இருந்த டெலிபோன் எலக்ட்ரானிக் முனகல் முனகியது. மம்தா போய் ரிஸீவரை எடுத்து செவிமடுத்துவிட்டு, பக்கத்தில் வந்து நின்ற அவனிடம் நீட்ட அதை வாங்கி காதுக்கு அப்பினான்.

"ஹலோ..."

"நிக்கி..?"

"ஸார்... என்ன சபரி வீட்டு நம்பருக்கு போன் பண்ணியிருக்கீங்க... ரிஸ்க் இல்லையா?"

"மம்தாதானே போன் எடுக்குறா... அப்பறம் என்ன ரிஸ்க்? என்ன வேலை நடக்குதா..?"

"ஃபிக்ஸ் பண்ணிட்டிருக்கேன் ஸார்..."

"வேலை துல்லியமா இருக்கணும்."

"இருக்கும் ஸார்..."

"ஸ்பாட்லயே அறுபது பேர் சிதறணும்."

"நடக்கும் ஸார்..."

"மத்தியானம் ஒரு மணிக்கு மேல இந்த டெல்லி மட்டுமில்லை, இந்த நாடே திகைச்சுப் போகணும்!"

நிக்கி சிரித்தான்.

"எல்லாமே நடக்கும்! கவலைப்படாதீங்க சார். இந்த நிக்கி ஃபிக்ஸ் பண்ணின எந்த ஒரு டைனமைட்டும் இதுவரைக்கும் ஊமையாய்ப் போனதில்லை. ஒருவேளை இந்த கேரியர் திறக்காம போனாலும் அது வெடிக்கிற மாதிரி இன்னொரு வேலையும் பண்ணியிருக்கிறேன்."

"உன்னோட திறமை எனக்குத் தெரியாதா என்ன? சரி... வேலை எத்தனை மணிக்கு முடியும்..?"

"எப்படியும் ரெண்டு மணி நேரமாயிடும்..."

"மம்தா தைரியமா இருக்காளா..? பயப்படாம காரியத்தை செஞ்சு முடிப்பாளா..?"

"எல்லாமே திட்டமிட்டபடி நடக்கும் ஸார். மத்தியானம் ஒரு மணிக்கு மேல் ரேடியோவை பக்கத்துல வெச்சுக்கிட்டு பி.பி.ஸி நியூஸ் கேளுங்க. எத்தனை பேர் செத்தாங்கங்கிற நியூஸ் துல்லியமாக் கிடைக்கும்."

"நிக்கி! போலீஸ் தரப்புல எல்லாத் திசையும் அலர்ட்டா இருக்கு. நேஷனல் செக்யூரிட்டி கார்ட்ஸ் டிபார்டமெண்ட் ரெண்டு நாளா தூங்கலை..."

நிக்கி சிரித்தான்.

"ஸார்...! ஆர்மியே வந்தாலும் இன்னிக்கு மத்தியானம் ஒரு மணியிலிருந்து ரெண்டு மணிக்குள்ளே நடக்கப் போற குண்டுவெடிப்பைத் தடுக்க முடியாது."

"எல்லாம் சரியா நடந்துட்டா ராத்திரி பத்து மணிக்கு மேல வந்து என்னைப் பாரு!"

ரிஸீவர் வைக்கப்பட்டுவிட நிக்கியும் ரிஸீவரை வைத்துவிட்டு மம்தாவை ஏறிட்டான். அவள் கேட்டாள்.

"போன்ல பேசினது யாரு..?"

"நம்ம மேலிடம்..."

"அதான் யார்ன்னு கேட்கறேன்..."

"உனக்கு அதெல்லாம் தெரிய வேண்டியதில்லை. காரியத்தைப் பாரு... காசை வாங்கிட்டு போயிட்டே இரு..." நிக்கி அவளுடைய கன்னத்தை மெல்லத் தட்டிக் கொடுத்துவிட்டு டிபன் கேரியரை நோக்கிப் போனான்.

நேஷனல் செக்யூரிட்டி கார்ட்ஸ்.

ஹிந்தி மற்றும் ஆங்கிலத்தில் போர்டு தெரிய, க்ரே நிற டிஸ்டெம்பர் பூச்சோடு நான்கு அடுக்கு மாடிக் கட்டடம், ஸ்லோமோஷனில் பறக்கும் தேசியக் கொடியோடு தெரிந்தது.

கண்ணாடி ஜன்னல்களோடு நிறைய அறைகள். எல்லா அறைகளிலும் ஒருவிதப் பதட்டம் அரும்பியிருக்க – பெண்ட்டியம் கம்ப்யூட்டர் மானிட்டர் திரைகளில் ஏதேதோ புள்ளி விபரங்களைக் காட்டி பத்து விநாடிகளுக்கு ஒருமுறை நிறம் மாறிக் கொண்டிருந்தன.

சபரி ஏ.ஸி அறையில் கமாண்டோ ஆபீஸர்க்கு முன்பாய் நெற்றியில் வியர்வைக் கோட்டிங்கோடு நின்றிருந்தான்.

ஆங்கில சம்பாஷணை :

"மிஸ்டர் சபரி! இந்த டெல்லியில் ஒரு பட்டாசு சத்தம்கூட கேட்கக் கூடாது என்று பாதுகாப்புத் துறை அமைச்சகம் கேட்டுக் கொண்டிருக்கிறது."

"கேட்காது ஸார்..."

"கேட்காது என்று நீங்கள் சொல்கிறீர்கள். ஆனால் இன்டலிஜென்ட் பீரோ, டெல்லி வெடிகுண்டுகளால் அதிரப் போகிறது என்று எச்சரிக்கைக் குரல் கொடுத்துக் கொண்டிருக்கிறார்களே...! ஐ.பி சொல்வதை நாம் அலட்சியம் செய்ய முடியாது. இந்தியாவை வெறுக்கிற அண்டை நாடுகள் வெடிகுண்டுகளோடு நூற்றுக்கணக்கான தீவிரவாதிகளை உள்ளே அனுப்பியிருக்கிறது. டெல்லியில் எந்த நிமிஷத்திலும் எந்த நேரத்திலும் பாம் ப்ளாஸ்ட் நடக்கலாம். பட்... இது நடக்கக் கூடாது. ஒரு பாம் ப்ளாஸ்ட் நடந்தாலும் நாம் அனைவரும் உத்தியோக யூனிஃபார்ம்களைக் கழற்றி வைத்துவிட்டு விவசாயம் பார்க்க பஞ்சாபுக்குப் போய்விட வேண்டியதுதான்."

"ஸார்..."

"சொல்லுங்கள்..!"

"குண்டுவெடிப்பு நிகழாதபடிக்கு எல்லாவிதமான முன்னெச்சரிக்கை நடவடிக்கைகளும் எடுக்கப்பட்டுள்ளது. சக்திவாய்ந்த இரண்டு பாம்களை இன்-ஆக்டிவ் செய்துள்ளோம். சந்தேகமான இடங்களில் என்.எஸ்.ஜியும் ஆர்மியும் கைகோர்த்து தீவிரமான சோதனைகளை மேற்கொண்டுள்ளன."

"மிஸ்டர் சபரி...! இது எல்லாம் நம் கடமைகள். இந்த ஃபார்மாலிடீஸை செய்துவிட்டு கைகளைக் கட்டிக்கொண்டு நிற்கிற நேரமில்லை இது. இந்த வெடிகுண்டுக் கலாச்சாரத்தை முளையிலேயே கிள்ளி எறிய வேண்டியது அவசியம்..."

கமாண்டோ ஆபீஸர் கர்ஜித்துக் கொண்டிருக்கும்போதே- மேஜை மேல் இருந்த இண்ட்டர்காம் கூப்பிட்டது.

பட்டனைத் தட்டிவிட்டு-

"எஸ்..." என்றார்.

இண்ட்டர்காம் கரகரத்தது. டெலிபோன் ஆபரேட்டர் குரல்.

"ஸார்... உங்களைப் பார்த்து பேசுவதற்காக ஒரு பெண் வந்திருக்கிறாள். பெயர் அருணாதேவி!"

"என்ன விஷயம்..?"

"உங்களிடம்தான் சொல்ல வேண்டுமாம்..."

"உள்ளே அனுப்புங்கள்..!"

இண்ட்டர்காமை மௌனப்படுத்திவிட்டு அவர் நிமிஷ நேரம் காத்திருக்க, அந்த நாற்பது வயது அருணாதேவி "எக்ஸ்க்யூஸ் மீ ஸார்." என்று சொல்லிக் கொண்டே உள்ளே வந்தாள்.

"எஸ்..."

"ஸார்... நான் அருணாதேவி. திவான் சாகேப் ரோட்டில் என் கணவரோடு இருக்கிறேன்..."

"சொல்லுங்கள், என்ன விஷயம்..?"

அருணாதேவி தயங்கிவிட்டு, மெல்லிய குரலில் சொன்னாள். "ஸார்! நான் ஒரு மணி நேரத்துக்கு முன்பு என் தோழி ஒருத்திக்கு டெலிபோன் செய்து பேசுவதற்காக டயலில் எண்களைத் தட்டிக் கொண்டிருந்தபோது ஒரு 'க்ராஸ் டாக்' கேட்டது. இரண்டு பேர் பேசிக் கொண்டார்கள். அதில் ஒருவன் பெயர் நிக்கி. கடைசி நேர சம்பாஷணை மட்டும் கேட்டது."

"என்ன சம்பாஷணை..?"

"'நிக்கி, போலீஸ் தரப்புல எல்லா திசையும் அலர்ட்டா இருக்கு. நேஷனல் செக்யூரிட்டி கார்ட்ஸ் டிபார்ட்மெண்ட் ரெண்டு நாளா தூங்கலை.' இப்படி ஒரு குரல் பேசியதும் இன்னொரு குரல் பதிலுக்குச் சிரித்தது. 'ஸார்! ஆர்மியே வந்தாலும் இன்னிக்கு மத்தியானம் ஒரு மணியிலிருந்து ரெண்டு மணிக்குள்ளே நடக்கப் போற குண்டுவெடிப்பைத் தடுக்க முடியாது...'"

கமாண்டோ ஆபீஸரும், சபரியும் உறைந்துபோன பார்வைகளோடு பார்த்துக் கொண்டனர்.

3

கமாண்டோ ஆபீஸரின் உடம்பில் பதட்டம் ஒரு குரங்குக் குட்டியாய் தொற்றிக் கொண்டது.

அருணாதேவியைக் கவலை ஈஷிக் கொண்ட பார்வையோடு ஏறிட்டார்.

"எங்கே... நீங்கள் டெலிபோனில் கேட்ட அந்த உரையாடலை மறுபடியும் சொல்லுங்கள் பார்க்கலாம்!"

அந்த அருணாதேவி தன் உள்ளங்கையில் அடக்கி வைத்திருந்த சிறிய கர்ச்சீப்பால் தன் நெற்றி வியர்வையை ஒற்றிக்கொண்டே டெலிபோனில் கேட்ட சம்பாஷணையை நினைவுக்குக் கொண்டு வந்து மீண்டும் சொன்னாள்.

சபரி குறுக்கிட்டு அருணாதேவியைக் கேட்டான். "குண்டுவெடிப்பு நடக்கப் போகிற இடம் எதுன்னு அந்தக் குரல் சொல்லியதா..?"

"இல்லை..."

"நன்றாக யோசனை செய்துச் சொல்லுங்கள். இந்த இடத்தில்தான் குண்டுவெடிக்கப் போகிறது என்று குறிப்பிட்டுப் பேசிக் கொண்டார்களா..?"

"அப்படி எதுவும் பேசவில்லை..."

"டெலிபோனில் பேசிக் கொண்ட இரண்டு பேரில் ஒருவனின் பெயர் நிக்கி இல்லையா..?"

"ஆமாம்..."

“அவர்கள் பேசிக் கொண்டதே இவ்வளவுதானா?”

“ஆமாம்...”

“தேங்க்யூ மிஸஸ் அருணாதேவி. சிரமம் பாராது போலீஸ் வரைக்கும் இந்த விஷயத்தைக் கொண்டு வந்து சேர்த்தமைக்கு நன்றி. இனி இந்தப் பிரச்சினையை நாங்கள் பார்த்துக் கொள்கிறோம். உங்களுடைய முகவரியையும் டெலிபோன் எண்ணையும் இந்தக் காகிதத்தில் குறித்துக் கொடுத்துவிட்டு செல்லுங்கள்.”

சபரி நீட்டிய ஒரு வெள்ளைத் தாளில் அந்த அருணாதேவி தன் வீட்டு முகவரியையும் டெலிபோன் எண்ணையும் குறித்துக் கொடுத்துவிட்டுப் போக, கமாண்டோ ஆபீஸர் தன் மணிக்கட்டில் இருந்த ரோவர்ஸ் வாட்ச்சைப் பார்த்தார்.

நேரம் எட்டு மணி.

“அந்த குண்டுவெடிப்பு நிகழ இன்னும் ஐந்து மணி நேரம் இருக்கிறது... மிஸ்டர் சபரி.”

“இதை எப்படியும் தடுத்துவிடலாம் சார்...”

“எப்படி..?”

“ஸார்... இந்த நிக்கி யார் என்பதைக் கண்டுபிடித்தால் போதும்.”

“ஐந்து மணி நேர கெடுவுக்குள் கண்டுபிடிக்க முடியுமா... மிஸ்டர் சபரி..?”

“உண்மையான மற்றும் ஆழமான நடவடிக்கைகளை வேகமாக எடுத்தால் எதுவும் சாத்தியம்தான் ஸார்...”

“என்ன மாதிரியான நடவடிக்கைகள் எடுக்கப் போகிறீர்கள்..? சொல்லுங்கள்...”

“போன மாதம் பிடிபட்ட தீவிரவாத அமைப்பைச் சேர்ந்த நான்கு பேர் இப்போது திஹார் சிறைச்சாலையில் இருக்கிறார்கள். அந்த நான்கு பேருமே காஷ்மீர் எல்லையில்

இருந்து டைனமைட்களைக் கடத்திக்கொண்டு வந்ததற்காகக் கைது செய்யப்பட்டவர்கள். அந்த நான்கு பேரில் யாராவது ஒருத்தருக்காவது நிக்கி என்கிற நபரைத் தெரிந்து இருக்கலாம்...”

“அவர்கள் வாயைத் திறப்பார்களா?”

“திறக்க வைக்க வேண்டும் ஸார். ஆர்.ஏ.எஃப்ப்பில் இருக்கும் இன்ஸ்பெக்டர் பூபேந்திர சிங்கை அழைத்துக்கொண்டு போய் ஒரு அரைமணி நேரத்துக்கு ஃபோர்த் டிகிரி ட்ரீட்மெண்ட் கொடுத்தால் போதும். நிக்கி யார், அவன் எங்கே இருக்கிறான் என்கிற உண்மை வெளியே வந்துவிடும்... அந்த நிக்கி நம் கைக்குச் சிக்கினால் போதும். வெடிகுண்டு ஊமையாகிவிடும்!”

கமாண்டோ ஆபீஸர் தோள்களைக் குலுக்கிக் கொண்டார்.

“மிஸ்டர் சபரி... ஏஸ் பெர் யுவர் விஷ்... நீங்கள் என்ன ஸ்டெப்ஸ் வேண்டுமானாலும் எடுத்துக் கொள்ளுங்கள். பட்... எனக்கு வேண்டியது ரிசல்ட். ஃப்ரூட்ஃபுல் ரிசல்ட். இந்த டெல்லியில் பாம் ப்ளாஸ்ட் நிகழவே கூடாது.”

“நிகழாது ஸார்...” சபரியின் உதடுகள் வார்த்தைகளைத் தைரியமாய் உதிர்த்தாலும், இதயத்துக்குள் ஒரு பயம் கெட்டியாய் உறைந்து போயிருந்தது.

நிஜாமுதீன் ரயில்வே ஸ்டேஷனுக்குப் பக்கத்தில் உள்ள பஸ் ஸ்டாப்பில் ரஞ்சித் காத்திருந்தான்.

மேக்கப் போடாத சினிமா ஹீரோ மாதிரியான தோற்றம். பிடரியில் ஃபங்க் முடி. கண்களை இறுக்கமாய்க் கவ்வியிருந்த தேன்நிறக் குளிர் கண்ணாடி. பராமரிக்கப்பட்ட மீசை. மழித்த மோவாயில் அன்றைய ஷேவிங் பச்சை. ரஃப் அண்ட் டஃப் ஜீன்ஸ் பேண்ட்டுக்குப் பொருத்தமாய் ஒரு டீஷர்ட். அதில் ஒரு மோசமான ஆங்கில வாசகம்.

அமரா தன்னுடைய கைனடிக் ஹோண்டாவை ரஞ்சித்துக்குப் பக்கமாய்க் கொண்டு போய் நிறுத்தினாள்.

"ஹாய் அமரா..."

"ஸாரி ரஞ்சித்... லேட்டாயிடுச்சு... வழியில ஏகப்பட்ட போலீஸ் கெடுபிடி."

"எதுக்கு?"

"இது டைனமைட் சீஸன். டெல்லியில பாம் ப்ளாஸ்ட் எந்த நிமிஷமும் நடக்கலாமாம்..."

"உன்னோட அண்ணன் சபரியோட ஸ்டேட்மெண்ட்டா இது..?"

"ஆமா...! என்னை நிஜாமுதீன் பக்கம் போகவே வேண்டாம்ன்னு சொன்னார். நான்தான் என்னோட ஃப்ரெண்ட் ஒருத்திக்குக் கல்யாணம்னு சொல்லி டபாய்ச்சுட்டு வந்துட்டேன்..."

"நீ வர்றதுக்குக் லேட்டாகவும் கொஞ்சம் பயந்துட்டேன்."

"எதுக்குப் பயம்?"

"நம்ம காதல் விவகாரம் ஒழுகிடுச்சோன்னுதான்..."

"ஒழுகியாச்சு..."

"அமரா...! நீ என்ன சொல்றே?"

"இன்னிக்குக் காலையில நீ சுஷ்மா மாதிரி பேசினதை என்னோட அண்ணி ஸ்மெல் பண்ணிட்டாங்க..."

"அய்யய்யோ... அப்புறம்?"

"அப்புறம் என்ன... 'இன்னிக்கு சாயந்தரம் சீக்கிரம் வந்துடு. அந்த சுஷ்மாவைப் பத்திப் பேசலாம்'னுட்டாங்க. எங்க அண்ணன்கிட்டேயும் விஷயத்தை ஓப்பன் பண்ணிடலாம்ன்னு சொல்லிட்டாங்க..."

"உன்னோட அண்ணி கையில சிவப்புக் கொடியா... பச்சைக் கொடியா..?"

"அண்ணி கையில இப்போதைக்கு பச்சைக் கொடிதான். அண்ணனோட ரியாக்ஷன்தான் எப்படியிருக்கும்னு தெரியலை. அண்ணிதான் பக்குவமா எடுத்துச் சொல்லணும்!"

"அப்படீன்னா உன்னோட அண்ணி கையிலதான் எல்லாமே இருக்கு!"

"ஆமா..."

"அமரா! உன்னோட அண்ணியை நான் பார்க்கணுமே!"

"எதுக்கு..?"

"கொஞ்சம் தாஜா பண்ணி வெச்சுக்கத்தான். உடனடியா ஒரு 'மீட்'டுக்கு அரேஞ்ச் பண்ணேன்..."

"அண்ணி ஒரு நர்ஸரி ஸ்கூல்ல டீச்சரா வேலை பார்க்கிறாங்க. இந்நேரம் கிளம்பி அவங்க ஸ்கூலுக்குப் போயிருப்பாங்க. நீ பார்க்கணும்ன்னா சாயந்தரம்தான் முடியும்."

"இப்ப ஸ்கூல்ல போய் அவங்களைப் பார்க்க முடியாதா?"

"ஸ்கூல் ஹவர்ஸ்ல வேண்டாம். வேணும்னா மத்தியானம் லஞ்ச் ஹவர்ல போலாம். ஒரு மணியிலிருந்து ரெண்டு மணி வரைக்கும் ஃப்ரீயா இருப்பாங்க..."

"ஆஹா... அந்த ஒரு மணி நேரம் போதுமே! உனக்கு இன்னிக்குக் காலேஜ் எப்ப முடியும் அமரா..?"

"ஒரு மணிக்கு..."

"கடைசி ஹவரை கட் பண்ணு. பன்னெண்டு மணிக்கெல்லாம் காலேஜ் வாசல்ல வந்து நில்லு... பிக்கப் பண்ணிக்கறேன்."

"ரஞ்சித்..."

"என்ன..?"

"என்னோட அண்ணியை நீ கண்டிப்பாப் பாத்துப் பேசணுமா..?"

"ஆமா... ஆமா... உங்கண்ணன் நம்ம காதலுக்குப் பச்சைக்கொடி காட்டறதும் சிவப்புக்கொடி காட்டறதும்

உன்னோட அண்ணி கையிலதான் இருக்கு. நான் அவங்களைப் பார்த்து ஒரு வார்த்தை பேசிட்டாப் போதும், மெல்ட் ஆயிடுவாங்க...”

“ஓ.கே...! இன்னிக்கு மத்தியானம் ஸ்கூல் லஞ்ச் ஹவர்ல எங்கண்ணியைப் பாக்கறோம். பேசறோம். இப்ப எனக்குப் பசிக்குது. ஏதாவது ஒரு ரெஸ்டாரெண்ட்டுக்குப் போலாமா?”

“ம்... ஹர்ஷவர்த்தனா போயிடலாம். அமர்க்களமா மசால் தோசை கிடைக்கும்.”

“ஏறிக் குந்து!”

ரஞ்சித் கைனடிக் ஹோண்டாவின் பில்லியனில் குதிரை ஏறினான்.

நிக்கி டிஃபன் கேரியரின் மூன்று அடுக்குகளிலும் அந்த ப்ளாஸ்டிக் வெடிகுண்டுகளைப் பொருத்தி இணைப்புகளைத் துல்லியமாய் கொடுத்து முடித்தபோது பத்தரை மணி.

“மம்தா!” சமையலறையில் காப்பி போட்டுக் கொண்டிருந்த மம்தாவைக் கூப்பிட்டான்.

வந்தாள்.

“வேலை முடிஞ்சது. டிபன் கேரியரைத் தூக்கிப் பாரு...”

அவள் பயப்பார்வை பார்த்துக்கொண்டு தயங்க, நிக்கி சிரித்தான்.

“பயப்படாத தூக்கு...! அதோட மேல் மூடியைத் திறந்தாதான் பிரளயமே நடக்கும்...”

மம்தா லேசாய் வியர்த்தபடி டிபன் கேரியரைத் தூக்கினாள். முகம் மாறினாள்.

“என்னய்யா இப்படிக் கனக்குது?”

“கனக்காமே என்ன செய்யும்..? மொத்தம் ஆறு கிலோவாச்சே...”

“இவ்வளவு கனம் இருந்தா அந்த டீச்சரம்மாவுக்குச் சந்தேகம் வந்துடாதா?”

நிக்கி சிரித்தான்.

"சந்தேகம் வரும்...! என்னத்தைப் போட்டு அடைச்சுக் கொடுத்திருக்கான்னு ஆர்வப்பட்டுக்கிட்டே டிபன் மூடியைத் திறப்பாங்க. உள்ளே என்ன இருக்குன்னு பார்க்கிறதுக்கு முன்னாடியே உடம்பு... பீஸ்... பீஸா..."

நிக்கி சொல்லிக் கொண்டிருக்கும்போதே-

வாசலில் காலிங்பெல் 'டிடிங்' என்று கூப்பிட்டது. மம்தா பதட்டமாகி ஹாலுக்கு ஓடி பக்கவாட்டு ஜன்னல் வழியாக வாசல் கதவை மெல்ல எட்டிப் பார்த்தாள்.

சபரி.

4

வாசற்புறத்தில் நின்றிருந்த சபரியைப் பார்வையில் வாங்கிய மம்தா திடுக்கிட்டுப் போய் பின்வாங்கி நிக்கியிடம் ஓடி வந்தாள்.

"யோவ்... நீ மொதல்ல கிளம்பு..." அடித் தொண்டையில் கலவரமாய் கிசுகிசுத்தவள், வெடிகுண்டு டிஃபன் பாக்ஸை எடுத்து சுவரின் மூலையில் வைத்தாள்.

"வந்திருக்கிறது யாரு..?" நிக்கி கேட்க, மம்தா சொன்னாள்.

"சபரி..." சொல்வதற்குள் நெற்றியிலும் மேலுதட்டிலும் வியர்வை பூத்திருந்தது.

நிக்கி அவசர அவசரமாய் தன் வெடிகுண்டு உபகரணங்களை அள்ளி மூட்டை கட்டிக்கொண்டே கேட்டான்.

"இப்ப எதுக்காகத் திடீர்னு வந்திருக்கான்?"

"தெரியலயே! நீ வளவளன்னு பேசிட்டிருக்காமே மொதல்ல கிளம்பு...!"

"டிஃபன் பாக்ஸ் பத்திரம்..."

நிக்கி சணல் மூட்டையைத் தூக்கி தோளில் போட்டுக் கொண்டு வீட்டின் பின்பக்கத்தை நோக்கி ஓடினான்.

காலிங் பெல் மறுபடியும் 'டிடிங்' என்றது. மம்தா முக வியர்வையைச் சேலைத் தலைப்பால் ஒற்றிக்கொண்டு

வாசல் கதவை நோக்கிப் போனாள். பதட்டத்தைத் தணித்துக் கொண்டு தாழ்ப்பாளை மெல்ல விலக்கி, கதவைத் திறந்தாள்.

சபரி உள்ளே நுழைந்தான். டெல்லி வெயில் காக்கி யூனிஃபார்மின் கக்கங்களை வியர்க்க வைத்திருந்தது. ஒரு கோபமான பார்வையில் மம்தாவை நனைத்துக்கொண்டே கேட்டான்.

“கதவைத் தொறக்க ஏன் இவ்வளவு நேரம்?”

“அய்யா... அது வந்து... பின்னாடி பக்கம் இருக்கிற பாத்ரூமை சுத்தம் பண்ணிட்டிருந்தேன். பெல் சத்தம் காதுலயே விழலைங்கய்யா...”

“சரி... குடிக்கக் கொஞ்சம் தண்ணி கொண்டா!” சொன்னவன் உள்ளே போக, மம்தா வரவழைத்துக் கொண்ட பவ்யத்தோடு கேட்டாள்.

“அய்யா! காப்பி போட்டுத் தரட்டுங்களா?”

“அதெல்லாம் வேண்டாம். நான் உடனடியாக் கிளம்பணும். மறந்து வெச்சுட்டுப் போன ஒரு ஃபைலை எடுத்துட்டு போறதுக்காக வந்தேன்.”

சபரி ஹாலைக் கடந்து பக்கவாட்டின் அறைக்குள் நுழைந்து சுவரோரமாய் நின்றிருந்த கோத்ரெஜ் பீரோவுக்கு சாவியைக் கொடுத்து அதன் கதவுகளை விரித்தான்.

நாப்தலின் வாசனை காற்றில் கலந்தது. பீரோவின் மேல் தட்டில் வைத்திருந்த ஃபைல்களில் ஒன்றை உருவி எடுத்துக்கொண்டு வந்து சோஃபாவுக்கு சாய்ந்தான் சபரி.

மம்தா தண்ணீர் நிரம்பிய கண்ணாடி டம்ளரை டீபாயின் மேல் வைத்துவிட்டுப் போனாள்.

சபரி ஃபைலின் பக்கங்களை இரண்டு தடவை புரட்டிப் பார்த்துவிட்டு பக்கத்தில் இருந்த டெலிபோனைத் தொட்டு ரிஸீவரை எடுத்துக்கொண்டு டயலில் எண்களைத் தட்டினான். மறுமுனையில் ரிங் போய் ரிஸீவர் எடுக்கப்பட்டதும் மெல்லிய குரலில் கேட்டான்.

"ரேபிட் ஆக்ஷன் ஃபோர்ஸ்..?"

"எஸ்..." எதிர்முனை கரகரத்தது.

"இன்ஸ்பெக்டர் ஆகாஷ் ப்ளீஸ்..."

"நீங்கள்..?"

"என்.எஸ்.ஜி இன்ஸ்பெக்டர் சபரி..."

"ஒரு நிமிடம் ஸார். அவர் வேறு ஒரு டெலிபோனில் பேசிக் கொண்டிருக்கிறார்..."

சபரி அந்த விநாடிகளை வீணாக்காமல் டீபாயின் மேல் இருந்த தண்ணீர் டம்ளரை எடுத்து உதட்டுக்குக் கொடுத்து தொண்டைக்கு வார்த்தான். டம்ளரை கீழே வைத்தபோது ரிஸீவரில் ஆகாஷ் குரல் கேட்டது.

"என்ன சபரி?"

"ஆகாஷ்...! போன வருஷம் 'கரோல்பாக்'ல நடந்த பாம் ப்ளாஸ்ட் சம்பந்தமா நீ கேட்டிருந்த தகவல் என்னோட ஃபைல்ல இல்லை..."

"ஃபைலை கம்ப்ளீட்டாப் படிச்சுப் பார்த்தியா?"

"புரட்டிப் பார்த்தேன்... அவ்வளவுதான்!"

"ஒரு பதினைஞ்சு நிமிஷம் செலவு பண்ணி உன்னிப்பாய் படிச்சுப் பாரு...! அந்த பாம் பிளாஸ்ட்ல பிடிபட்ட ஏழு பேர்ல ஒருத்தன் கொடுத்த ஸ்டேட்மெண்ட்ல 'நிகிலன்'னு ஒரு பேர் வரும். அந்த நிகிலன்தான் போன்ல பேசின நிக்கியா இருக்கும். விக்னேஷை சில பேர் விக்கின்னு கூப்பிடறமாதிரி அந்த நிகிலனையும் நிக்கின்னு கூப்பிடலாமே..."

"அதுவும் சரிதான். ஃபைலை மறுபடியும் ஸ்கேன் பண்ணிப் பார்த்துடறேன்."

"பார்த்து சபரி, இன்னும் ரெண்டரை மணி நேரம்தான் இருக்கு. ஒரு மணியிலிருந்து ரெண்டு மணிக்குள்ள இந்த டெல்லியில் எந்த இடத்துல பாம் ப்ளாஸ்ட் நடக்கும்னு லொகேட் பண்ணிட்டாக்கூட எல்லாரையும் வெகேட் பண்ணி

உயிர்களைக் காப்பாத்திடலாம். அந்தக் கைங்கர்யத்தைச் செய்யணும்னா மொதல்ல இந்த நிக்கியை ட்ரேஸ் செய்யணும்!"

"செஞ்சுடலாம். ஃபைல்ல இருக்கிற எல்லா ஸ்டேட்மெண்ட்களையும் ஒரு வரி விடாமே படிச்சுப் பார்த்துடறேன்."

"டூ இட் ஃபாஸ்ட்..!"

சபரி ரிஸீவரை வைத்துவிட்டு இரண்டு கைகளாலும் முகத்து வியர்வையை வழித்துக்கொண்டு நிமிர்ந்தான்.

மம்தா எதிரில் நின்றிருந்தாள்.

"என்ன..?"

"அய்யா...! நீங்க வீட்ல கொஞ்ச நேரம் இருப்பீங்களா..?"

"எதுக்கு கேட்கறே..?"

"பக்கத்து மார்க்கெட்டுக்குப் போய் கொஞ்சம் காய்கறி வாங்கணும்..."

"லேட் பண்ணிடாதே... நான் அரை மணி நேரத்துல கிளம்பணும்."

"பத்துப் பதினைஞ்சு நிமிஷத்துக்குள்ளே வந்துடுவேன்யா, கொஞ்சம் தக்காளி... வெங்காயம்... கொஞ்சம் பச்சை மொளகா..."

"சரி சரி... சீக்கிரமா போய்ட்டுவா...! பட்டியல் போட்டுச் சொல்லிட்டிருக்காதே..." சபரி எரிச்சல்பட –

மம்தா சேலைத் தலைப்பை இழுத்துப் போர்த்துக்கொண்டு வெளியேறினாள்.

வெளியே வந்து வீட்டைச் சுற்றிக் கொண்டு பின்பக்கச் சாலைக்கு வர, அங்கே நிக்கி ஒரு மரத்தடியில் நின்றபடி வீட்டையே பார்த்துக் கொண்டிருந்தான். கையில் புகையும் சிகரெட்.

மம்தா பார்வைக்குக் கிடைத்தவுடன் பதட்டமாகிக் கேட்டான்.

"சபரி எதுக்காக வந்திருக்கான்..?"

"பீரோல இருக்கிற ஒரு ஃபைலை எடுக்கிறதுக்காக..."

"ஃபைலா...! என்ன ஃபைல்?"

"தெரியலை... வந்ததும் வராததுமா ஹாலுக்குப் பக்கத்துல இருக்கிற அறைக்குப் போனார். பீரோவைத் திறந்து ஒரு ஃபைலை எடுத்துக்கிட்டு சோஃபாவுக்கு வந்து சாஞ்சாரு... ஃபைலை ரெண்டு தரம் புரட்டிப் பார்த்துட்டு யாருக்கோ போன் செஞ்சாரு."

"யாருக்கு..?"

"தெரியலை..."

"நீ ஒட்டுக் கேக்கலையா?"

"வேற வினையே வேண்டாம்... சபரி நீ நினைக்கிற மாதிரி சாதாரண ஆள் கிடையாது. அவருக்கு உடம்பு பூராவும் கண். நான் அவரோட டெலிபோன் பேச்சை ஒட்டுக் கேட்கணும்னா... சமையலறையிலிருந்து ஹாலைக் கடந்துதான் அந்த ரூமுக்குப் போகணும்... நான் ஹாலைக் கடக்கும்போதே சபரி பார்வையில பட்டுடுவேன்... அவருக்கு பேசற டெலிபோன் பேச்சை ஒட்டுக் கேட்கிறதா துளி சந்தேகம் வந்தாலும் போதும்.... நாம போட்டு வெச்சிருக்கிற எல்லாக் காரியமும் கெட்டுடும்."

"சரி... சபரி டெலிபோன் பேசும்போது ஒண்ணு ரெண்டு வார்த்தைக் கூடவா உன் காதுல விழாது?"

"விழலையே...! அந்தப் பொண்ணு அமரா ஒருத்திதான் டெலிபோன் பேசும்போது பக்கத்து வீட்டுக்குக் கேட்கற மாதிரி சத்தம் போட்டுப் பேசுவா... மத்தபடி சபரியும் சரி அவனோட பொண்டாட்டியும் சரி, ரிஸீவர்க்குப் பக்கத்துல வாயை வெச்சுகிட்டு ஏதோ ரகசியம் பேசற மாதிரி கிசுகிசுன்னுதான் பேசுவாங்க..."

"சரி... சபரி இப்ப என்ன பண்ணிட்டிருக்கான்..?"

"ஃபைலைப் புரட்டிப் பார்த்துட்டு உட்கார்ந்திருக்காரு!"

"சமையலறைப் பக்கம் வந்தானா?"

"வரலை..."

"டைனமைட் ஃபிக்ஸ் பண்ணி வெச்சிருக்கிற டிபன் கேரியரை அவனோட பார்வை படாத இடத்துலதானே ஒளிச்சு வெச்சுருக்கே..?"

"ஆமா, உனக்கு அதைப் பத்தின கவலையே வேண்டாம். அவரு எப்பவுமே ஹாலோட சரி... சமையலறைப் பக்கம் வந்து எட்டிப் பார்க்கிறது கூட கிடையாது."

"அவன் வெளியே போக எவ்வளவு நேரமாகும்?"

"அரை மணி நேரத்துக்குள்ளே கிளம்பிடுவாரு. நான் கால் மணி நேரத்துக்குள்ளே காய்கறி வாங்கிட்டுப் போயாகணும்..."

"சரி... கிளம்பு! நான் சொன்னதெல்லாம் ஞாபகம் இருக்கட்டும்... டிபன் கேரியரை ஆட்டோவில் கொண்டுட்டுப் போகும்போது அதுக்கு அதிர்வு ஏற்படாதபடிக்கு ஜாக்கிரதையா மடியில வெச்சுட்டுப் போகணும்... தப்பித் தவறி கீழே போட்டுடக்கூடாது..."

"எனக்கு எல்லாம் ஞாபகம் இருக்கு...! காரியம் முடிஞ்சதும் எனக்குப் பேசின பணம் ஒழுங்கா வந்து சேர்ந்தாகணும்... அதை நீ ஞாபகம் வச்சுக்கோ!"

"அதெல்லாம் கரெக்டா வந்து சேர்ந்துடும்... நீ ஒழுங்கா வேலையை முடி. சாவு எண்ணிக்கையைப் பொறுத்து உனக்கு போனஸ் அமௌண்ட்டும் கிடைக்கும்..."

"என்னோட அதிர்ஷ்டம் எப்படியிருக்குன்னு பார்க்கலாம்..."

மம்தா ஒரு பெருமூச்சோடு சொல்லி மார்க்கெட் இருந்த பக்கமாய் நடக்க ஆரம்பித்துவிட, நிக்கி கோணிப்பையைச் சுமந்து கொண்டு எதிர்த்திசையில் நடைபோட்டான்.

சபரி ஃபைலைப் புரட்டி கம்ப்யூட்டர் தாள்களில் பதிவாகியிருந்த ஸ்டேட்மெண்ட் வாக்கியங்களை உன்னிப்பாய்ப் படித்துக் கொண்டிருந்தான்.

சென்ற வருஷம் கரோல்பாக் வெடிகுண்டுச் சம்பவத்தில் பிடிபட்ட ஏழு பேர்களில் ஒருவன் கொடுத்த ஸ்டேட்மெண்ட்டில் அந்த நிகிலன் என்ற பெயர் அடிபட்டது.

ஒரு கம்ப்யூட்டர் தாளை முழுவதுமாய் படித்துவிட்டு அடுத்த தாளைப் புரட்டுவதற்காக முயன்றபோது - ஜன்னல் காற்றுக்கு அது விசுக்கென்று எழும்பியது. சபரி அதைப் பிடிக்க முயல, அது கைக்குக் கிடைக்காமல் பறந்து ஹாலுக்குள் பிரவேசித்தது.

சபரி தன் கையில் இருந்த ஃபைலை டீபாய் மேல் வைத்துவிட்டு, அந்தத் தாளை எடுக்க பின் தொடர்ந்தான்.

ஹால் காற்று அதைச் சமையலறையை நோக்கி விரட்ட, சபரி வேகவேகமாய் போனான்.

சமையலறை கேஸ் சிலிண்டர்க்குப் பக்கத்தில்தான் பிடிபட்டது.

குனிந்து எடுத்துக்கொண்டு நிமிர்ந்தான்.

முகம் மாறியது.

இடதுகையின் ஆட்காட்டி விரல் லேசாய் மூக்கை நிரடியது.

அறைக் காற்றில் சல்பர் மணம்...

5

‘காற்றில் சல்பர் மணம்...எப்படி?’

சபரி சுற்றும் முற்றும் பார்த்து யோசித்துக் கொண்டிருக்கும் போதே வாசல் பக்கக் கதவைத் திறந்து கொண்டு வேலைக்காரி மம்தா காய்கறிப் பையோடு உள்ளே வந்தாள். சபரியை சமையலறைக்குள் பார்த்து மனதுக்குள் கலவரமானாலும் அதைக் காட்டிக் கொள்ளாமல் இயல்பாய்க் கேட்டாள்.

“அய்யா! ஏதாவது வேணுங்களா..?”

“ஒண்ணும் வேண்டாம்...” என்று சொன்னவன் மூச்சை ஆழமாய் இழுத்து வாசனை பிடித்தான்.

“என்னங்க அய்யா?”

“மம்தா... உனக்கு ஏதாவது வாசனை வருதா?”

“வாசனையா..?”

“ம்...”

“பட்டாசு வெடிச்சா ஒரு வாசனை வருமே... அந்த மாதிரியான வாசனை..?” மம்தாவின் இதயம் ஒரு சம்மட்டி அடி வாங்கியது.

சபரி மறுபடியும் கேட்டான்.

“என்ன மம்தா... உனக்கு பட்டாசு வெடிச்ச வாசனை வருதா... இல்லையா..?”

“வருதுங்கய்யா...”

“எப்படி..?”

“பக்கத்து ப்ளாட்ல இருக்கிற பகவன்சிங்கோட குழந்தைங்க கொஞ்ச நேரத்துக்கு முந்தி ராக்கெட் பட்டாசு விட்டாங்கய்யா, அதுல ஒரு பட்டாசு நம்ம சமையலறை ஜன்னலுக்குப் பக்கத்துல வந்து விழுந்தது. கொஞ்ச நேரத்துக்கு ஒரே புகையா இருந்துச்சு.”

“கேஸ் சிலிண்டர் இருக்கிற இடம், ராக்கெட் உள்ளே வந்து விழுந்திருந்தா என்னவாகியிருக்கும்? பகவன்சிங்கிட்ட போய் சொன்னியா..?”

“சொல்லலைங்கய்யா...”

“ஏன்..?”

“இங்கே வீட்ல யாரும் இல்லே...”

“வீட்டைப் பூட்டிக்கிட்டு ஒரு நடைபோய் சொல்லிட்டு வர வேண்டியதுதானே..? நீ சொல்லாமே இருந்தா அவங்க ராக்கெட்டை மறுபடியும் நம்ம வீட்டுப் பக்கமாத்தான் வெச்சு விடுவாங்க...”

“சரிங்கய்யா...! நான் சொல்லிடறேன்.”

“நீ சொன்னாக்கூட அவங்க கேட்கமாட்டாங்க. இரு நானே போய் ஒரு வார்த்தை சொல்லிட்டு வர்றேன்...!”

பதறிப் போனாள் மம்தா.

“அ... அய்யா!”

“என்ன..?”

“நானே போய் சொல்லிடறேன்ங்கய்யா...”

“வேண்டாம்... அந்த பகவன்சிங் ஒரு மாதிரியான டைப். நீ போய் சொன்னா அதைச் சட்டை பண்ணமாட்டான். நானே போய் சொன்னாத்தான் காது கொடுத்து கேட்பான்!”

சபரி நடக்க ஆரம்பித்துவிட, மம்தா வியர்த்துப் போய் கைகளைப் பிசைந்தாள்.

‘என்ன செய்யலாம்?’

‘இன்னும் சில நிமிஷங்களில் உண்மை தெரிந்துவிட்டால் சபரியின் பார்வையையும் அவன் வீசுகிற கேள்விகளையும் தாங்கிக் கொள்ள முடியாது...!’

‘பின்பக்க வழியாய் ஓடிப் போய்விடலாமா?’

மம்தா கலக்கமாய் யோசித்துக் கொண்டிருக்கும்போதே ஹாலில் இருந்த டெலிபோன் தன் வாயைத் திறந்து எலக்ட்ரானிக் முனகல் முனகியது.

போர்ட்டிகோ படிகளில் இறங்கிக் கொண்டிருந்த சபரி சட்டென்று நின்று தயங்கி பின் உள்ளே வந்தான்.

ரிஸீவரை எடுத்தான்.

“எஸ்...”

“மிஸ்டர் சபரி?”

“ஹோல்டிங்...”

“புதுடெல்லி போலீஸ் கமாண்டோ ஐ.ஜி அலுவலகத்தி லிருந்து பேசுகிறோம்.”

“சொல்லுங்கள்...”

“அந்த நிக்கியைப் பற்றி ஒரு புதுத் தகவல் கிடைத்திருக்கிறது. அதுபற்றி பேச ஐ.ஜி ஓர் உடனடிக் கூட்டத்தை கூட்டியிருக்கிறார். அந்த கூட்டத்தில் நீங்களும் பங்கு கொள்ள வேண்டும்.”

“எப்போது வரவேண்டும்?”

“உடனே... உடனே...”

சபரி ரிஸீவரை வைத்துவிட்டு பார்த்துக் கொண்டிருந்த ஃபைலை பீரோவுக்குள் திணித்துவிட்டு பகவன்சிங்கை மறந்தவனாய் குரல் கொடுத்தான்.

“மம்தா..!!”

“அய்யா...!”

“எனக்கு மத்தியானம் சாப்பாடு வேண்டாம். அம்மாவுக்கு மட்டும் கொண்டு போயிடு...”

“சரிங்கய்யா...”

மம்தா வியர்ப்பதை நிறுத்திவிட்டு சந்தோஷக் காற்றைச் சுவாசித்தாள்.

நியூ டெல்லி போலீஸ் கமாண்டோ ஐ.ஜி அலுவலகம். கொஞ்சம் பழைய கட்டடம்.

கட்டடத்தின் உள்ளே கதவுகள் மூடப்பட்ட ஏர்-கண்டிஷண்ட் கான்ஃபரன்ஸ் ஹாலில் என்.எஸ்.ஜி மற்றும் கமாண்டோ போலீஸ் அதிகாரிகளுக்கு மத்தியில் ஐ.ஜி. பேசிக் கொண்டிருந்தார்.

“இப்போது மணி சரியாய் பன்னிரண்டு. ஒரு மணியிலிருந்து இரண்டு மணிக்குள் குண்டுவெடிப்பு நடக்கப் போவதாக டெலிபோனிக் கான்வர்சேஷன் மூலம் சொல்லியுள்ள நிக்கி என்பவனைப் பற்றி இப்போது ஒரு புதிய தகவல் கிடைத்துள்ளது. சிட்டியில் உள்ள சில சமூக விரோதிகளைக் கடந்த இரண்டு மணி நேரமாய்க் கைது செய்து - அவர்களுடைய வீடுகளைச் சோதனைக்கு உட்படுத்திப் பார்த்ததில் சூரஜ் என்ற சமூக விரோதியின் வீட்டில் கிடைத்த ஒரு கடிதத்தில் நிக்கியின் பெயர் கிடைத்து இருக்கிறது. இப்போது அந்த சூரஜ் போலீஸ் கஸ்டடியில். நிக்கி என்பவன் யார், அவன் எங்கே இருக்கிறான் என்பது போன்ற தகவல்கள் இன்னும் சில நிமிஷ நேரத்தில் கிடைத்துவிடும்.”

சபரி எழுந்தான்.

“ஸார்... நமக்கு இப்போது இருக்கும் அவகாசம் மிகமிகக் குறைவு. ஒரு மணியிலிருந்து இரண்டு மணிக்குள் பாம் ப்ளாஸ்ட் எங்கே நடக்கப் போகிறது... அது எந்த மாதிரியான பாம், அதனுடைய வீரியம் என்ன என்பதும் நமக்குத் தெரியாது. இந்த பரந்த டெல்லியில் ஒரு முனையிலிருந்து

இன்னொரு முனை போய்ச் சேரவே ஒரு மணி நேரம் பிடிக்கும். இந்த நிலையில் அந்த நிக்கி யார் என்பதை அடுத்த அரை மணி நேரத்திற்குள் கண்டுபிடித்து மடக்க வேண்டும்.”

ஐ.ஜி புன்னகைத்தார்.

“கவலைப்படாதீர்கள் மிஸ்டர் சபரி! அந்த சமூக விரோதி சூரஜிடமிருந்து உண்மையை வாங்குவதற்காக ரெட் ட்ரீட்மெண்ட் இன்ஸ்பெக்டர்கள் ஆறு பேர் அமர்த்தப்பட்டு அவனிடமிருந்து உண்மையைத் தோண்டி எடுக்கும் முயற்சியில் ஈடுபட்டிருக்கிறார்கள். அந்த ஆறுபேரும் கல்லிலிருந்து நாரை உரிக்கக்கூடிய சாமர்த்தியசாலிகள். எப்படியும் பன்னிரண்டரை மணிக்குள்ளாக நமக்கு தகவல் கிடைத்துவிடும். அதற்கு முன்னதாக நாம் சில விஷயங்களைப் பேசியாக வேண்டும்.”

சில விநாடிகளுக்கு ஹாலில் அமைதி நிலவ - ஐ.ஜி அதைக் காயப்படுத்திக் கொண்டு தொடர்ந்தார்.

“மும்பை, பஞ்சாப், தமிழ்நாடு பகுதிகளில் மெல்ல மெல்ல இடம்பிடித்துக் கொண்ட வெடிகுண்டு கலாச்சாரம் இப்போது நாட்டின் தலைநகருக்குள் எட்டிப் பார்த்திருக்கிறது. போன வாரம் தாதாபாய் நெளரோஜி ரோட்டின் சாக்கடைப் பகுதிக்குள் வைக்கப்பட்டிருந்த பாம் அதிக சக்தி வாய்ந்தது என்கிற ரிப்போர்ட் இப்போது துல்லியமாய்க் கிடைத்திருக்கிறது. மொத்தம் நான்கு குண்டுகள். ஒவ்வொரு குண்டின் எடை எட்டு கிலோ. சல்பர், அம்மோனியா டெட்டனேட்டர் பேட்டரி மூலம் தயாரிக்கப்பட்ட அந்த நான்கு குண்டுகள் வெடித்துச் சிதறியிருந்தால் பல நூறு உயிர்கள் வரை பலியாகியிருக்கும். ஒரு கிலோ மீட்டர் பரப்புக்குள் இருந்த எல்லா வீடுகளும் தரை மட்டமாகியிருக்கும். ஒவ்வொரு வெடிகுண்டுக்கு உள்ளேயும் ஆயிரக்கணக்கில் சிறுசிறு விஷ ஆணிகள். ஒரு ஆணி உடம்புக்குள் பாய்ந்தாலும் ஆள் பிழைப்பது கஷ்டம். அந்த வெடிகுண்டுகளை மட்டும் நாம் ‘இன்-ஆக்டிவ்’ செய்யாமல்

விட்டிருந்தால் போலீஸ் துறையின் ஓட்டுமொத்த மானமும் காணாமல் போயிருக்கும்."

ஐ.ஜி பேசிக் கொண்டிருக்கும்போதே - அவருக்கு முன்பாய் இருந்த இண்ட்டர்காம் கனைத்தது.

ரிஸீவரை எடுத்தார்.

ரகசியம் பேசுவது போல் "எஸ்" என்றார். மறுமுனையில் ஐ.ஜியின் உதவியாளர் குரல் கொடுத்தார்.

"ஸார்... உங்களைப் பார்த்துப் பேசுவதற்காக ரெட் செல் இன்ஸ்பெக்டர் சீஃப் வர்மா காத்துக் கொண்டிருக்கிறார். அவரை கான்ஃப்ரன்ஸ் ஹாலுக்கு அனுப்பி வைக்கட்டுமா... இல்லை நீங்கள் அவரைப் பார்க்க இங்கே வரவேற்பறைக்கு வருகிறீர்களா?"

"அவரை இங்கேயே அனுப்பி வையுங்கள்..."

"எஸ்... ஸார்!"

ஐ.ஜி ரிஸீவரை வைத்துவிட்டு இடது கை விரல்களால் மோவாயை வழுவிக்கொண்டு காத்திருக்க, ரெட் செல் சீஃப் இன்ஸ்பெக்டர் வர்மா முடி கொட்டிவிட்ட மண்டையில் மின்னும் வியர்வையோடு உள்ளே வந்தார். அட்டென்ஷனில் நின்று சல்யூட் கொடுத்தார்.

ஐ.ஜி அந்த சல்யூட் மரியாதையைப் பொருட்படுத்தாமல் கேட்டார்.

"அந்த சூரஜ்ஜிடமிருந்து உண்மைகள் ஏதாவது கிடைத்ததா?"

"ஸ... ஸாரி... ஸார்!"

"ஸாரி..? எதற்காக..?"

"நாங்கள் சற்று முரட்டு அழுத்தம் கொடுத்து உண்மைகளை வெளியே கொண்டுவர முயற்சி செய்தபோது..."

"முயற்சி செய்தபோது..?"

"அடி தாங்காமல் இறந்துவிட்டான்...!"

நேரம் 12:15.

வெடிகுண்டைக் கர்ப்பம் தாங்கியிருந்த அந்த டிபன் கேரியரை எடுத்துக்கொண்டு - வீட்டைப் பூட்டிவிட்டு வாசற்படி இறங்கினாள் வேலைக்காரி மம்தா.

காலனியைக் கடந்து தெருமுனை ஆட்டோ ஸ்டாண்ட் வந்து ஒரு ஆட்டோவை அமர்த்தி ஏறிக் கொண்டாள்.

சர்தார்ஜி டிரைவர் ஹிந்தியில் கேட்டான்.

"எங்கே போகணும்?"

"அரவிந்தா நர்ஸரி ஸ்கூல்..."

கிக்கர் விடுபட்டு ஆட்டோ கிளம்பியது.

6

ஆட்டோ டெல்லியின் தெருக்களில் ஓடிக் கொண்டிருக்க, டிபன் கேரியரை மடியில் வைத்தபடி உட்கார்ந்திருந்த மம்தா வியர்வைக் குளியலில் இருந்தாள்.

"வண்டி இவ்வளவு வேகம் வேண்டாம்!" சர்தார்ஜி டிரைவர் நிமிர்ந்தான்.

"பயமாயிருக்குதா..?"

"பின்னே...! கொஞ்சம் மெதுவா போனாத்தான் என்ன..?"

"இது ஆட்டோ கிடையாது, ஜெட். பயப்படாமே உட்காரு... அரவிந்தா நர்சரி ஸ்கூலுக்கு பதினைஞ்சே நிமிஷத்துல போயிரும். இன்னொரு பார்ட்டியைக் கூட்டிட்டு வர ரயில்வே ஸ்டேஷனுக்கு வேற போகணும். அதான் இத்தினி வேகம்..."

ஆட்டோ ஒரு ஸ்பீட் பிரேக்கில் ஏறி இறங்க, கைகளிலிருந்து நழுவ முயன்ற டிபன் கேரியரைக் கெட்டியாகப் பற்றிக் கொண்டாள் மம்தா.

"வழக்கமா கேரியர் சாப்பாட்டை எடுத்துகிட்டு பஸ்ஸுலதானே போவே..? இன்னிக்கு என்ன ஆட்டோ..?"

"அது... வந்து... இன்னிக்கு சமையல் கொஞ்சம் லேட்... பஸ்ஸுக்கு வெயிட் பண்ணினா நேரத்துக்குப் போய்ச் சேர முடியாது."

மம்தா சொல்லிக் கொண்டிருக்கும்போதே –

ஆட்டோவின் வேகம் ஜிவ்வென்று குறைந்தது.

அது பாதுஷா சிக்கந்தர் ரோடு.

ஆட்டோவின் வேகம் படிப்படியாய்க் குறைந்து இன்னொரு ஆட்டோவுக்குப் பின்னால் போய் நின்றது.

“என்ன டிரைவர்..?”

“வேற என்ன... டிராபிக்ஜாம் தான். இந்த பாதுஷா சிக்கந்தர் ரோட்டுக்கு வந்தாலே தலைவலிதான்...”

மம்தா ஆட்டோவினின்றும் எட்டிப் பார்த்தாள். வரிசையாய் வாகனங்கள் நிறுத்தப்பட்டிருக்க- சாலையின் வளைவில் மண்டையில் சிவப்பு விளக்கு சுழல சில போலீஸ் வாகனங்கள் தெரிய- அடிவயிற்றில் அமிலம் சுரந்தது.

‘எதற்காக போலீஸ்? ஏதாவது ஆக்ஸிடெண்ட்டா..?’

டிரைவர் கீழே இறங்கி முன்னால் நின்று கொண்டிருந்த டிரைவரை விசாரித்துக் கொண்டிருந்தார்.

“என்ன.... ஏதாவது ஊர்வலம் போவுதா..?”

“அதில்லை...”

“பின்னே..?”

“வண்டியில வெடிகுண்டு இருக்கான்னு செக் பண்றாங்க...”

கேட்டுக் கொண்டிருந்த மம்தாவுக்கு இதயம் ஒரு களிமண் உருண்டையைப் போல் அடைத்துக் கொண்டது.

‘என்ன செய்யலாம்?’

‘இறங்கிப் போய்விடலாமா?’

‘இறங்கிப் போனால் சந்தேகம் வந்துவிடும்...’

‘என்ன செய்யலாம்?’

மம்தாவின் மூளை பரபரவென்று யோசித்தது. உடம்பு புதிதாய் வியர்த்தது. காகிதமாய் உலர்ந்துவிட்ட நாக்கை ஈரப்படுத்திக் கொண்டு டிரைவரிடம் கேட்டாள்.

“நேரமாகுமா டிரைவர்..?”

“பாம் செக்கிங் நடந்துட்டிருக்கு. ஒவ்வொரு வண்டியா பார்த்து முடிக்க எப்படியும் அரைமணி நேரமாயிடும். உன்னை ஸ்கூல்ல ட்ராப் பண்ணிட்டு நான் வேற ரயில்வே ஸ்டேஷனுக்குப் போகணும். இப்படி வந்து மாட்டிக்குவோம்னு தெரியலையே...” சத்தமாய் புலம்பினான்.

முன்னே இருந்த ஆட்டோ டிரைவர், சர்தார்ஜியைத் திரும்பிப் பார்த்தான்.

“உன் வண்டியில இருக்கிறவங்க எங்கே போகணும்?”

“அரவிந்தா நர்ஸரி ஸ்கூலுக்கு...”

“மொகல் காலனிக்குப் பக்கத்துல இருக்கிற ஆர்மி ஆபீஸர்ஸ் குழந்தைங்க படிக்கிற ஸ்கூல்தானே?”

“ஆமா...”

ரோட்டுக்கு பக்கத்தில் இருந்த ஒரு சிறிய சந்தைக் காட்டினான் அந்த டிரைவர். “இந்த சந்துக்குள்ள ஆட்டோவை கட் பண்ணிப் போயிடு. சந்துக்கு மறுமுனையில ஆசாத் ரோடு வரும். ஆசாத் ரோட்ல பத்து நிமிஷம் ஆட்டோவை விரட்டினா போதும், மொகல் காலனி வந்துடும். பாசஞ்சரை இறக்கிட்டு நீ பாட்டுக்கு ரயில்வே ஸ்டேஷனுக்குப் போயிடலாம்...”

சர்தார்ஜி வழி கிடைத்த சந்தோஷத்தில் சிரித்தான்.

ஆட்டோ அந்தக் குறுகிய சந்துக்குள் ஒரு நிமிஷ ஓட்டத்தை முடித்துக்கொண்டு ஆசாத் மெயின் ரோட்டைத் தொட்டுவிட்டு மொகல் காலனியை நோக்கி வேகம் எடுத்தது.

ஐ.ஜியின் சதைப்பிடிப்பான பரந்த முகத்தில் அதிர்ச்சி சொருகிக் கொண்டு நின்றது.

ரெட் செல் சீஃப் இன்ஸ்பெக்டர் வர்மாவை ரிம்லஸ் கண்ணாடி வழியே கோபமாய்ப் பார்த்தார்.

"அந்த சூரஜ் எவ்வளவு முக்கியமான பிடி. அவனிடமிருந்து விஷயத்தை வாங்கச் சொன்னால் அவனுடைய உயிரை வாங்கிவிட்டு வந்து பொறுப்பில்லாமல் பதில் சொல்லிக் கொண்டிருக்கிறீர்களே?"

"ஸாரி ஸார்... அடிக்கும்போது எதிர்பாராத விதமாய்..."

"நோ...! ஐ டோண்ட் வாண்ட் எனி சில்லி எக்ஸ்ப்ளனேஷன் ஃப்ரம் யூ!"

"ஸார்... ப்ளீஸ் ஹியர் மீ! அந்த சூரஜ்ஜை அடித்து உதைத்து விசாரித்துக் கொண்டிருந்தபோது ஒரு விஷயம் கிடைத்தது."

"என்ன..?"

"போன வாரம் தாதாபாய் நௌரோஜி ரோட்டில் ஒரு சாக்கடைப் பகுதிக்குள் வைக்கப்பட்டிருந்த சக்திவாய்ந்த வெடிகுண்டுகளை இன்-ஆக்டிவ் செய்தோம் அல்லவா? அந்தச் செயல் தீவிரவாதக் கும்பலுக்குப் பெரிய கோபத்தை உண்டாக்கியுள்ளதாம்..."

"இதைச் சொன்னது யார்... சூரஜ்ஜா?"

"ஆமாம்."

"வேறு என்ன சொன்னான்..."

"பாம் இன்-ஆக்டிவ் பணியில் ஈடுபட்ட இரண்டு இன்ஸ்பெக்டர்களின் குடும்பத்தை வெடிகுண்டு மூலமாகவே அழிக்கப் போவதாக தீவிரவாதிகள் சபதம் போட்டு இருக்கிறார்களாம்..."

ஐ.ஜியின் முகத்தில் இப்போது ஒரு அதிர்ச்சிக் கோடு க்ராப் லைன் போல் மேலே ஏறியது. பார்வை தனக்கு முன்புறமாய் உட்கார்ந்திருந்த அதிகாரிகளின் பக்கமாய் திரும்பியது. மெல்லிய குரலில் கேட்டார். "பாம் இன்-ஆக்டிவ் பணியில் ஈடுபட்ட அந்த இரண்டு இன்ஸ்பெக்டர்கள் யார்..?"

சபரியும், என்.எஸ்.ஜியின் இன்னொரு இன்ஸ்பெக்டரான ஜெயந்தும் எழுந்து நின்றார்கள்.

“போத் ஆஃப் யூ டேக் கேர்! வேர் ஆர் யூ புட் அப்..?”

சபரி சொன்னான்.

“நான் டிஃபன்ஸ் காலனி ஸார்...”

ஐ.ஜியின் பார்வை ஜெயந்தின் மேல் நிலைக்க அவன் சொன்னான். “நான் சித்வாய் நகர் ஸார்...”

“பி அலர்ட்..! ஜாக்கிரதை..! வீட்டுக்கு வெடிகுண்டு வைக்கப்படலாம். அந்நிய ஆட்கள் யாரையும் வீட்டுக்குள்ளே யாரையும் உள்ளே விட வேண்டாம்!”

ஐ.ஜி சொல்லச் சொல்ல சபரிக்கு தன் வீட்டு சமையலறையில் அடித்த சல்பர் வாசனை நினைவுக்கு உறுத்தலாய் தட்டுப்பட்டது.

“ஸார்...” என்றான் பதட்டமாய்.

“என்ன..?”

“ஒரு மணி நேரத்திற்கு முன்பு நான் என் வீட்டுக்கு ஒரு ஃபைலை எடுப்பதற்காகச் சென்றபோது வீட்டில் வேலைக்காரி மட்டும் இருந்தாள். சமையலறை பக்கம் சென்றபோது காற்றில் சல்பர் வாசனை...”

ஐ.ஜி நிமிர்ந்து உட்கார்ந்தார்.

சபரி தொடர்ந்தான். “நான் வேலைக்காரியிடம் இது என்ன வாசனை என்று கேட்டேன். அதற்கு அவள் பக்கத்து வீட்டில் ராக்கெட் பட்டாசு வெடித்ததாகவும் ஒரு பட்டாசு என் வீட்டு சமையலறை ஜன்னலில் வந்து விழுந்ததாகவும் சொன்னாள்...”

“வேலைக்காரி நம்பிக்கையானவள்தானா?”

“நம்பிக்கையானவள்தான். நானும் என்னுடைய மனைவியும் வேலைக்கு சென்றுவிடுவதால் வீட்டுப் பொறுப்புகள் அத்தனையும் அவளே கவனித்துக் கொள்வாள். என் தங்கை அமரா கல்லூரியில் படிக்கிறாள். அவளும்

காலையில் கல்லூரிக்கு கிளம்பினால் மாலையில்தான் வருவாள்."

"மிஸ்டர் சபரி! நீங்கள் முதலில் உங்கள் வீட்டுக்குப் போய் அந்த சல்பர் வாசனை - பட்டாசு வெடித்ததினால் வந்ததுதானா என்பதை உறுதி செய்து கொள்ளுங்கள். வீட்டையும் பாம் டிடெக்டர் வைத்து வீட்டின் ஒவ்வொரு மில்லி மீட்டரையும் துல்லியமாய் துழாவிப் பார்த்து விடுங்கள்."

"எஸ்... ஸார்!"

"ஜெயந்த்...! நீங்களும் உங்கள் வீட்டுக்கு சென்று வீட்டில் டைனமைட் இருக்கிறதா இல்லையா என்று பார்த்து விடுங்கள்."

"எஸ்... ஸார்!"

"எதையும் நாம் அலட்சியம் செய்வதற்கு இல்லை. போர்க்கால அடிப்படையில் துரிதமாய்ச் செயல்பட வேண்டும். நீங்கள் இருவரும் புறப்பட்டு செல்லுங்கள். மற்ற ஏற்பாடுகளைப் பற்றி நாங்கள் பேசிக் கொள்கிறோம்."

மொகல் காலனியின் மையத்தில் இருந்த அரவிந்தா நர்ஸரி பள்ளிக்கு முன்பாய் ஆட்டோ தன் சகல இயக்கங்களையும் நிறுத்திக் கொண்டு மௌனமாக, மீட்டர் பார்த்து பணத்தைக் கொடுத்துவிட்டு இறங்கினாள் மம்தா.

நேரம் 12.35.

மம்தா டிபன் கேரியரோடு வராந்தாவில் தயக்க நடைபோட சௌந்தரி எதிர்ப்பட்டாள். புன்னகைத்தாள்.

"வந்துட்டியா...! எங்கே இன்னும் காணோமேன்னு நினைச்சுட்டிருந்தேன். டிபனை டீச்சர்ஸ் ரூம்ல வெச்சுட்டு நீ கிளம்பு..."

"சரிங்கம்மா..."

மம்தா உள்ளே போனாள்.

7

மம்தாவின் இதயம் ஒற்றையடி ட்ரம்மாய் மாறியிருக்க நெற்றியும் பின்கழுத்தும் வியர்வையில் சொதசொதத்துப் போயிருந்தன. அவளுக்கு பழக்கமான ஒரு டீச்சரம்மாள் கேட்டாள்.

"இன்னிக்கு என்ன சமையல்? வழக்கமா நீ சாப்பாடு எடுத்துட்டு வந்தாலே சாம்பார், ரசம் வாசனை தூக்கும். இன்னிக்கு வாசனையே இல்லையே..."

மம்தா தன் முகத்தில் எந்தவிதமான உணர்ச்சியையும் காட்டிக்கொள்ளாமல் டிஃபன் கேரியரை அறையின் மூலையில் கொண்டுபோய் வைத்துவிட்டு அந்த டீச்சரம்மாளிடம் திரும்பினாள்.

"இன்னிக்கு சாம்பார் ரசம் எதுவும் பண்ணலை... லெமன் சாதமும் தயிர் சாதமும் மட்டும்தான்." மம்தா இயந்திரத்தனமாய் சொல்லிவிட்டு வெளியே வர, சௌந்தரி மறுபடியும் வராந்தாவில் கிடைத்தாள். கேட்டாள்.

"என்ன... கேரியரை வெச்சுட்டியா?"

"வெச்சுட்டேம்மா..."

"அய்யாவுக்குச் சாப்பாடு கொண்டு போனியா?"

"இல்லீங்கம்மா! அய்யா சாப்பாடு வேண்டாம்ன்னு சொல்லிட்டுப் போயிட்டார்..."

"வேண்டாம்ன்னுட்டுப் போய்ட்டாரா?"

"ஆமாம்மா... ஒரு பத்தரை, பதினொரு மணி சுமாருக்கு ஏதோ ஃபைல் எடுக்கிறதுக்காக அய்யா வீட்டுக்கு

வந்திருந்தார். கொஞ்ச நேரம் இருந்து ஃபைலை எடுத்துட்டுப் போகும்போது சாப்பாடு கொண்டு வரவேண்டாம்ன்னு சொல்லிட்டுப் போயிட்டார்."

"சரி... நீ சீக்கிரமா கிளம்பு!" மம்தாவை அனுப்பிவிட்டு டீச்சர்ஸ் ரூமை நோக்கி வேகமாய் நடைபோட்ட சௌந்தரியை ஸ்கூல் ஆயா மறித்தாள்.

"அம்மா...! உங்களுக்கு போன்... ஹெச்.எம் கூப்பிட்டு வரச் சொன்னாங்க."

போனாள்.

ஹெச்.எம் சோனா வர்மா மௌனமாய் ரிஸீவரைக் காட்டிவிட்டு தான் பார்த்துக் கொண்டிருந்த ஃபைலைத் தொடர்ந்தாள்.

சௌந்தரி ரிஸீவரை எடுத்து காதுக்குக் கொடுத்து "எஸ்" என்றாள்.

"அண்ணி! நான் அமரா..."

"எங்கிருந்து பேசறே..?"

"காலேஜ் வாசலிலிருந்து..."

"என்ன விஷயம்?"

"அண்ணி... லஞ்ச் ஹவர்ல உங்ககிட்ட கொஞ்சம் பேசணும்... ஸ்கூலுக்கு வரலாமா..?"

"என்ன அமரா! திடீர்ன்னு..?"

"அவர் உன்கிட்ட பேசணுமாம்..."

"யாரு?"

"ரஞ்சித்..."

"எது பேசறதானாலும் வீட்ல பேசிக்கலாமே... சாயந்தரமா வீட்டுக்கு கூட்டிட்டு வா..."

"இல்லேண்ணி! அண்ணன்கிட்ட நீங்க பேசறதுக்கு முந்தி உங்ககிட்ட பேசணும்ன்னு அவர் ஆசைப்படறார். பத்தே பத்து நிமிஷம் போதும்!"

"…………"

"என்னண்ணி! பேச்சையே காணோம்..?"

"சரி... கூட்டிட்டு வா!"

"தேங்க்ஸ் அண்ணி, இப்போ வந்துடறோம்!"

சபரி தன் பைக்கை அசுர வேகத்தில் விரட்டிக் கொண்டு அந்த மத்தியான நேரத்தில் டிஃபன்ஸ் காலனியில் இருந்த தன்னுடைய வீடு வந்து சேர்ந்தபோது கதவில் பூட்டு தொங்கியது.

'வேலைக்காரி மம்தா வெளியே போயிருக்கிறாள். சௌந்தரிக்குச் சாப்பாடு கொண்டு போயிருக்கலாம்.'

சபரி பைக்கை ஸ்டாண்டில் நிறுத்திவிட்டு பக்கத்து ஃப்ளாட்டை நோக்கிப் போனான்.

ஆர்மியில் லெப்ட்டினென்ட்டாக பணிபுரியும் பகவன்சிங் ஃப்ளாட் அது. கடுகு எண்ணெயில் ஏதோ ஒரு காய்கறி வறுபட்டுக் கொண்டிருக்க காற்றில் கார மணம்.

வாசற்படி ஏறி காலிங் பெல்லைத் தட்டினான். தலையில் டர்பன் இல்லாத பகவன்சிங் வந்து கதவைத் திறந்து சபரியைப் பார்த்ததும் முகம் மலர்ந்தார்.

"ஓ...! மிஸ்டர் சபரி...! ப்ளீஸ் கம்."

"ஸாரி ஃபார் த டிஸ்டர்பன்ஸ்..."

"நத்திங்! என்ன விஷயம் சொல்லுங்கள்..?"

"ஒரு சிறிய சந்தேகம்."

"ப்ளீஸ்..."

"ஒரு மணி நேரத்திற்கு முன்பு உங்களுடைய குழந்தைகள் ராக்கெட் பட்டாசு விட்டார்களா?"

பகவன்சிங்கின் அகலமான நெற்றியில் சின்னதாய் ஒரு குழப்ப முடிச்சு.

"ராக்கெட்டா..?"

"ம்..."

"இல்லையே..."

"என் வீட்டு வேலைக்காரிதான் உங்கள் குழந்தைகள் ராக்கெட் பட்டாசு விட்டதாகவும் அதில் ஒரு பட்டாசு எங்கள் வீட்டு சமையலறை ஜன்னல் வழியாக வந்து கேஸ் சிலிண்டர்க்குப் பக்கத்தில் விழுந்ததாகவும் சொன்னாள்."

"அப்படியா சொன்னாள்..?"

"ஆமாம்..."

"இருக்கவே இருக்காது மிஸ்டர் சபரி. என் மூன்று குழந்தைகளும் இப்போது ஆக்ராவில் உள்ள என் சகோதரி வீட்டில் இருக்கிறார்கள். அவர்கள் அங்கே போய் ஒருவார காலமாகிறது. வேறு ஏதாவது ஃப்ளாட்டிலிருந்து பட்டாசு விட்டிருப்பார்கள்."

"வேலைக்காரி உங்கள் பெயரைத்தானே சொன்னாள்... ஏன் என்று தெரியவில்லை."

"அவளைக் கூப்பிடுங்கள், நான் கேட்கிறேன்..."

"அவள் இப்போது வீட்டில் இல்லை. வெளியே போயிருக்கிறாள். வந்ததும் இங்கே அழைத்து வருகிறேன்."

சபரி, பகவன்சிங்கிடம் விடைபெற்றுக் கொண்டு தன்னுடைய ஃப்ளாட்டுக்கு வந்து தன்னிடமிருந்து மாற்றுச் சாவியை உபயோகப்படுத்தி பூட்டுக்கு விடுதலை கொடுத்து உள்ளே நுழைந்தான். நேரே சமையலறைக்குப் போய் மையத்தில் நின்று பலம் கொண்ட மட்டும் மூச்சை இழுத்துப் பார்த்தான்.

சபரி இந்தச் சோதனையில் ஈடுபட்டுக் கொண்டிருக்கும் போதே...

வாசலில் ஜீப்பின் இரைச்சல். எட்டிப் பார்த்தான்.

பாம் ஸ்க்வாட்... கைகளில் டிடெக்டர்ஸ் சகிதம் மொத்தம் ஐந்து பேர். உள்ளே வந்தார்கள். முன்னால் வந்த பாம்

ஸ்க்வாட் சீஃப், சபரிக்கு ஒரு சல்யூட்டைக் கொடுத்துவிட்டு சொன்னார்.

“ஸார்... எங்களுக்கு இப்போதுதான் ஐ.ஜியிடமிருந்து தகவல் கிடைத்தது. உங்கள் வீட்டிலும் மிஸ்டர் ஜெயந்த் வீட்டிலும் டைனமைட்ஸ் வைக்கப்பட்டிருக்கலாம் என்கிற சந்தேகத்தைச் சொன்னார். சோதனை பண்ணிப் பார்த்துவிடலாமா?”

“ப்ரொஸீட்...”

பாம் ஸ்க்வாட் எல்லாத் திசைகளிலும் பிரிந்து அறைகளுக்குப் போனார்கள். அவர்களின் கைகளில் இருந்த டிடெக்டர்கள் வீட்டின் ஒவ்வொரு மூலை முடுக்கையும் முகர்ந்து பார்க்க ஆரம்பித்தன.

சபரி டெலிபோனை நோக்கிப் போய் ரிஸீவரை எடுத்துக் கொண்டு அரவிந்தா நர்ஸரி பள்ளிக்கு டயல் செய்தான். மறுமுனையில் ரிஸீவர் எடுக்கப்பட்டு ஹெச்.எம் சோனாவர்மாவின் குரல் கேட்க, “சௌந்தரி ப்ளீஸ்!” என்றான்.

பல விநாடி நிசப்தத்திற்குப் பிறகு ரிஸீவரில் சௌந்தரியின் குரல் கேட்டது.

“யாரு..?”

“நான்தான்...”

“என்னங்க..?”

“வேலைக்காரி மம்தா அங்கே இருக்காளா?”

“வந்து டிபன் பாக்ஸை கொடுத்துட்டுப் போயிட்டாளே...”

“எப்போ வந்தா?”

“பத்து நிமிஷத்துக்கு முந்தி... இந்நேரம் அவ நம்ம வீட்டுக்கு வந்துட்டிருப்பா, ஏன் என்ன விஷயம்?”

“மம்தா என்கிட்ட ஒரு பொய் சொல்லியிருக்கா...”

“பொய்யா?”

“ம்... சமையலறைக்குள்ளே சல்பர் வாசனை அடிச்சுது. எப்படி சல்பர் வாசனைன்னு கேட்டேன். பக்கத்து ஃப்ளாட் பகவன்சிங்கோட குழந்தைங்க ராக்கெட் விட்டாங்க, அதுல ஒரு ராக்கெட் நம்ம வீட்டு சமையலறை ஜன்னல் வழியா உள்ளே வந்து விழுந்ததுன்னு சொன்னா, பகவன்சிங்கிட்டே இப்போ விசாரிச்சுப் பார்த்தப்ப அவ சொன்னது பொய்ன்னு தெரிஞ்சது...”

“மம்தா அப்படியெல்லாம் பொய் சொல்றவ இல்லையே?”

“இல்லை செளந்தரி... அவகிட்ட என்னமோ ஒரு தப்பு இருக்கு. ஒரு மணி நேரத்துக்கு முந்தி ஃபைல் ஒண்ணை எடுக்கறதுக்காக வீட்டுக்கு வந்தேன். ரொம்ப நேரம் காலிங்பெல் கொடுத்த பின்னாடிதான் வந்து கதவைத் தொறந்தா. பேச்சும் அவ்வளவு இயல்பா இல்லை...”

“சரி... சல்பர் வாசனை வந்ததா சொன்னீங்களே... அதனால என்ன?”

“அதனால என்னவா? வெடிகுண்டு தயாரிக்கத் தேவையான மூலப்பொருளே சல்பர்தானே...”

செளந்தரி மறுமுனையில் குரல் உடைந்தாள்.

“என்னங்க... என்னென்னமோ சொல்லி பயமுறுத்தறீங்க, மம்தா நம்ம வீட்ல வெடிகுண்டு வெச்சிருப்பானு சொல்ல வர்றீங்களா? அதுக்கு வாய்ப்பே இல்லீங்க!”

“செளந்தரி...! இன்னிக்கு மத்தியானம் ஒரு மணியிலிருந்து ரெண்டு மணிக்குள்ளே இந்த டெல்லிக்குள்ளே பாம் ப்ளாஸ்ட் நடக்கப் போறதா ஒரு தகவல் இருக்கு...”

“அது யாராவது கிளப்பிவிட்ட வதந்தியா இருக்கலாம். இதுமாதிரி எத்தனை தடவை ஆகியிருக்கு. உங்க போலீஸ் டிபார்ட்மெண்ட் நடவடிக்கைகளைப் பத்தி இந்த மத்தியான நேரத்துல சொல்லி போரடிக்காதீங்க. எனக்கு இப்போ

சரியான பசி. போய் சாப்பிடணும். சாப்பாடு எனக்காக வெயிட்டிங். அதனால இப்ப போனை வெக்கறேன்.”

சௌந்தரி மறுமுனையில் ரிஸீவரை வைத்துவிட்டாள்.

8

சபரி டெலிபோன் ரிஸீவரை அதற்குரிய இடத்தில் உட்கார்த்தி வைத்துவிட்டு மம்தாவைப் பற்றிய குழப்ப எண்ணங்களோடு பாலிவினைல் நாற்காலியில் சரிந்து உட்கார, பாம் ஸ்க்வாட் சீஃப் முகம் பூராவும் பதட்டத்தை நிரப்பிக் கொண்டு வேகவேகமாய் சபரியை நெருங்கினார்.

"ஸார்..."

"எஸ்...!"

"ஸீ... திஸ் பார்ட்டிகல்ஸ்..!" தன் அகலமான இடது உள்ளங்கையைப் பிரித்து உள்ளே இருந்த சின்னச் சின்ன காப்பர் கம்பித் துணுக்குகளைக் காட்டினார்.

"ஸார்.... இந்த காப்பர் கம்பித் துணுக்குகள் சமையலறையில் இருந்த ப்ளாஸ்டிக் பக்கெட்டுக்குள் இருந்தது. நீங்கள் ஏதாவது செப்புக் கம்பிகளை வைத்துக்கொண்டு எலக்ட்ரிக் சம்பந்தப்பட்ட வேலை ஏதாவது செய்தீர்களா?"

"இல்லையே..."

"ஆர்... யூ... ஷ்யூர் ஸார்?"

"ஹண்ட்ரட் பர்ஸண்ட். இன்றைக்குக் காலையில் எல்லோருமே சீக்கிரமாக குளித்து சாப்பிட்டுவிட்டு வெளியே கிளம்பிவிட்டோம்... வீட்டில் வேலைக்காரி மம்தா மட்டும்தான் இருந்தாள். அவளும் சமையல் வேலையை முடித்துக்கொண்டு என் மனைவிக்கு மதிய சாப்பாட்டைக் கொண்டு போயிருக்கிறாள்."

"ஸார்! ஃபார் யுவர் இன்ஃபர்மேஷன். உங்களுக்கு ஒரு விஷயம் சொல்லலாமா?"

"ப்ளீஸ்..."

"சமையலறையில் எந்த உணவு தயாரிப்பும் நடக்கவில்லை. எந்தப் பாத்திரத்திலும் உணவுப் பதார்த்தங்கள் இல்லை. கேஸ் ஸ்டவ் பற்ற வைக்கப்படவே இல்லை என்று நினைக்கிறேன். ஸ்டவ் சிறிதுகூட சூடாக இல்லை."

சபரி வெகுவாய் முகம் மாறினான்.

"ஈஸிட்..?" கேட்டுக் கொண்டே வேக வேகமாய் சமையலறையை நோக்கிப் போனான்.

க்ரானைட் கிச்சன் மேடையில் எல்லாப் பாத்திரங்களும் திறந்து வைக்கப்பட்டிருக்க... ஒன்றில்கூடப் பகல் உணவு அயிட்டம் இல்லை. அரிந்து வைக்கப்பட்டிருந்த வெங்காயம் மட்டும் ஒரு தட்டில் இருந்தது.

"ஸார்... பகல் உணவே தயாரிக்கப்படாத இந்த நிலையில் எப்படி அவள் சாப்பாட்டைக் கொண்டு போயிருக்க முடியும்..? உங்கள் வீட்டில் ஏதோ ஒரு விஷயம் நடந்திருக்கிறது ஸார்... உங்கள் மனைவிக்காகக் கொண்டு போகப்பட்ட டிபனுக்குள் டைனமைட் இருக்கலாம். உடனடியாக போன் செய்து அதைத் திறக்க வேண்டாம் என்று சொல்லுங்கள்... அப்படியே நர்ஸரி பள்ளியின் பீட்டுக்கு உட்பட்ட போலீஸ் ஸ்டேஷனுக்கும் தகவல் கொடுத்துவிடுங்கள்."

சபரி சமையலறையிலிருந்து புயலாய் வெளிப்பட்டு டெலிபோனை நோக்கிப் பாய்ந்தான்.

சௌந்தரி டீச்சர்ஸ் அறைக்குள் நுழைய... காற்றில் சாம்பாரும் ரசமும் மணத்தன. சக டீச்சர்களின் டிபன் பாக்ஸுக்கள் திறக்கப்பட்டு வம்பளப்போடு லஞ்ச் நடந்து கொண்டிருந்தது.

முழுக்க முழுக்க ஹிந்தி சம்பாஷணை.

"ஏய் செளந்தரி... இன்னும் லஞ்ச் சாப்பிடாம என்ன பண்ணிட்டிருக்கே?"

"போன் வந்தது..."

"யாரு...! ஹஸ்பெண்டா..? மத்தியான நேரத்துலகூட விடமாட்டார் போலிருக்கு..."

"பேத்தாதே...! நீ நினைக்கிற மாதிரி இல்லை..."

"சரி... சரி... உன்னோட கேரியரை ஓப்பன் பண்ணு. என்னென்ன அயிட்டம் இருக்குதுன்னு பார்த்துடலாம்."

செளந்தரி சுவர் அலமாரியில் வைக்கப்பட்டிருந்த டிபன் கேரியரை நோக்கிப் போனாள்.

கேரியரை நெருங்கி அதன் தலையைத் தொட்ட விநாடி - அறை வாசலில் அந்த குரல் கேட்டது.

"அண்ணி...!"

திரும்பினாள்.

அமரா நின்றிருந்தாள்.

மலர்ந்தாள்.

"உள்ளே வா அமரா... லஞ்ச் சாப்பிடலாம்."

"லஞ்ச்தானே..? பத்து நிமிஷம் கழிச்சு வந்து சாப்பிட்டுக்கலாம். அவர் வெளியே மரத்தடிக்கு கீழே வெயிட் பண்ணிட்டிருக்கார்."

வயிற்றுக்குள் பசி கிள்ளினாலும் செளந்தரி அதைப் பொருட்படுத்தாமல் அமராவிடம் வந்தாள்.

"வா... போலாம்."

இருவரும் வராந்தாவில் நடந்தார்கள். பள்ளியின் மைதான மூலையில் ஒரு வேப்பமரம் அடர்த்தியான நிழலைக் கொட்டியிருக்க - மரத்துக்குக் கீழே இருந்த சிமெண்ட் பெஞ்சில் ரஞ்சித் தெரிந்தான். செளந்தரியைப் பார்வையில் வாங்கியதும் மரியாதைக்காக எழுந்து ஒரு வெட்கப் புன்னகை பூத்தான்.

சபரி டெலிபோன் டயலில் எண்களைத் தட்டிவிட்டு காதுக்கு பதட்டமாய் ரிஸீவரைக் கொடுத்தான்.

மறுமுனையில் என்கேஜ்ட் டோன்.

கட் செய்துவிட்டு மறுபடியும் டயல் எண்களைத் தட்ட... அதே என்கேஜ்ட் டோன்.

சபரி எரிச்சலாகி ரிஸீவரை பலங்கொண்ட மட்டும் சத்தமாய் வைத்துவிட்டு முகத்தில் பொங்கிய வியர்வையை இரண்டு கைகளாலும் வழித்துவிட்டுக் கொண்டான்.

பாம் ஸ்க்வாட் சீஃப் கேட்டார்.

"என்ன ஸார்?"

"போன் என்கேஜ்ட்..."

"அந்த பீட் போலீஸ் ஸ்டேஷனுக்கு தகவல் கொடுத்து விடுங்கள் ஸார்."

"தகவல் கொடுத்தாலும் போலீஸ் நர்சரி பள்ளி போய்ச் சேர்வதற்குள் சௌந்தரி டிபன் பாக்ஸைத் திறந்து விடுவாளே?" சபரி சொல்லிக் கொண்டே மறுபடியும் ரிஸீவரைத் தொட்டு எடுத்துக் கொண்டு பள்ளிக்கு டயல் செய்தான்.

என்கேஜ்ட் டோன்.

பாம் ஸ்க்வாட் சீஃப் சபரியை ஏறிட்டார்.

"ஸார்... ஒரு யோசனை..!"

"என்ன?"

"அரவிந்தா நர்ஸரி பள்ளிதானே உங்கள் மனைவி வேலை பார்க்கிற இடம்..."

"ஆமாம்."

"அந்த நர்ஸரி பள்ளிக்கு பக்கத்தில் ஜி.டி.பி பேங்க் இருக்கிறது. அந்த பேங்கில் இருக்கும் டெப்டி ஜெனரல் மேனேஜர் எனக்கு மிகவும் வேண்டியவர். அவரை போனில்

பிடித்து விஷயத்தைச் சொன்னால் அவர் உடனே பக்கத்து நர்ஸரி பள்ளியில் உள்ள உங்கள் மனைவிக்கு விஷயத்தை தெரியப்படுத்தி விடுவார்."

சபரி பரபரத்தான்.

"நல்ல யோசனை. அவருடைய பெயர் என்ன?"

"ராம்குமார்..."

"டெலிபோன் நம்பர்?"

சொன்னார்.

சபரி மின்னல் வேகத்தில் டயலில் அந்த எண்களைத் தட்டினான்.

மறுமுனையில் ரிஸீவர் எடுக்கப்பட்டது. சபரி ரிஸீவரை பாம் ஸ்க்வாட் சீஃப்பிடம் கொடுத்தான்.

"நீங்களே பேசிவிடுங்கள்."

சீஃப் பேச ஆரம்பித்தார்.

"ஜி.டி.பி..?"

"எஸ்."

"டி.ஜி.எம் மிஸ்டர் ராம்குமார் ப்ளீஸ்."

"ஒன் மினிட்..."

காத்திருந்தார்.

சில விநாடிகளுக்கு பிறகு குரல் கேட்டது.

"எஸ்... ராம்குமார் ஸ்பீக்கிங்."

"மிஸ்டர் ராம்குமார், நான் தேவநாதன். பாம் ஸ்க்வாட் சீஃப்..."

"ஓ...! தேவநாதன், எப்படி இருக்கிறீர்கள்?"

"டெல்லி முழுக்க டைனமைட் ஜுரம், நான் எப்படி சௌக்கியமாய் இருக்க முடியும்? இப்போதுகூட உங்களிடம் ஒரு உதவியைக் கேட்கத்தான் இந்த போன்..."

"சொல்லுங்கள்... என்ன செய்ய வேண்டும்?"

"உங்கள் பேங்க்குக்கு பக்கத்துக் கட்டடத்தில் உள்ள அரவிந்தா நர்ஸரி பள்ளியில் பணிபுரியும் சௌந்தரி என்கிற ஒரு டீச்சருக்கு வீட்டிலிருந்து கேரியர் சாப்பாடு அனுப்பப்பட்டிருக்கிறது. பட்.... அதில் டைனமைட் வைக்கப்பட்டிருக்கலாம் என்கிற சந்தேகம் எங்களுக்கு இப்போது ஏற்பட்டுள்ளது. நீங்கள் சிரமம் பார்க்காமல் உடனடியாய் பக்கத்து நர்ஸரிப் பள்ளிக்குச் சென்று சௌந்தரியை பார்த்து இந்த விஷயத்தை சொல்ல வேண்டும். அந்த டிபன் கேரியரை ஐஸோலேட் செய்து வைத்துவிட்டு பள்ளியில் இருக்கும் எல்லோரையும் வெளியேற்றி விடவேண்டும். பள்ளியின் டெலிபோன் என்கேஜ்டாக இருப்பதால் உங்களுக்கு போன் செய்ய வேண்டியதாகிவிட்டது. கேன்... யூ... ஹெல்ப் மீ..?"

"இதோ கிளம்பிவிட்டேன்!"

மறுமுனையில் ராம்குமார் பதட்டமாய் சொல்லிவிட்டு ரிஸீவரை வைத்தார்.

அமரா அறிமுகம் செய்து வைத்தாள்.

"அண்ணி! இவர்தான் ரஞ்சித்."

ரஞ்சித் கைகளைக் குவித்தான்.

"வணக்கங்க..."

சௌந்தரி ஒரு புன்னகையால் அவனை நனைத்துவிட்டு கேட்டாள்.

"என்கூடப் பேசணும்ன்னு சொன்னீங்களாமே?"

"ஆமா மேடம்..."

"என்ன பேசணும்..?"

"எங்க காதலுக்குப் பச்சைக்கொடி காட்டின உங்களுக்கு ஒரு தேங்க்ஸ்..."

“இந்த தேங்க்ஸை டெலிபோன் பண்ணியே சொல்லி இருக்கலாமே?”

“மேடம்... உங்க ஹஸ்பெண்ட் ரொம்பவும் கோபக்காரர்னு கேள்விப்பட்டேன். எங்க காதலுக்கு அவர்கிட்டயிருந்து க்ரீன் சிக்னல் கிடைக்குமா? அப்படி கிடைக்காத பட்சத்தில் நீங்கதான் ஹெல்ப் பண்ணனும். அமரா இல்லாமே என்னால ஒரு நிமிஷம்கூட....”

ரஞ்சித் சொல்லிக் கொண்டிருக்கும்போதே ராம்குமார் கழுத்து டையை இறுக்கிக்கொண்டு வேக வேகமாய் பள்ளிக்குள் நுழைந்தார். கேட்டார். “இங்கே சௌந்தரி டீச்சர் யாரு?”

அதே விநாடிகளில்–

டீச்சர்ஸ் அறையில் பகல் உணவைச் சாப்பிட்டுக் கொண்டிருந்த ஒரு டீச்சர், இன்னொரு டீச்சரிடம் சலித்துக் கொண்டாள்.

“இந்த சௌந்தரி இன்னிக்கு லஞ்ச் சாப்பிடமாட்டா போலிருக்கு! அவளோட டிபன் பாக்ஸை எடுத்து திறந்து பாரு. ஏதாவது புது டிஷ் இருந்தா என் தட்டுல எடுத்து வை. ருசி பார்ப்போம்...”

அந்த டீச்சர் எழுந்து போய் சுவர் அலமாரியில் இடம்பிடித்து இருந்த டிபன் கேரியரைப் பிடித்து இழுத்தாள்.

திகைத்தாள்.

“என்ன இப்படிக் கனக்குது..?”

“நான்வெஜ் அயிட்டமா இருக்கும்... திறந்து பாரு..!”

தலையாட்டிய அந்த டீச்சர் டிபன் கேரியரின் உச்சந்தலையில் இருந்த ஸ்பூனை உருவி எடுத்துவிட்டு மூடியைப் பிடித்து இழுத்தாள்.

9

இந்த டீச்சர் தன் பெரிய கண்களில் வியப்பைக் காட்டினாள்.

"என்ன டிஃபன் பாக்ஸ் இவ்வளவு டைட்டா இருக்கு..? இந்தக் கேரியரைத் திறக்கிறதுக்கே எக்ஸ்ட்ராவா ஒரு லஞ்ச் சாப்பிடணும் போலிருக்கே..."

இன்னொரு டீச்சர் எழுந்தாள்.

"மஞ்சு! ஹெல்ப்புக்கு நான் வரட்டுமா?"

"வேண்டாம்... மூடி இப்பத்தான் லேசா அசைஞ்சு கொடுக்குது. நானே ஓப்பன் பண்ணிடுவேன்."

டிபன் கேரியரை கால்களுக்கு கீழே வைத்துக்கொண்டு அந்த மஞ்சு டீச்சர் அதன் மூடியைப் பிடித்து இழுக்க அது கொஞ்சம் கொஞ்சமாய் நெகிழ்ந்து கொடுத்தது.

"இதை திறக்கிறதுக்குள்ளே லஞ்ச் ஹவர் முடிஞ்சுடும் போலிருக்கே! சௌந்தரி இதை தினமும் எப்படித்தான் திறக்கிறாளோ?"

"முடியலைன்னா சொல்லு... நானும் வர்றேன்."

"வேண்டாம்... இதோ ஆச்சு..."

மஞ்சு டீச்சர் மூச்சைப் பிடித்துக்கொண்டு கேரியர் மூடியை இழுக்க முயன்ற விநாடி –

அறைவாசலில் தபதபவென்று காலடிச் சத்தங்களும் பதட்டக் குரல்களும் கேட்டன.

“ஏய்... மஞ்சு...! அந்த டிபன் கேரியரை ஓப்பன் பண்ணாதே...!”

மஞ்சு டிபன் கேரியரை ஒரு பயப் பார்வை பார்த்துவிட்டு மெல்ல சௌந்தரியை நோக்கி வந்தாள்.

“என்ன சௌந்தரி... ஏன் இவ்வளவு டென்ஷனாயிருக்கே? எனிதிங் ராங் வித் தட்?”

“அ... அ... அதுல... டைனமைட் இருக்கலாம்... போலீஸ் கிட்டயிருந்து மிஸ்டர் ராம்குமார்க்கு இப்பத்தான் போன் வந்ததாம்.”

உள்ளே இருந்த டீச்சர்கள் போட்டது போட்டபடி எல்லாவற்றையும் அப்படியே விட்டுவிட்டு அறையிலிருந்து அலறி அடித்துக்கொண்டு வெளியேற, ரஞ்சித் உள்ளே போக முயன்றான்.

சௌந்தரி தடுத்தாள்.

“ரஞ்சித்! நீங்க எங்கே போறீங்க..?”

“மேடம்! எனக்கு கொஞ்சம் டைனமைட்ஸ் பத்தின நாலெட்ஜ் இருக்கு... டிபன் கேரியரைத் தூக்கிப் பார்த்தா உள்ளே எவ்வளவு கிலோ வெடிகுண்டு இருக்குங்கிற உண்மை தெரிஞ்சுடும். டைனமைட் இன்ன ஜாதின்னு தெரிஞ்சிட்டா நானே அதை டிஃப்யூஸ் பண்ணிடுவேன்...”

“வேண்டாம் ரஞ்சித்! பாம் ஸ்க்வாட் இப்போ வந்துட்டிருக்காம்... அவங்களே வந்து பார்த்துக்கட்டும். டோண்ட் டேக் எனி ரிஸ்க்..!”

“பயப்படாதீங்க மேடம்...அதைத் தூக்கிப் பார்த்தாதான் அது ரிஸ்க்கா இல்லையான்னு தெரியும். உள்ளே ஒருவேளை டைம்பாம் செட் பண்ணியிருந்தா அது எந்த நேரத்துல வெடிக்கும்னு தெரியாது. பாம் ஸ்க்வாட் வர்றதுக்கு முந்தியே செட் பண்ணியிருக்கிற டைம்படி பாம் ப்ளாஸ்ட் ஆகவும் வாய்ப்பிருக்கு... அதனால நானே பார்த்துடறேன்.”

சௌந்தரி ஏதோ பேச முயல, அமரா கையமர்த்தினாள்.

"அண்ணி! பாம் ஸ்க்வாட் வர்றதுக்கு முந்தியே டைனமைட் ப்ளாஸ்ட் ஆயிட்டா பெரிய அளவில உயிர்ச்சேதமாயிடும். அதைத் தடுக்க ரஞ்சித் போய் டிபன் கேரியரைப் பார்க்கட்டும்..."

ராம்குமாரும் அதை ஆமோதிக்க, ரஞ்சித் உள்ளே போய் டிபன் கேரியரை நெருங்கினான்.

சபரியின் உடம்பு முழுவதும் வியர்வையின் ஊற்றுக் கண்கள். நாசியின் நுனியில் வியர்வை கொட்டிக் கொண்டிருக்க டெலிபோனில் இரைந்து கொண்டிருந்தான். மறுமுனையில் ஆர்.ஏ.எஃப் டிபார்ட்மெண்ட்.

"பாம் ஸ்க்வாட் ஸ்கூலுக்குப் போய்விட்டதா இல்லையா?"

"கிளம்பி பத்து நிமிடமாயிற்று ஸார்..."

"எங்கள் வீட்டு வேலைக்காரி மம்தாவின் முகவரியை குறித்துக் கொள்ளுங்கள். மம்தா, எண். 26, ஒன்பதாவது குறுக்குத் தெரு, கித்வாய் நகர்."

"கித்வாய் நகர் போலீஸ் ஸ்டேஷனுக்கு தகவல் கொடுத்து விட்டீர்களா ஸார்...?"

"கொடுத்தாயிற்று. ஆனால் மம்தா அவ்வளவு சுலபமாய்க் கைகளுக்கு கிடைத்துவிட மாட்டாள். அவளைக் கண்டுபிடிக்கும் முயற்சியில் உங்கள் டிபார்ட்மெண்ட்தான் தீவிரமாய் இறங்க வேண்டும்."

"எஸ்... ஸார்!"

"ஒரு மணியிலிருந்து இரண்டு மணிக்குள் பாம் ப்ளாஸ்ட் நடக்கப் போவதாக டெலிபோனில் கான்வர்சேஷனில் சொன்னது இந்த டிபன் கேரியர் டைனமைட்டாக இருக்கலாம். என் வீட்டிலேயே என் முதுகுக்குப் பின்னாலேயே ஒரு சதித்திட்டம் உருவாகியிருப்பது ஒரு ஆச்சர்யமான

விஷயம்தான். மம்தாவை ஒரு விசுவாசமான வேலைக்காரி என்று நினைத்து வீட்டுப் பொறுப்பையும் சாவிக் கொத்தையும் அவளிடம் ஒப்படைத்தது இமாலயத் தவறு."

"மம்தாவைப் பிடிப்பது கஷ்டமான காரியம் இல்லை ஸார். அடுத்த அரை மணி நேரத்திற்குள் அவள் உங்கள் முன்னால் நிறுத்தப்பட்டிருப்பாள்."

"டூ இட் ஆஸ் செட்...! நிக்கியும் கைக்குக் கிடைத்துவிட்டால் இந்த டைனமைட் பிரச்சினையை ஒரு வழியாக சால்வ் செய்துவிடலாம். நிக்கி நம் கைக்கு கிடைக்காதவரை காக்கி யூனிஃபார்ம் அணிந்த எந்த ஒரு போலீஸ் அதிகாரியும் நிம்மதியாகச் சாப்பிட்டு தூங்க முடியாது."

"மம்தா அண்ட் நிக்கி இரண்டு பேரையுமே ஆர்.ஏ.எஃப் இன்னமும் அரை மணி நேரத்தில் உங்களுக்கு முன்பாய் கொண்டு வந்து நிறுத்தும் ஸார்..."

"செய்யுங்கள்! நான் இப்போது அரவிந்தா நர்ஸரி பள்ளிக்குப் புறப்பட்டுப் போய்க் கொண்டிருக்கிறேன். மம்தா அல்லது நிக்கி பற்றி ஏதாவது தகவல் கிடைத்தால் உடனடியாக நர்ஸரி பள்ளி டெலிபோனில் என்னைத் தொடர்பு கொள்ளுங்கள்."

"எஸ்... ஸார்!"

ரஞ்சித் முகம் வெளிறிப் போய் மெல்ல எழுந்து நின்று டிபன் கேரியரைத் தூக்கிப் பார்த்தான்.

மணிக்கட்டில் வலி பிறக்கும் அளவுக்கு அது கனத்தது. ராம்குமார் அறை வாசலில் நின்றபடியே கேட்டார். குரலில் குளிர்.

"என்ன... டைனமைட் இருக்கிறது கன்ஃபர்ம்தானா..?"

"கன்ஃபர்ம்தான்! மூடியைத் திறந்தா வெடிக்கிற மாதிரி செட் பண்ணியிருக்காங்க. எந்த நேரத்துக்கு டயத்தை செட்

பண்ணியிருக்காங்கன்னு தெரியலை... எந்த நேரத்திலும் பாம் ப்ளாஸ்ட் ஆகலாம்...”

ரஞ்சித் சொல்லிக் கொண்டிருக்க ஹெட்மிஸ்ட்ரஸ் சோனாவர்மா விபரத்தைத் தெரிந்து கொண்டு அலைய குலைய ஓடிவந்தாள். “பாம் ஸ்க்வாட் வந்தாச்சா..?”

ராம்குமார் சொன்னார்.

“இன்னும் வரலை. தே ஆர் ஆன் த வே...!”

“என்ன செய்யலாம்... குழந்தைகளையெல்லாம் வேற ஒரு பாதுகாப்பான கட்டடத்துக்குக் கொண்டு போயிடலாமா?”

ரஞ்சித் குறுக்கிட்டான்.

“அது இம்பாஸிபிள் மேடம்... இவ்வளவு குழந்தைகளையும் பாதுகாப்பான இடத்துக்கு கூட்டிட்டுப் போறதுக்குள்ளே பாம் ப்ளாஸ்ட் ஆக வாய்ப்பிருக்கு. டைம் செட் பண்ணியிருக்காங்க. அது எந்த நிமிஷத்திலும் வெடிக்கலாம்...”

“சரி... இப்ப... என்ன செய்யலாம்?”

“பாம் ஸ்க்வாட் வந்து அதை டிஃப்யூஸ் பண்ற வரைக்கும் எதுவும் நிச்சயம் கிடையாது. ஸோ இந்த டிபன் கேரியரை இந்த இடத்திலிருந்து உடனடியாக ஒரு காலி மைதானத்துக்கு அப்புறப்படுத்தியாகணும்...”

“காலி மைதானமா? பக்கத்துல எந்த ஒரு காலி மைதானமும் இருக்கிற மாதிரி தெரியலையே..?”

“இருக்கு. இங்கிருந்து ஒரு கிலோ மீட்டர் தூரத்துல ஒரு ஃபுட்பால் க்ரௌண்ட் இருக்கு. அந்த மைதானத்துக்கு இந்த டிபன் கேரியரைக் கொண்டு போய் வெச்சுட்டா பாம் ஸ்க்வாட் வந்து அதை செயலிழக்கறதுக்கான வழியைப் பார்த்துக்குவாங்க...”

ராம்குமார் தலையசைத்தார்.

“இட்ஸ்... கரெக்ட்! நீங்க சொல்றது சரிதான். பட் இதை இங்கேயிருந்து அந்த மைதானத்துக்கு கொண்டு போறது யாரு..?”

“நானே கொண்டு போயிடறேன். பைக் இருக்கு. பில்லியன்ல யாராவது ஒருத்தர் இந்த டிபன் கேரியரை வெச்சுகிட்டு உட்கார்ந்துகிட்டு வந்தா போதும்... உங்கள்ல யார் வர்றீங்க..?”

பத்து விநாடி மௌனத்துக்கு பிறகு அமரா முன்னால் வந்தாள்.

“நான் வர்றேன்... ரஞ்சித்!”

10

ரஞ்சித் ஒரு இன்ஸ்டண்ட் மலர்ச்சிக்குப் போனான்.

"அமரா! குட். நான் இதை எதிர்பார்க்கலை. உன்னோட துணிச்சலுக்கு ஸ்பெஷலா ஒரு சல்யூட் வைக்கணும். டிபன் கேரியரை எடுத்துக்கோ, ரெண்டே நிமிஷத்துல அதைக் கொண்டுபோய் காலி மைதானத்துல வெச்சுட்டு வந்துடலாம்."

சௌந்தரி பதட்டம் தணியாத குரலோடு குறுக்கிட்டாள்.

"வேண்டாம் ரஞ்சித்... இது ரிஸ்க். டிபன் கேரியரை இங்கேயே வெச்சுட்டு குழந்தைங்க எல்லாரையும் கூட்டிக்கிட்டு ஏதாவது ஒரு பத்திரமான இடத்துக்குப் போயிடலாம்..."

ராம்குமார் இப்போது இடைமறித்தார்.

"நோ மேடம். குழந்தைகளைக் கூட்டிக்கிட்டு நாம எல்லோரும் வெளியே போயிட்டாலும் டைனமைட் ப்ளாஸ்ட் ஆகற பட்சத்தில் பள்ளிக்கூட கட்டடமும் சரி; பக்கத்துல இருக்குற எங்க பேங்க் கட்டடமும் சரி செங்கல் செங்கலாக சிதறிடும். அதுதவிர இந்தத் தெருவுல இருக்கிற மற்ற கட்டடங்களுக்கும் அதுல இருக்கறவங்களுக்கும் பாதிப்பு உண்டாகும். பாம் ஸ்க்வாட் வர்றதுக்குள்ளே இந்த டிபன் கேரியரை இங்கிருந்து ஒரு கிலோ மீட்டர் தூரத்துக்கப்பால கொண்டு போயிடறது புத்திசாலித்தனமான காரியம். மிஸ்டர் ரஞ்சித்தைத் தடுக்க வேண்டாம். அவர் சொல்றது சரி.

யோசனை பண்ணி நேரத்தை வேஸ்ட் பண்றதைக் காட்டிலும் இதை உடனடியாகக் காலி மைதானத்துக்கு கொண்டுபோய் டிஸ்போஸ் பண்ணிடறது பெட்டர்."

"வெல் செட் ஸார்..." ரஞ்சித் ராம்குமாரைப் பாராட்டிவிட்டு டிபன் கேரியரை கையில் எடுத்துக் கொண்டு அமராவை பார்த்தான்.

"வா... கிளம்புவோம்!"

எல்லோரும் பயத்தோடு விலகி நின்றுகொள்ள, ரஞ்சித் டிபன் கேரியரை எடுத்துக் கொண்டு வேக நடையில் வெளியே நின்றிருந்த பைக்கை நோக்கிப் போக, அமரா பின் தொடர்ந்தாள்.

வேப்ப மரத்தடிக்கு கீழே நின்றிருந்த பைக் உதைபட்டு உடனே உயிர் பிடித்துக் கொண்டது. அமரா பில்லியனில் உட்கார்ந்து டிபன் கேரியரை கெட்டியாய்ப் பிடித்துக் கொள்ள, ரஞ்சித் ஆக்ஸிலேட்டரை முறுக்கினான்.

பைக் ஒரு தோட்டாவாய் மாறி பாய்ந்தது.

"அமரா..."

"ம்..."

"பயப்படாதே... டிபன் கேரியரை கெட்டியாப் பிடிச்சுக்கோ... எக்காரணத்தைக் கொண்டும் கீழே நழுவ விட்டுடாதே. கீழே விழுந்துட்டா அந்த விநாடியே ஒரு பிரளயம் நடக்கும். நீயும் நானும் சாம்பல்தான்..."

"எனக்குத் தெரியாதா என்ன? நீங்க பைக்கைப் பார்த்து ட்ரைவ் பண்ணுங்க... இவ்வளவு வேகம் வேண்டாம். ப்ரீத் பண்ண முடியலை..."

"இந்த வேகமே போதாதுன்னு நினைச்சிட்டிருக்கேன். நீ வேற... கண்ணை மூடிக்க. ரெண்டே நிமிஷம்தான். காலி மைதானம் வந்துடும்."

ரஞ்சித் ஆக்ஸிலேட்டரை முறுக்க, பைக் காற்றை வெட்டியது. அமராவின் வியர்த்துப் போன கைகளில்

இருந்த டிபன் கேரியர் மில்லி மீட்டர் மில்லி மீட்டராய் வழுக்கியது.

பைக் பறந்து கொண்டிருந்த அதே வேளையில் அரவிந்தா நர்ஸரி பள்ளிக்கு வெளியே பதட்டமாய் ஒரு பொதுஜனக் கும்பல் நின்றிருக்க, கும்பலின் மையத்தில் நின்றிருந்த நிக்கி மெதுவாய் நழுவிப் பின்வாங்கி ரோட்டுக்கு எதிர்ப் பக்கம் இருந்த பப்ளிக் டெலிபோன் பூத்தை நோக்கிப் போனான்.

ஆள் இல்லாத டெலிபோன் பூத் அது. ஒரு ரூபாய் நாணயத்தை கையில் தயாராய் வைத்துக் கொண்டு பூத்துக்குள் நுழைந்து கண்ணாடிக் கதவைச் சாத்திக் கொண்டான்.

டயலில் எண்களைத் தட்டிவிட்டு மறுமுனையில் ரிங்போய் ரிஸீவர் எடுக்கப்பட்டு ‘ஹலோ’ குரல் கேட்டதும் நாணயத்தைச் சொருகிவிட்டு லைனை உயிர்ப்பித்துக் கொண்டான்.

ஹிந்தி சம்பாஷணை.

“நான் நிக்கி...”

மறுமுனை கேட்டது. “சொல்லு... எத்தனை பேர் செத்தாங்க?”

“நாம திட்டம் போட்டபடி எதுவும் நடக்காது போலிருக்கு ஸார்.”

“என்ன சொல்றே?”

“மம்தா சொன்னபடி நர்ஸரி ஸ்கூல்ல கொண்டு போய் டிபன் கேரியரை வெச்சுட்டா... ஆனா...”

“முட்டாள்! என்னோட டென்ஷனை அதிகப்படுத்தாமே உடனடியா விஷயத்தைச் சொல்லு...”

“டைனமைட் இருக்கிறதை போலீஸ் எப்படியோ ஸ்மெல் பண்ணிட்டாங்க ஸார்...”

“எ... எப்படி?”

"தெரியலை ஸார்..."

"அந்த மம்தா சரியில்லைன்னு நான் ஆரம்பத்திலிருந்தே சொல்லிட்டு வர்றேன். நீ தான் அவளுக்கு பெரிசா சர்டிபிகேட் கொடுத்தே..."

"ஸார்... போட்ட ஷெட்யூல்படி மம்தா அவளோட காரியத்தை ஒழுங்கா பண்ணிட்டா!"

"ஒழுங்கா பண்ணியிருந்தா விஷயம் ஏன் வெளியே வருது. சரி இப்ப என்ன ஆச்சு?"

"டைனமைட் செட் பண்ணியிருந்த டிபன் கேரியரை நர்ஸரி ஸ்கூலிலிருந்து ரெண்டு பேர் எடுத்துக்கிட்டு அதை ஒரு காலி மைதானத்துல டிஸ்போஸ் பண்றதுக்காக கிளம்பிட்டாங்க..."

"யார் அவங்க?"

"சபரியோட சிஸ்டர் அமராவும் அவளோட வந்த ஒருத்தனும்..."

"யாரவன்?"

"பேர் தெரியலை... அமராவோட காதலனா இருக்கலாம்ன்னு என் மனசுக்குப்படுது."

"சரி... அவங்க எங்கே இந்த நேரத்துல நர்ஸரி ஸ்கூல் பக்கம் வந்தாங்க?"

"தெரியலை ஸார்... டைனமைட் ப்ளாஸ்ட்டை கண் காணிக்கிறதுக்காக பள்ளிக்கூடம் பக்கம் வந்து வெயிட் பண்ணிட்டிருந்த எனக்கு இங்கே நடந்துட்டிருக்கிற சம்பவங்களை எல்லாம் பார்க்கப் பார்க்க மனசுக்குள்ளே ஒரு பயம் வந்துடுச்சு. அதான் உங்களுக்கு போன் பண்ணினேன்."

"ஸ்கூலுக்குப் பக்கத்துல பாம் ஸ்க்வாட் வந்திருக்கா?"

"இன்னும் வரலை ஸார்..."

"மம்தா இப்ப எங்கே?"

"ஏற்கெனவே நான் பேசின நம்ம ரகசிய இடத்துக்குப் போய் வெயிட் பண்ணிட்டிருப்பா... பணத்தைக் கொடுத்துட்டா தலைமறைவாயிடுவா!"

"சரி... டிபன் கேரியர் டைனமைட்டை எத்தனை மணிக்கு பிளாஸ்ட் ஆகற மாதிரி செட் பண்ணியிருக்கே?"

"சரியா ரெண்டு மணிக்கு! அதுக்கு முன்னாடி கேரியரை ஓப்பன் பண்ணினாலும் வெடிச்சுடும். கீழே தவறி விழுந்து ஓப்பன் ஆனாலும் டைனமைட் பிளாஸ்ட் ஆயிடும்."

"டிஸ்போஸ் செய்ய எந்த காலி கிரவுண்டுக்கு அதைக் கொண்டு போய்க்கிட்டிருக்காங்க?"

"தெரியலை ஸார்..."

"பைக்ல அவங்க கிளம்பிப் போய் எவ்வளவு நிமிஷம் இருக்கும்?"

"இப்பத்தான் ஸார்... ஒரு ரெண்டு நிமிஷமாச்சு."

"இதோ பாரு நிக்கி... நீ என்ன பண்ணுவியோ, ஏது பண்ணுவியோ எனக்குத் தெரியாது. அந்த பாம் வெடிச்சு அம்பது பேரையாவது பலி வாங்கணும். டெல்லி ஸ்தம்பிக்கணும். இந்த இந்திய அரசாங்கம் திகைக்கணும். உனக்கு நம்ம இயக்கத்துல கொடுத்த தீவிரவாதப் பயிற்சி இந்த மாதிரியான நேரத்துலதான் உபயோகப்படணும்..."

"ஸார், நான் அவங்களை ஃபாலோ பண்ணிப் போனா போலீஸ் எப்படியும் கண்டுபிடிச்சுடுவாங்க..."

"போலீஸ் கண்ணுல மண்ணைத் தூவ உனக்குத் தெரியாதா என்ன? நிக்கி... எனக்கு ரிசல்ட் வேணும். குறைந்தபட்சம் அம்பது பேராவது இன்னிக்கு ரத்தத்தைச் சிந்தியாகணும்."

"முயற்சி பண்றேன் ஸார்..."

ரிஸீவரைக் கொக்கியில் மாட்டிவிட்டு நிக்கி பூத்தின் கண்ணாடிக் கதவைத் திறந்து கொண்டு வெளியே வந்தான்.

நர்ஸரி பள்ளிக்கு முன்பாய் இப்போது இரண்டு போலீஸ்வேன்கள் மண்டையில் சுழலும் சிவப்பு விளக்குகளோடு நின்றிருந்தன.

பள்ளிக்கு உள்ளே காக்கி யூனிஃபார்ம்களின் பதட்ட நடமாட்டம் தெரிந்தது.

நிக்கி சற்று தொலைவில் நிறுத்தியிருந்த தன் புல்லட்டை நோக்கிப் போனான்.

அந்த போக்குவரத்து நிறைந்த சாலையில் பைக்கை விரட்டி ஒரு கிலோ மீட்டரை விழுங்கியிருந்தான் ரஞ்சித். எதிரே வந்த வாகனங்கள் கண்ணிமைக்கிற நேரத்தில் 'சர்சர்' என்று கடந்தன. அமரா ஒரு கையால் டிபன் கேரியரைப் பற்றிக்கொண்டு மறு கையால் ரஞ்சித்தின் இடுப்பை வளைத்திருந்தாள்.

"ரஞ்சித்..."

"ம்..."

"காலி மைதானத்துக்கு இன்னும் எவ்வளவு தூரம் போகணும்..?"

"இன்னும் கொஞ்ச தூரம்தான்..."

"டிபன் கேரியர் வெயிட் தாங்க முடியலை. ஒரு பக்கமா இழுக்குது..."

"கொஞ்சம் பொறுத்துக்கோ, அஞ்சு நிமிஷத்துக்குள்ளே அங்கேப் போயிடலாம்..."

"எனக்கென்னமோ பயமா இருக்கு!"

"என்ன பயம்?"

"நாம மைதானம் போய் சேர்றதுக்குள்ளே இந்த டைனமைட் வெடிச்சிடுமோன்னு..."

"வெடிக்காது..."

"எப்படி சொல்றீங்க..?"

“நீயும் நானும் வாழ வேண்டிய வாழ்க்கை இன்னும் எவ்வளவோ பாக்கியிருக்கு. அவ்வளவு சீக்கிரத்துல நாம செத்துடமாட்டோம்...”

ரஞ்சித் சொல்லிக் கொண்டிருக்கும்போதே ரோட்டின் குறுக்கே எதிர்பட்ட ஸ்பீட் பிரேக்கர் பைக்கின் வேகத்தைக் குறைக்க -

அந்த திடீர் பிரேக்கை எதிர்பார்க்காத அமரா சுதாரித்து பில்லியனில் சரியாய் உட்கார முயல, அவள் கையிலிருந்த டிபன் கேரியர் நழுவி ரோட்டில் உருண்டது.

11

இமராவின் கையில் இருந்த டிபன் கேரியர் நழுவி ரோட்டில் “ணங் ணங்” என்ற உலோகச் சத்தத்தோடு உருள ரஞ்சித் பைக்கை நிறுத்தி அதை பயத்தோடு பார்த்தான்.

அது உருண்டு கொண்டே போய் ரோட்டின் டிவைடர் சுவர்க்கு முட்டிக்கொண்டு நின்றது. கேரியர் மூடி லேசாய் கழன்று போன மாதிரி தெரிந்தது.

அமராவும் மெல்லிய ஒரு நடுக்கத்துக்கு உட்பட்டு ரஞ்சித்தின் தோள்பட்டையைக் கெட்டியாய்ப் பிடித்துக் கொண்டாள்.

“ரஞ்சித்...”

“ம்...”

“இப்படியே விட்டுட்டு போயிடலாமா? நல்ல வேளையா கேரியர் மூடி கழண்டு போகலை...”

ரஞ்சித் சுற்றும்முற்றும் பார்த்தான். ஜனநடமாட்டம் அதிகம் இல்லாத பகுதி அது. கட்டடங்கள் தள்ளித் தள்ளி தெரிந்தது. அதில் ஒன்று அடுக்குமாடிக் கட்டிடம். அதற்குப் பக்கத்திலேயே ‘ஹோம்வெல்’ என்ற பெயர்ப் பலகையோடு ஒரு ஹாஸ்பிட்டல்.

பதட்டமானான் ரஞ்சித்.

“அமரா... இங்கே விட்டுட்டுப் போறது சரியில்லை. உள்ளே இருக்கிற டைனமைட் எந்த ஜாதி, அது வெடிச்சா எவ்வளவு கிலோ மீட்டர் தூரத்துக்கு அதனோட தாக்கம்

இருக்கும்ன்னு தெரியாது. பக்கத்திலேயே ஒரு ஹாஸ்பிட்டல் வேற இருக்கு. எதுக்கு ரிஸ்க்? கேரியரை எடுத்துட்டுப் போய் மைதானத்துலயே வெச்சுடலாம்."

"ரஞ்சித்! எனக்கென்னமோ பயமாயிருக்கு..."

"என்ன பயம்!"

"டிபன் கேரியர் இப்போ விழுந்து கிடக்கிற நிலைமையில அதைப் போய் தொட்டு எடுக்கிறது அவ்வளவு புத்திசாலித்தனமா என்னோட மனசுக்குப் படலை. இது ஓரளவுக்கு ரிமோட் ஏரியா. அந்த ஹோம்வெல் ஹாஸ்பிட்டலும் சரி... மற்ற கட்டடங்களும் சரி கொஞ்ச தூரம் தள்ளித்தான் இருக்கு... கேரியரை இப்படியே விட்டுட்டு 'பாம் ஸ்க்வாட்'க்கு இன்ஃபார்ம் பண்ணிடலாம். அவங்க வந்து இந்த டைனமைட்டை டிஃப்யூஸ் பண்ணிடுவாங்க. இப்போதைக்கு இதுதான் சரின்னு என் மனசுக்குப்படுது."

"இல்ல அமரா... இந்த டைனமைட் விஷயத்துல ஒரு விநாடி தாமதம் ஆச்சுனாலும் அதனோட விளைவுகள் மோசமாய் இருக்கும். பாம் ஸ்க்வாட் வந்து டிஃப்யூஸ் பண்ண எப்படியும் அரை மணி நேரத்துக்கு மேலாகும். அதுக்குள்ள டைனமைட் ப்ளாஸ்ட் ஆயிட்டா ஹாஸ்பிட்டலுக்கும் பக்கத்துக் கட்டடங்களுக்கும் உண்டாகப் போகிற சேதத்தை நம்மால தடுக்க முடியாது. கொஞ்சம் ரிஸ்க் எடுத்தா போதும். இதை காலி மைதானத்துக்குக் கொண்டு போயிடலாம்..."

ரஞ்சித் சொல்லிக்கொண்டே பைக்கை ஸ்டாண்ட் போட்டு டிவைடர்க்குப் பக்கத்தில் உருண்டு கிடந்த டிபன் கேரியரை நோக்கிப் போனான்.

"ரஞ்சித்! டேக் கேர்..."

அமராவின் குரல் நடுங்கியது. ரஞ்சித் ஒரு சின்னப் புன்னகையோடு அவளைக் கையமர்த்திவிட்டு தன் பேண்ட் பாக்கெட்டில் இருந்த கர்ச்சீப்பை எடுத்து கைக்கு பாண்டேஜ் மாதிரி சுற்றிக்கொண்டு ஒரு தயக்க நடையோடு

டிபன் கேரியர்க்குப் பக்கத்தில் போய் குத்துக்காலிட்டு உட்கார்ந்தான்.

அதைத் தொடாமல் பத்து விநாடி நேரம் வரை உன்னிப்பாய் பார்த்துக் கொண்டிருந்துவிட்டு பின் கர்ச்சீப் சுற்றப்பட்ட வலதுகையை மெல்ல கொண்டு போய் கேரியரின் கைப்பிடியைப் பற்றி மெல்லத் தூக்கினான்.

மேல்மூடி நெகிழ்ந்து போய் மெல்ல அசைந்தது. ரஞ்சித் மூச்சை இழுத்து பிடித்துக்கொண்டு அதை அழுத்தினான்.

“ப்ளச்...”

ஒரு சின்ன சத்தத்தோடு மூடிக் கொண்டது. டிபன் கேரியரைச் செங்குத்தாய் தூக்கி அதை தன் காதுக்குப் பக்கத்தில் வைத்துக் கேட்டான்.உள்ளே டயனமைட்டோடு பிணைத்து வைத்திருந்த டைமர் டிக் டிக் என்ற சத்தத்தோடு வேகமாய் நொண்டிக் கொண்டிருந்தது.

அமராவிடம் வந்தான்.

“இந்தா கெட்டியா பிடிச்சுக்கோ...! ரெண்டே நிமிஷம்தான்... காலி மைதானத்துக்குப் போயிடலாம்!”

அமரா அதை நடுங்கிற கைகளோடு வாங்கிக் கொள்ள பைக் உதைபட்டது.

“ம்... ஏறி உட்கார்!”

கேரியரை மார்போடு அணைத்துக் கொண்டு பில்லியனில் ஏறி உட்கார்ந்தாள் அமரா.

பைக் எறியப்பட்ட ஈட்டியாய் பாய்ந்தது.

சபரி தன் உடம்பு பூராவும் பதட்ட ரத்தம் ஓடிக் கொண்டிருக்க அரவிந்தா நர்ஸரி பள்ளி வந்து சேர்ந்திருந்தபோது... பள்ளி ஒரு யுத்தகள ஜுரத்தோடு இருந்தது.

பாம் ஸ்க்வாட் சீஃப், பள்ளித் தலைமையாசிரியையிடம் ஹிந்தியில் இரைந்து கொண்டிருந்தார்.

“டைனமைட் இருந்த கேரியரை இங்கிருந்து எடுத்துக் கொண்டு போனது யார்?”

சௌந்தரி குறுக்கிட்டு சொன்னாள்.

“ஸார்... என்னுடைய கணவரின் தங்கை அமராவும் அவளோடு வந்த ஒரு இளைஞனும்...”

“என்ன ஒரு முட்டாள்தனமான காரியம்..? பாம் ஸ்க்வாட் வருவதற்குள் என்ன அவசரம்..? அவர்களை எடுத்துக் கொண்டு போகச் சொன்னது யார்?”

“ஸார்... உள்ளே இருந்தது டைம்பாம். எந்த நேரத்தில் வெடிக்கும் என்று சொல்ல முடியாது. பள்ளிக்கூடத்தில் இருக்கிற குழந்தைகளை உடனடியாக இங்கேயிருந்து வெளியே கொண்டு போகும் சாத்தியமும் கிடையாது. சுற்றி மக்கள் வசிக்கும் கட்டடங்கள்.நெரிசலான பகுதியில் அடைப்பட்டு இருக்கிறோம். அதனால்தான் டைனமைட்டை இங்கேயிருந்து சில கிலோ மீட்டர் தூரம் தள்ளியிருக்கிற காலி மைதானத்துக்கு கொண்டு போயிருக்கிறார்கள். தேர் ஈஸ் நோ ஹார்ம் இன் தெய்ர் ஆக்டிவிட்டீஸ். இந்நேரம் அவர்கள் காலி மைதானம் போய்ச் சேர்ந்திருப்பார்கள்.”

சௌந்தரி சொல்லிக் கொண்டிருக்க, சபரி உள்ளே வருவதைப் பார்த்ததும் பாம் ஸ்க்வாட் சீஃப் தன் கோபத்தை அவனிடம் காட்டினான்.

“மிஸ்டர் சபரி... உங்களுடைய தங்கையும் அவனோடு வந்த இளைஞனும் செய்திருக்கும் காரியத்தை பார்த்தீர்களா?”

“தெரியும்..! அந்த விஷயம் எனக்கு டெலிபோனிலேயே வந்துவிட்டது.”

“அந்த டைனமட்டை எடுத்துக்கொண்டு போய் இருக்கிறார்கள். வழியில் எங்கேயாவது வெடிக்கக் கூடாத இடத்தில் வெடித்துத் தொலைத்தால் உள்துறை அமைச்சகத்துக்கு என்ன பதில் சொல்ல முடியும்?”

சபரி அவரை கையமர்த்தினான்.

"மிஸ்டர் ஷர்மா... இது ஒரு துணிச்சலான செயல். சரியான நேரத்தில் எடுக்கப்பட்ட சரியான முடிவு. இங்கே நடக்க இருந்த மிகப்பெரிய 'பாம் ப்ளாஸ்ட்' ஒன்று தவிர்க்கப்பட்டிருப்பதை நினைத்து சந்தோஷப்படுங்கள். ஒரு விஷயம் ஆபத்தானது என்றால் போலீஸ் வருகிற வரைக்கும் மக்கள் காத்துக் கொண்டிருக்க வேண்டும் என்கிற அவசியம் இல்லை. என் தங்கை அமராவும் அவளோடு வந்த ஒரு இளைஞனும் தங்களுடைய உயிர்களைப் பணயம் வைத்து டைனமைட்டை ஒரு பாதுகாப்பான இடத்துக்குக் கொண்டு போயிருக்கிறார்கள். நீங்கள் இங்கே நின்று பேசிக் கொண்டிருக்கும் நேரத்திற்குப் போய் அந்த டைனமைட்டை டிஃப்யூஸ் செய்யும் முயற்சிகளில் ஈடுபடலாமே... முதலில் செய்ய வேண்டியதை செய்து உயிர்களைக் காப்பாற்றிவிட்டு பிறகு நியாய அநியாயங்களைப் பற்றி பேசலாமே..."

பாம் ஸ்க்வாட் சீஃப் ஷர்மா வேண்டா வெறுப்பாய் தோள்களைக் குலுக்கி "இட்ஸ் ஆல்ரைட்!" என்று சொல்லிவிட்டு ஸ்க்வாட் சம்பந்தப்பட்ட நான்கைந்து பேர்களைக் அழைத்துக்கொண்டு பள்ளிக்கு வெளியே நின்றிருந்த ஜீப்புக்குப் போனார்.

மெல்லிய குரலோடு சபரி, சௌந்தரியிடம் திரும்பினான்.

"அமரா இந்த மத்தியான நேரத்துல உன்னை எதுக்காக இங்கே பார்க்க வந்தா?"

"இங்கே எதுவும் வேண்டாம். வீட்டுக்குப் போய் சொல்றேன்..."

"சரி... அமராவோட போயிருக்கிற அந்தப் பையன் யார்?"

"பேர் ரஞ்சித்..."

"அவன் எதுக்காக இங்கே வந்தான்?"

“இங்கே எந்தப் பேச்சும் வேண்டாங்க... எல்லாம் வீட்டுக்குப் போய் சொல்றேன். திரும்பவும் சௌந்தரி சொல்ல, சபரி அமைதியானான்.”

என்.எஸ்.ஜியைச் சேர்ந்த சப்-இன்ஸ்பெக்டர் ஒருவர் வேகவேகமாய் நடைபோட்டு சபரிக்குப் பக்கத்தில் வந்து நின்று சல்யூட் கொடுத்தார்.

“ஸார்...”

“என்ன?”

“வயர்லெஸ்ஸில் ஐ.ஜி உங்களுக்காக காத்துக் கொண்டிருக்கிறார். ஏதோ ரெட் சிக்னல் மெஸேஜ்...”

சபரி தன் பிரத்யேக ஜீப்பில் இருந்த வயர்லெஸ்ஸை நோக்கி ஓடினான்.

சுட்டெரிக்கும் அந்த மத்தியான வெய்யிலில் அந்த காலி மைதானம் பார்த்தீனியச் செடிகளோடு பரவித் தெரிந்தது.

ரஞ்சித் ஒரு மரத்துக்கு கீழே கொட்டியிருந்த நிழலில் பைக்கை நிறுத்தினான்.

சுற்றுப்புறம் முழுக்க நிசப்தம். ஆள் நடமாட்டம் அறவே இல்லை.

“அமரா...”

“ம்...”

“நீ இங்கேயே இரு... நான் இந்த டைனமைட் மைதானத்துக்கு நடுவுல வெச்சுட்டு வந்துடறேன்.”

“உன்னை நான் தனியா போக விடமாட்டேன். ரெண்டு பேரும் சேர்ந்தே போய் வெச்சுட்டு வந்துடலாம்...”

“சொன்னா... கேளு அமரா! நீ பைக்குக்குப் பக்கத்திலேயே இரு. நான் ஒரு ரெண்டு நிமிஷத்துல போய் வெச்சுட்டு வந்துடறேன்.”

“நோ...! எது நடந்தாலும் நம்ம ரெண்டு பேர்க்கும் சேர்ந்தே நடக்கட்டும்... இந்த டைனமைட் விஷயத்துல நாம ரெண்டு பேரும் 50-50 பார்ட்னர்ஸ்.”

“கேட்கமாட்டியே... வந்துத்தொலை!” ரஞ்சித் டைனமைட் கர்ப்பம் தரித்திருந்த கேரியரை எடுத்துக்கொண்டு வேகவேகமாய் நடக்க ஆரம்பித்துவிட, அமரா தொடர்ந்தாள்.

இரண்டு நிமிஷ வேகமான நடை.

நூறு மீட்டர் தூரத்தை வியர்வையோடு கடந்ததும் மைதானத்தின் மத்தியப் பிரதேசம் வந்தது.

ரஞ்சித் கேரியரை வைக்க இடம் பார்த்த விநாடி....

ரோட்டுப் பக்கம் அந்த பைக் சத்தம் கேட்டது.

நிக்கி ரோட்டோரமாய்த் தன் பைக்கை நிறுத்தி கீழே இறங்கினான்.

துல்லியமாய்க் குறி வைத்து சுடக்கூடிய சாத்தியம் படைத்த மாக்னம் பிஸ்டலை தன் இடது மார்புப் பக்கமிருந்து உருவிக் கொண்டான்.

நூறு மீட்டர் தொலைவில் தெரிந்த ரஞ்சித் கையில் இருந்த கேரியரை நோக்கி பிஸ்டலைத் திருப்பினான்.

ஸ்பஷ்டமாய் குறி வைத்தான்.

12

டைனமைட்டை கர்ப்பம் தாங்கியிருந்த டிபன் கேரியரை மைதானத்தில் இடம்பார்த்து வைத்துக் கொண்டிருந்த ரஞ்சித் ரோட்டோரத்தில் பைக் சத்தம் கேட்டதும் திரும்பிப் பார்த்தான்.

முகம் லேசாய் வியப்பைப் பூசிக் கொண்டது. 'யார் இவன்! ஆணியடித்த மாதிரியான பார்வையோடு பைக்கிலிருந்து இறங்கிக் கொண்டிருக்கிறான்..?'

"அமரா..."

"ம்..."

"கொஞ்சம் திரும்பி அந்த பைக்காரனைப் பாரு..."

"பார்த்துட்டேன் ரஞ்சித்... ஆள் சட்ட விரோத ஆசாமின்னு முகத்திலேயே வால் போஸ்டர் அடிச்சு ஒட்டியிருக்கு..." அமரா சொல்லிக் கொண்டிருக்கும்போதே ரஞ்சித் பரபரத்தான்.

"அமரா! அவனோட கையில இப்போ ரிவால்வர். நம்ம பக்கமாத்தான் எய்ம் பண்றான். ஓடு...! அந்த மரத்துக்கு பின்பக்கமா போய் மறைஞ்சுக்கலாம்!"

ரஞ்சித் கேரியரை வைத்துவிட்டு அமராவின் கையைப் பற்றி இழுத்தபடி சற்று தூரத்தில் தெரிந்த ஒரு மரத்தை நோக்கி ஓட ஆரம்பித்தான்.

அமரா ஓடிக் கொண்டே கேட்டாள்.

“ரஞ்சித்... யாரது?”

“தெரியலை... அந்த டைனமைட்டை ஃபிக்ஸ் பண்ணினது ஒருவேளை அவனாக்கூட இருக்கலாம்...”

“அவனை மடக்க வேண்டாமா?”

“இப்போ அதுக்கு நேரம் இல்லை, அமரா. முதல்ல அவனோட துப்பாக்கித் தோட்டாவுக்குத் தப்பியாகணும்.”

மூச்சை இழுத்துப் பிடித்துக்கொண்டு இருவரும் சற்று தூரத்தில் தெரிந்த மரத்தை நோக்கி ஓட....

ரோட்டோர பைக்குக்குப் பக்கத்தில் நின்றிருந்த நிக்கி இப்போது ரிவால்வரை இரண்டு கைகளாலும் பற்றிக் கொண்டு மைதானத்து மத்தியில், மத்தியான வெய்யிலில் பளபளத்த டிபன் கேரியரையே உன்னிப்பாய் குறிபார்த்து ட்ரிக்கரைத் தட்டினான்.

“ட்ட் டீமில்...”

தோட்டா பாய்ந்தது.

டிபன் கேரியரின் தலைக்கு மேல் ஒரு அடி உயர வித்தியாசத்தில் பயணம் செய்த தோட்டா பார்த்தீனியச் செடிகளின் அடர்த்திக்குள் வீணாய்ப் பாய்ந்து புதைந்தது.

முதல் தோட்டா குறி பிசகியதில் சற்றே பதட்டமான நிக்கி ரிவால்வரை சரியான கோணத்தில் வைத்துக்கொண்டு இரண்டாவது தடவையாக குறிபார்த்தான்.

டிபன் கேரியர் மேல் உன்னிப்பான பத்து விநாடிகள்...

ட்ரிக்கரைத் தட்டினான்.

“ட்ட்ட்ட் டீமில்...”

தோட்டா சரியாய் பாய்ந்து டிபன் கேரியரை சிதறடிக்க...

“டொம்ம்ம்...ம்ம்...”

பிரபஞ்சமே இரண்டாய்ப் பிளந்தது போன்ற சத்தம். கரும்புகை அடர்த்தியாய் புகைய, ஆரஞ்சு வர்ண நெருப்பு

நாக்குகள் பத்து மீட்டர் உயரத்துக்கு எழும்ப, மரத்தை நோக்கி ஓடிக்கொண்டிருந்த ரஞ்சித்தும் அமராவும் திசைக்கு ஒருவராய்த் தூக்கி வீசப்பட்டார்கள்.

நிக்கி உதட்டில் உதித்த கோணல் புன்னகையோடு பைக்கில் பரவி கிக்கரை உதைத்தான்.

அரவிந்தா நர்ஸரி பள்ளிக்கட்டிடத்தின் மற்ற பகுதிகளில் பாம் ஸ்வாக்ட் டிடெக்டரை வைத்துக்கொண்டு டைனமைட் இருக்கிறதாவென்று பார்த்துக் கொண்டிருக்க, அதை மேற்பார்வையிடும் பணியில் ஈடுபட்டிருந்த சபரிக்கு முன்பாய் ஒரு சல்யூட்டோடு வந்து நின்றார் ஜீப் ட்ரைவர்.

“ஸார்...”

“என்ன?”

“ஜீப் வயர்லஸ்ஸில் உங்களுக்கொரு அவசரச் செய்தி ஸார்...”

“வயர்லஸ்ஸின் மறுமுனையில் யார்?”

“ஆர்.ஏ.எஃப்ப் கண்ட்ரோல்ஸ் ஸார்...”

சபரி ஓட்ட நடையில் பள்ளிக்கு வெளியே நிறுத்தியிருந்த ஜீப்பை நெருங்கி டேஷ்போர்டுக்குப் பக்கத்தில் மழை பெய்கிற மாதிரி கரகரத்துக் கொண்டிருந்த வயர்லஸ் செட்டை எடுத்து உதட்டுக்கும் காதுக்கும் பொருத்திக் கொண்டான்.

“சபரி ஸ்பீக்கிங்.”

“மிஸ்டர் சபரி... இது ஆர்.ஏ.எஃப்ப் கண்ட்ரோல்ஸ். சீஃப் கண்ட்ரோல் ஆபீஸர் தயானந்த் பேசுகிறேன்...”

“சொல்லுங்கள் ஸார்...”

“மன்னிக்க வேண்டும். உங்களுக்கு ஒரு வருத்தமான செய்தி...”

“என்ன ஸார்?”

"ரஞ்சித் என்கிற ஒரு இளைஞனும் உங்கள் தங்கையும் பைக்கில் கொண்டுபோன அந்த டைனமைட் ஐந்து நிமிடங்களுக்கு முன்னால் பிளாஸ்ட் ஆகிவிட்டது. சம்பவ இடத்திலேயே உங்கள் தங்கை அமராவும் அந்த இளைஞன் ரஞ்சித்தும் பலியாகிவிட்டார்கள் என்று செய்தி."

"ஸ... ஸார்..."

சபரியின் கையில் இருந்த வயர்லஸ் போன் ஒரு பலத்த நடுக்கத்துக்கு உட்பட்டது.

வயர்லஸ்ஸில் தயானந்த் தொடர்ந்தார். "இந்தச் செய்தி உங்களை நிலைகுலைய வைக்கும் என்று நன்றாகவே தெரியும். இருந்தாலும் கலங்கிக் கொண்டிருக்க இது நேரமில்லை. நீங்கள் உடனடியாக சம்பவ இடத்துக்குச் சென்று மேற்கொண்டு ஆக வேண்டியதை கவனியுங்கள்."

"............"

"மிஸ்டர் சபரி!"

"ஸார்..."

"ஐ... நோ... யுவர் ஃபீலிங்ஸ். உங்களால் இந்தப் பணியை மேற்கொள்ள முடியாத பட்சத்தில் வேறு யாரையாவது அனுப்புங்கள்..."

"தேவையில்லை ஸார்... நானே சம்பவ இடத்துக்கு புறப்பட்டுச் செல்கிறேன்."

"மிஸ்டர் சபரி! இப்போது நடந்திருக்கிற இந்த பாம் ப்ளாஸ்ட் ஒரு சின்ன தீப்பொறிதான். டெல்லியையே தகர்த்து தரைமட்டமாக்கக்கூடிய அளவுக்கு பாம் ப்ளாஸ்ட்கள் நடக்க இருப்பதாக உளவுத்துறை இலாகா சர்வ நிச்சயமான தகவலைக் கொடுத்துள்ளது. தீவிரவாதிகள் விதைத்துள்ள வெடிகுண்டுகளிலிருந்து டெல்லி தப்பிக்க வேண்டும் என்றால் நேஷனல் செக்யூரிட்டி கார்ட்ஸும் ரேபிட் ஆக்ஷன் ஃபோர்ஸும் கை கோர்த்து இயங்கி உயிர்த்துடிப்போடு செயல்பட வேண்டியது அவசியம்."

"எஸ்... ஸார்!" சொல்லி வயர்லஸ்ஸின் இரைச்சலை நிறுத்திய சபரி கண்கள் சிவக்க, வயிறு எக்கி பள்ளியைப் பார்த்து குரல் கொடுத்தான்.

"தேவநாதன்..!"

பாம் ஸ்க்வாட் சீஃப் தேவநாதன் ஓடிவந்தார். குரலில் பயம் ஈஷியிருக்க கேட்டார்.

"என்ன சபரி... எனிதிங் ராங்?"

"எஸ்... அந்த கேரியர் டைனமைட் பிளாஸ்ட் ஆகிவிட்டது. டெல்லியில் பிரளயத்தை உண்டாக்க சில தீவிரவாத சக்திகள் பிள்ளையார் சுழி போட்டுவிட்டார்கள்."

தேவநாதன் முகத்தில் இரண்டு கோட்டிங் கவலை. "மை குட்னஸ்..."

"இப்போது நாம் ஸ்பாட்டுக்கு போகிறோம். ஸ்க்வாட் பீப்பிள் ஐந்து பேரை ஜீப்பில் ஏற்றிக் கொள்ளுங்கள்."

தேவநாதன் அலர்ட் விசிலை எடுத்து நீளமாய் ஊத, கனமான பூட்ஸ் சத்தங்களோடு பாம் ஸ்க்வாட் வீரர்கள் தபதபவென்று ஓடிவந்தார்கள்.

நிக்கி சாலையோரத்தில் இருந்த அந்த பப்ளிக் டெலிபோன் பூத்தைப் பார்த்ததும் பைக்கை ஓரம் கட்டி நிறுத்திவிட்டு பூத்தின் கண்ணாடிக் கதவைத் திறந்து கொண்டு உள்ளே போனான். அந்தத் தானியங்கி டெலிபோனை ஒரு ரூபாய் நாணயத்தின் உதவியோடு உயிர்ப்புக்கு கொண்டு வந்து பேச ஆரம்பித்தான்.

"ஸார்... நான் நிக்கி!"

"ம்... சொல்..!"

"கேரியர் டைனமைட்டை போலீஸ் ஊமையாக்குவதற்குள் அதை பேச வைத்துவிட்டேன்."

"குட்! எத்தனை பேர் சாய்ந்தார்கள்?"

“இரண்டு பேர். பைக் இளைஞனும் சபரியின் தங்கை அமராவும்...”

“இது போதாதே... குறைந்தது ஐம்பது அறுபது பேராவது கால் வேறு கை வேறாய் சிதறியிருக்க வேண்டாமா? அந்த இரண்டு பேரை சாய்க்கத்தானா இவ்வளவு கஷ்டப்பட்டோம். நர்ஸரி பள்ளியில் டைனமைட் வெடித்து ஒரு நூறு குழந்தைகளாவது இறந்திருந்தால் இந்த டெல்லி ஸ்தம்பித்துப் போயிருக்கும்...”

“ஸார்... இது ஆரம்பம்தான். இனிமேல்தான் டெல்லியில் வாண வேடிக்கை நடக்கப் போகிறது. நாளைக்கு இந்நேரமெல்லாம் டெல்லி ஒரு மயான பூமியாக மாறியிருக்கும். இந்தியா மொத்தமும் திகைத்துப் போயிருக்கும்.”

“நிக்கி! இந்த அழிவு வேலைக்கான மாஸ்டர் ப்ரெய்ன் நீதான். எந்தக் காரணத்தை முன்னிட்டும் நீ போலீஸில் மாட்டிக் கொள்ளக்கூடாது.”

நிக்கி சிரித்தான்.

“நானா... போலீஸ் கையில் நான் மாட்டுவேனா? இப்படியெல்லாம் ஜோக் அடிக்காதீர்கள் ஸார். சிலந்தி வலை பின்னி சிங்கத்தைப் பிடிக்க முடியுமா? என் கடைசி மூச்சு சுவாசம் இருக்கிறவரைக்கும் போலீஸ் என் பக்கத்தில் கூட வராது ஸார்.”

“இந்த அலட்சியம் வேண்டாம் நிக்கி! போலீஸ் டிபார்ட்மெண்ட்டில் இப்போது புத்திசாலிகள் அதிகம்.”

“அந்த புத்திசாலிகளை எப்படி முட்டாள்களாக்குவது என்று எனக்குத் தெரியும் ஸார்.”

“சரி... பாம் ப்ளாஸ்ட் நடந்த காலி மைதானத்துக்கு போலீஸ் சென்றுவிட்டார்களா இல்லையா?”

“போயிக்கொண்டே இருக்கிறார்கள். டெல்லி இனி சாயந்தரம் வரைக்கும் ஜுரம் வந்த மாதிரி இருக்கும். ராத்திரி

ஒன்பது மணிக்கு மேல் உங்களை தொடர்பு கொள்கிறேன் ஸார்...”

“சரி, பார்த்துக் கொள்!”

நிக்கி டெலிபோன் ரிஸீவரை கொக்கியில் மாட்டிவிட்டு பூத்தின் கண்ணாடிக் கதவைத் திறந்து கொண்டு வெளியே வந்தான்.

உடம்பின் சகல திசை செல்களிலும் அதிர்ந்தான்.

நிக்கியின் பைக்குக்குப் பக்கத்தில் இறுகிய முகத்தோடு சபரி நின்றிருந்தான்.

13

சபரியைப் பார்வையில் வாங்கியதுமே நிக்கியின் ரத்த ஓட்டத்தில் ஒரு பதட்டம் ஜனித்தது.

'எப்படி என்னை மோப்பம் பிடித்தான்?' நிக்கி பயமாய் யோசித்து மெல்ல பின்வாங்கிக் கொண்டே தன் மார்புப் பகுதிக்குக் கையைக் கொண்டு போய் அங்கே ஒளித்து வைக்கப்பட்டிருந்த ரிவால்வரை எடுக்க முயல –

அதே விநாடி....

சபரியின் கையில் இருந்த மாக்னம் ரிவால்வர் சட்டென்று தலையை உயர்த்திப் பார்த்து நிக்கியை முறைத்தது.

சபரி நிதானமான குரலில் நிக்கியிடம் கேட்டான். "இது உன்னோட பைக்தானே?"

நிக்கி சில விநாடிகள் யோசித்துவிட்டு பின் 'ஆமாம்' என்கிற மாதிரி மையமாய் தலையசைத்தான்.

சபரி கை நீட்டினான்.

"வண்டியோட ஆர்.ஸி புக்கை எடு பார்க்கலாம்..."

"அது... அது... அது..." நிக்கி குரலை இழுத்தான்.

"என்ன?"

"ரெண்டு நாளைக்கு முன்னாடிதான் காணாமப் போயிடுச்சு ஸார்."

"உன்கிட்டயிருந்து இது மாதிரியான பதில்தான் வரும்ன்னு எனக்குத் தெரியும். சரி, உன் பேர் என்ன?"

நிக்கி ஒரு விநாடி யோசித்து முகத்தில் எந்தவிதமான உணர்ச்சியையும் காட்டிக் கொள்ளாமல் “கோவிந்த்..!” என்றான்.

“என்ன பண்றே?”

“பிஸினஸ்.”

“என்ன பிஸினஸ்... டூ வீலர்ஸைத் திருடி விக்கிற பிஸினஸா?”

“ஸார்... நீங்க என்ன சொல்றீங்க?”

“நீ பண்றதைச் சொல்லிட்டிருக்கேன். உன்னோட பைக் ரெஜிஸ்ட்ரேஷன் நம்பர் என்ன?”

“5858.”

“நான் வெறும் நம்பர் மட்டும் கேட்கலை. நம்பருக்கு முன்னாடி இருக்கிற ஆங்கில எழுத்துக்களையும் சேர்த்துத்தான் கேக்கறேன்...”

நிக்கி தயங்கிவிட்டு மெல்லிய குரலில் சொன்னான்: DLH 5858.”

சபரி லேசாய் புன்னகைத்தான். “இது நிச்சயமா உன்னோட பைக் ரெஜிஸ்ட்ரேஷன் நம்பர் கிடையாது. ஏன்னா... போலீஸ் விஜிலன்ஸ் டிபார்ட்மெண்ட்ல இருக்கிற ஒரு ஜீப்புக்கு இதே DLH 5858தான்...”

நிக்கி சட்டென்று முகம் மாறி வியர்த்தான். ‘போலி நம்பர் பிளேட் இப்படி போலீஸ் ஜீப் நம்பர் பிளேட்டோடு ஒத்துப் போய் மாட்டி வைத்துவிட்டதே..?’

“இதுக்கு என்ன சமாதானம் சொல்லி தப்பிக்கலாம்னு யோசனை பண்றியா..? உண்மையைச் சொல்லு... இது திருட்டு பைக்தானே?”

“இல்ல ஸார், இது என்னோடதுதான். நீங்க சொல்ற நம்பர் பிளேட் விஷயம் எனக்கும் குழப்பமாவேயிருக்கு...”

நிக்கி சொல்லிக் கொண்டிருக்கும்போதே பைக்கின் இடுப்புப் பகுதியிலிருந்து அந்த 'பீப்... பீப்...' சத்தம் கேட்க, சபரி குனிந்து பார்த்தான். பைக்கின் மத்தியப் பகுதியில் என்ஜினை ஒட்டிய மாதிரி ஒரு கேன்வாஸ் பை ஜிப்போடு பிணைத்திருக்க அதன் உள்ளேயிருந்து பீப் பீப் சத்தம் கேட்டது.

சபரி குழப்ப முகத்தோடு போய் ஜிப்பைப் பிடித்து இழுக்க –

உள்ளே ஒரு மினி வயர்லஸ் செட் தலையில் முளைத்த ஒரு ஆண்டெனா கொம்போடு உட்கார்ந்திருந்தது. லேசாய் மழை பெய்கிற மாதிரி இரைந்துக் கொண்டு கரகரத்தது. கூடவே ஹஸ்கியாய் ஒரு குரல்.

"நிக்கி... நிக்கி..."

"............"

"நிக்கி..! டூ... யூ... ஹியர்... மீ? இது தலைமையிடம்..."

நிக்கி வீறிட்டான்.

"எதுவும் பேசாதீர்கள். நான் இப்போது போலீஸ் வளையத்திற்குள் இருக்கிறேன். மேற்கொண்டு என்னைத் தொடர்பு கொள்ள வேண்டாம்."

வயர்லஸ் சட்டென்று ஊமையாயிற்று. சபரி விழிகள் விரிய நிமிர்ந்தான்.

"நீதான் அந்த நிக்கியா?"

நிக்கி மார்புக்கு குறுக்காக கைகளை போலியான பவ்யத்தோடு கட்டிக்கொண்டு பெரியதொரு புன்னகையோடு "எஸ்..." என்றான். கண்களில் மாட்டிக்கொண்ட கவலைக்குப் பதிலாக ஒரு கல்யாண வீட்டு சந்தோஷம்.

டைனமைட் வெடித்த காலி மைதானம் இப்போது போலீஸின் காக்கி யூனிஃபார்ம்களால் நிரம்பியிருந்தது. காற்று மண்டலம் அம்மோனியா சல்பர் போன்ற ரசாயன சங்கதிகளால் கெட்டுப்

போயிருந்தது. மைதான மையத்தில் இருந்த ஒரு சில்வர் ஓக் மரம் இன்னமும் புகைந்து கொண்டிருந்தது.

ஜீப்பில் வந்து இறங்கி ஐ.ஜியை, டி.ஐ.ஜி எதிர்கொண்டு சல்யூட் வைத்தார்.

"பாம் ஸ்க்வாட் வந்துவிட்டார்களா?"

"தகவல் கொடுத்துவிட்டோம். இன்னும் ஸ்பாட்டுக்கு வரவில்லை ஸார்..."

"சபரி..?"

"பாம் ஸ்க்வாட்டுடன் வந்து கொண்டிருப்பதாக தகவல் கொடுத்தார் ஸார்..."

"இறந்தது இரண்டு பேர்தானே?"

"யாரும் உயிரிழக்கவில்லை ஸார்."

"ஆனால், முதல் தகவல் வேறு மாதிரி இருந்ததே?"

"தவறான தகவலுக்கு ஸாரி சார்... அருகே சென்று பார்த்தபின்தான் அவர்கள் இருவரும் உயிர்க்குப் போராடிக் கொண்டிருக்கும் நிலையில் இருப்பது தெரிந்தது. இப்போது ஹாஸ்பிடலுக்குக் கொண்டு போகப்பட்டிருக்கிறார்கள். இருவருக்கும் கடுமையான ரத்தக் கசிவுக் காயங்கள். உடம்பு முழுக்கச் சிறுசிறு ஆணிகளால் துளைக்கப்பட்டு மோசமான ரத்த சேதம்..."

"உயிர் பிழைக்க வாய்ப்பு இருக்கிறதா?"

"நம்பிக்கை இருப்பதாக எனக்குத் தோன்றவில்லை ஸார். ஏனென்றால் இருவருமே ரத்தத்தில் முழுக்க முழுக்க நனைந்து போயிருந்தார்கள்."

"புவர் சேப்ஸ்...! பாம் ஸ்க்வாட் வந்து டிபன் கேரியரில் இருக்கும் டைனமைட்டை டிஃப்யூஸ் செய்வதற்குள் அவர்களுக்கு என்ன அவசரம்?"

"ஸார்... அவர்கள் சரியாய்த்தான் செயல்பட்டிருக்கிறார்கள். அவர்கள் மட்டும் டிபனை பள்ளியிலிருந்து அப்புறப்படுத்தாமல்

இருந்தால் கட்டடங்கள் நொறுங்கி உயிர்ச்சேதம் மிக அதிகமாக இருந்திருக்கும்." பேசிக் கொண்டிருந்த டி.ஐ.ஜி சட்டென்று பேச்சை நிறுத்தி "ஸார்! மிஸ்டர் சபரி வந்துவிட்டார்..." என்றார்.

ஐ.ஜி திரும்பிப் பார்க்க, ரோட்டோரத்தில் ஜீப்பை நிறுத்திவிட்டு வேக வேகமாய் வந்த சபரி அவருக்கு முன்பாய் போய் நின்று சுரீரென்று சல்யூட் வைத்தான்.

"ஸார்..." என்று ஆரம்பித்து பேச முற்பட ஐ.ஜி தொடர்ந்தார். "மிஸ்டர் சபரி...! உங்கள் தங்கை அமராவும், அவளோடு வந்த இளைஞனும் தெய்வாதீனமாய் உயிர் பிழைத்து இருக்கிறார்கள். அவர்கள் இரண்டு பேரும் இப்போது ஹாஸ்பிடலைஸ் செய்யப்பட்டு ஐ.ஸி யூனிட் பிரிவில் உள்ளார்கள். இனி நீங்கள் அவர்களைப் பற்றி கவலைப்பட வேண்டியது இல்லை. இந்த பாம் ப்ளாஸ்ட் சம்பந்தமான இன்வெஸ்டிகேஷனை கொஞ்சம் தீவிரப்படுத்தினால் போதும். குற்றவாளியை மடக்கிவிடலாம்." ஐ.ஜி பேசப் பேச ஆறுதலான சபரி, பதட்டமாய்க் குறுக்கிட்டான்.

"ஸார்... குற்றவாளியை மடக்கியாயிற்று!"

"என்னது?"

"எஸ்... ஸார்! அவன் பெயர் நிக்கி. நாம் காலையிலிருந்து தேடிக் கொண்டிருக்கிற நிக்கி இப்போது போலீஸ் கஸ்டடிக்கு கொண்டு போகப்பட்டிருக்கிறான்."

"ஈஸிட்...! நிக்கி உங்களிடம் எப்படி மாட்டினான்?"

"டைனமைட் ப்ளாஸ்ட்டான இந்த இடத்துக்கு ஜீப்பில் புறப்பட்டு வந்து கொண்டிருந்தேன். ஹைவேஸ் ரோட்டில் இருந்த பப்ளிக் டெலிபோன் பூத்தைக் கடக்கும் போது ஒரு பைக்கைப் பார்த்தேன் ஸார்! பைக்கின் ரெஜிஸ்ட்ரேஷன் நம்பர் DLH 5858. இந்த ரெஜிஸ்ட்ரேஷன் நம்பர் போலீஸ் விஜிலென்ஸ் பிரிவில் உள்ள ஒரு ஜீப்பின் ரெஜிஸ்ட்ரேஷன் நம்பர். எனக்கு மிகவும் பரிச்சயமான இந்த நம்பரைப் பார்த்ததும் அது திருட்டுப்போன பைக்காய் இருக்கலாம்

என்று நினைத்து ஜீப்பை கொஞ்சம் தள்ளி மறைவாய் நிறுத்திவிட்டு நான் மட்டும் போய் பூத்தை விட்டு வெளியே வந்த ஒருவனிடம் பேச்சு கொடுத்துப் பார்த்தேன். அவனோடு பேசிக் கொண்டிருக்கும்போது பைக்கில் மறைத்து வைக்கப்பட்டு இருந்த வயர்லஸ் உயிர் பெற்று 'நிக்கி நிக்கி' என்று அவனைக் கூப்பிட்டது. ஆள் மாட்டிக் கொண்டான்."

ஐ.ஜி முகம் சிவந்தார்.

"நிக்கி கேரியரில் டைனமைட் வைத்ததை ஒப்புக் கொண்டுவிட்டானா?"

"இல்லை ஸார்! அவன் இன்னமும் வாயைத் திறந்து உண்மை எதுவும் பேசவில்லை... உண்மையை வரவழைக்கத்தான் கஸ்டடிக்கு கொண்டு போகப் பட்டிருக்கிறான். இன்னும் ஒரு மணி நேரத்தில் எல்லா உண்மைகளும் வெளியே வந்துவிடும்..." சபரி சொல்லிக் கொண்டிருக்கும்போதே அஸிஸ்டெண்ட் கமிஷனர் ஒருவர் கையில் வயர்லஸ் போனோடு ஐ.ஜியை நெருங்கி வந்தார். சல்யூட் ஒன்றைக் கொடுத்துவிட்டு சொன்னார்.

"ஸார்... டி.ஜி.பி அலுவலகத்தில் இருந்து பேசுகிறார்கள்."

ஐ.ஜி வயர்லஸ் போனை வாங்கி இடது காதுக்குக் கொடுத்தார்.

"எஸ்."

மறுமுனையில் டி.ஜி.பியே பேசினார். "மிஸ்டர் ரமணன்! பாம் ப்ளாஸ்ட் சம்பந்தமாய் நிக்கி என்பவன் கைது செய்யப்பட்டிருக்கிறானா?"

"ஆமாம் ஸார்..."

"நம் உளவுத்துறையிலிருந்து ஒரு கவலை தரும் செய்தி வந்திருக்கிறது..."

"என்ன ஸார்?"

மறுமுனையில் டி.ஜி.பி சொல்லிக் கொண்டு போக ஐ.ஜியின் பப்பாளிப் பழ நிற முகம் தார் நிறத்துக்குப் போயிற்று. கண்ணாடி அணிந்த கண்களுக்குள்ளே கவலை அலையடித்தது. வயிற்றுக்குள் பயம் ஒரு கூரிய கத்தியாய் இறங்கியது.

14

ஜ ஜி வயர்லஸ் போனில் குரலைத் தாழ்த்திக் கொண்டு அதிர்ச்சியாய் கேட்டார்.

"ஸார்! நம் உளவுத்துறை கொடுத்த செய்தி உண்மையானதுதானா?"

"ஹண்ட்ரட் பர்ஸண்ட் அக்மார்க் உண்மை மிஸ்டர் ரமணன். இந்த வார இறுதிக்குள் டெல்லியில் முக்கியமான கட்டடங்களை வெடிகுண்டு வைத்துத் தகர்த்து ஆயிரத்துக்கும் மேற்பட்டவர்களைப் பலி வாங்க ஒரு முயற்சி நடைபெற்று வருகிறது. இதில் பாராளுமன்றக் கட்டடமும் அடக்கம். ரெட்ஃபோர்ட்டும் அடக்கம். இண்டர்நேஷனல் ஸ்பை ஸ்க்வாட் ஸாட்லைட் கம்யூனிகேஷன் மூலமாக ரகசியமாகக் கிரகித்து நம் இந்திய உளவுத்துறைக்குச் செய்தி அனுப்பியுள்ளது. நடக்கப் போகிற வெடிகுண்டு விபரீதங்கள் கண்ணிமைக்கும் நேரத்திற்குள் செயல்படுத்தப்பட்டு விடுமாம். அதன் செயல்பாடுகள் அறிந்த ஒரே நபர் நிக்கி. அவன் வாயிலிருந்து உண்மைகளை வரவழைத்துவிட்டால் டெல்லியை நாசத்தில் இருந்து காப்பாற்றிவிட வாய்ப்பிருக்கிறது. பை காட்ஸ் க்ரேஸ், நிக்கி இப்போது நம்மிடம் மாட்டியிருக்கிறான். ஒரு ஊமையைக்கூட லாக்கப்பில் வைத்து பேச வைக்கிற கலை உங்களுக்குத் தெரியும்... அடுத்த ஒரு மணி நேரத்திற்குள் நிக்கி பேசியாக வேண்டும். உண்மைகளைச் சொல்லியாக வேண்டும்..."

ரமணன் புன்னகைத்தார். "நிக்கியைப் பேச வைக்க எனக்கு ஒரு மணி நேரமெல்லாம் வேண்டியது இல்லை ஸார். ஒரு பத்து நிமிஷம் போதும்."

"உடனே நிக்கியைப் போய் ஹேண்டில் செய்யுங்கள். மூர்க்கத்தனம் வேண்டாம். செத்துத் தொலைந்துவிட்டால் கிடைத்திருக்கிற இந்த பிடிப்பும் போய்விடும். கவனம்!"

டி.ஜி.பி வயர்லஸ்ஸை அணைத்துவிட, ஐ.ஜி ரமணன் நெற்றியில் கோடு கோடாய் கவலைப்பட்டுக் கொண்டே சற்றுத் தொலைவில் நின்றிருந்த ஜீப்பை நோக்கி வேகமாய்ப் போனார்.

டெல்லி வல்லபாய் ஹாஸ்பிட்டல்.

ஐ.ஸி யூனிட்டுக்கு முன்பாய் செளந்தரி அழுது அழுது களைத்துப்போன கண்களோடும் வாயில் பொத்திய சேலைத் தலைப்போடும் நின்றிருக்க, பத்திரிகை ரிப்போர்ட்டர்களும் வீடியோகிராபர்களும் போலீஸ் அதிகாரிகளுக்குப் பின்னால் ஹிந்தியிலும் ஆங்கிலத்திலும் கேள்விக் கணைகளை வீசியபடி ஓடிக் கொண்டிருந்தார்கள்.

"ஸார்... ரஞ்சித், அமரா இருவரின் நிலை இப்போது எப்படியிருக்கிறது..?"

"க்ரிட்டிக்கல்..."

"உயிர் பிழைப்பார்களா..?"

"டாக்டர்கள் ஆபரேஷன் தியேட்டர்களிலிருந்து இன்னமும் வெளியே வரவில்லை. வந்த பிறகுதான் எதுவும் தெரியும்."

"இந்த குண்டுவெடிப்புக்கு எது காரணம் - மதமா இல்லை அரசியலா?"

"தெரியவில்லை."

"இது சம்பந்தமாய் யாரையாவது கைது செய்துள்ளீர்களா?"

"ஆமாம்."

"யாரை..?"

"அவன் பெயர் நிக்கி."

காதுகளில் சம்பாஷணைகள் விழுந்து கொண்டிருக்க திக்பிரமை பிடித்து நின்றிருந்த சௌந்தரியின் தோளில் இதமாய் ஒரு கை விழுந்தது.

நிமிர்ந்தாள்.

பச்சை கவுன் அணிந்த தலைமை டாக்டர். மூக்குக் கண்ணாடிக்குப் பின்னால் கவலைக் கண்கள்.

"அமராவுக்கு நீங்க..?"

"நான் அண்ணி..."

"ப்ளீஸ் ஃபாலோ மீ."

"டாக்டர்...! அமராவுக்கு?"

"இன்னும் அபாயக் கட்டத்தை தாண்டலை. ஷி ஈஸ் ஸ்ட்ரக்ளிங்..."

சௌந்தரி அழுகையில் வெடித்தாள்.

"டா...க்...ட...ர்..."

"ப்ளீஸ்! கண்ட்ரோல் யுவர்செல்ப். இது ஒரு மோசமான பாம் ப்ளாஸ்ட். சின்னச் சின்ன பீஸா உடம்பு சிதறி ஸ்பாட்டிலேயே செத்துப் போயிருக்க வேண்டிய அமராவும் ரஞ்சித்தும் முழுசா ஹாஸ்பிடலுக்கு வந்ததே மிகப்பெரிய அதிர்ஷ்டம். உடம்பு முழுக்க கூர்மையான ஆணி பாஞ்சு உள்ளுறுப்பு ஃபிப்டி பர்செண்ட் சேதமாயிருக்கு.. ட்ரீட்மெண்ட்டை சின்சியராக் கொடுத்துட்டிருக்கோம். மேலயிருக்குற அந்த சீஃப் டாக்டர்தான் கருணை வைக்கணும்..." சொன்ன டாக்டர் தலைக்குமேல் கையைக் காட்டிவிட்டு ஐ.ஸி யூனிட்டின் வெள்ளை நிறத்தில் இருந்த அகலமான கதவைத் திறந்துகொண்டு உள்ளே போனார்.

ஐ.ஸி யூனிட் ஜில்லிப்போடு யூடிகலோன் வாசனையோடு நிசப்தமாய் இருந்தது. செளந்தரிக்கு வயிற்றைப் பிசைந்தது.

‘அமராவுக்கும் ரஞ்சித்தும் விபரீதமாய் எதுவும் ஆகிவிடக்கூடாது கடவுளே!’

பிராண வாயு சிலிண்டர்களுக்கு மத்தியில் நடந்து சுத்தமான அந்த சதுர அறைக்குள் நுழைந்தார்கள்.

செளந்தரியின் பார்வைக்கு ரஞ்சித்தும் அமராவும் சற்றே உயர்த்திப் போடப்பட்ட கட்டில்களில் தெரிந்தார்கள்.

உடம்பு முழுக்க பாண்டேஜ் துணி ஓடி ஆங்காங்கே ரத்தத் தீற்றல்களைக் காட்டியது. இரண்டு பேரின் தலைகளுக்கும் ஹெல்மெட் மாதிரி எதையோ மாட்டியிருந்தார்கள். இருதயத் துடிப்புகள் கார்டியோகிராப் மானிட்டர் திரைகளில் ‘பீப் பீப்’ சத்தத்தோடு திக்கித் திக்கி ஓடிக் கொண்டிருக்க, ரத்தம் நிரம்பிய பாட்டில்கள் சிரசாசனம் செய்தபடி துளித் துளியாய் ரத்த சப்ளை செய்து கொண்டிருந்தன.

செளந்தரிக்கு அடி வயிற்றிலிருந்து துக்கம் பீறிட்டது.

‘இரண்டு மணி நேரத்திற்கு முன்னால் தன் காதலை சந்தோஷமாய்ச் சொல்ல வந்தவர்களா இவர்கள்?’

‘கடவுளே!’

‘இவர்கள் மரணத்தை ஜெயிப்பார்களா?’

செளந்தரி இருதயம் நடுங்க அமராவுக்கு பக்கத்தில் போய் நின்று முகத்தருகே குனிந்தாள்.

“அ... ம... ரா..!”

“அமரா... நான் அண்ணி வந்திருக்கேன்.”

அமராவின் கண்ணிமைகளில் லேசாய் ஒரு துடிப்பு ஏற்பட்டு அடங்கியது.

“அ... ம... ரா..!”

கண்ணிமைகள் லேசாய்... மிக லேசாய் பிரிந்து கருவிழிகளைக் காட்ட, செளந்தரி அமராவின் கன்னங்களை மெல்லத் தட்டினாள்.

"அமரா...! கண்ணைத் தொறந்து பாரும்மா! நான் அண்ணி வந்திருக்கேன்."

அமராவின் கருவிழிகள் சோர்வாய் மலர்ந்து சௌந்தரியின் முகத்தையே இமைக்காமல் பார்த்தன. வறண்ட உதடுகள் பிளவுபட்டு அசைந்தன.

இதயத்துக்குள் அடைபட்டிருந்த வார்த்தை தத்தி தத்தி வெளியே வந்தது.

"ர... ர... ரஞ்சித்."

"அமரா! ரஞ்சித்துக்கு ஒரு ஆபத்தும் இல்லை. அவர் நல்லபடியா இருக்கார். நீ தைரியமா இரு." சௌந்தரி அவள் காதருகே குனிந்து சொல்லிக் கொண்டிருக்கும்போதே அமரா கண் சொருகி உணர்விழந்த நிலைக்குப் போனாள்.

"அமரா... அமரா!" சௌந்தரி அரற்றிக் கொண்டிருக்க, தலைமை டாக்டர் பெருமூச்சொன்றை விட்டபடி சௌந்தரியை ஏறிட்டார்.

"இந்த ரஞ்சித்துக்கும் கான்ஷியஸ் திரும்பும் போதெல்லாம் வாயிலிருந்து 'அமரா'ங்கிற வார்த்தை மட்டும்தான் வருது. அதே மாதிரி அமராவுக்கு கான்ஷியஸ் வர்ற எந்த விநாடியும் அவ உதட்டிலிருந்து 'ரஞ்சித்'ங்கிற வார்த்தைதான் வெளியே வருது. ரெண்டு பேரும் கணவன் மனைவியா?"

"இல்ல டாக்டர்... அவங்க ரெண்டு பேரும் ஒருத்தரையொருத்தர் விரும்பிட்டிருக்காங்க... கூடிய சீக்கிரத்துல கல்யாணம் பண்ணிக்கவும் இருந்தாங்க..."

"ரஞ்சித்தோட பேரண்ட்ஸ் யாரு?"

"எனக்குத் தெரியாது டாக்டர்..."

"சரி... உங்க ஹஸ்பெண்ட் எங்கே..? வாட் ஈஸ் ஹி..?"

"டாக்டர்! என்னோட ஹஸ்பெண்ட் மிஸ்டர் சபரி. நேஷனல் செக்யூரிட்டி கார்ட்ஸ்ல செலக்ஷன் க்ரேட் இன்ஸ்பெக்டரா இருக்கார்."

"அவர் இப்போ இங்கே வருவாரா?"

"நவ் ஹி ஈஸ் ஆன் ட்யூட்டி டாக்டர். நடந்த பாம் ப்ளாஸ்ட் சம்பந்தமா ஸ்பாட்டுக்குப் போயிருக்கார்."

தலைமை டாக்டர் சில விநாடிகள் யோசனையில் இருந்துவிட்டு செளந்தரியை தயக்கமாய்ப் பார்த்தார்.

"ஒரு நிமிஷம் அப்படி வர்றீங்களா?"

ஐ.ஸி யூனிட்டை ஒட்டியிருந்த இன்னொரு அறைக்கு செளந்தரியை அழைத்துக்கொண்டு போனார் டாக்டர்.

"என்ன டாக்டர்?"

"இப்ப நான் சொல்லப் போற விஷயம் உங்களுக்கு அதிர்ச்சியா இருக்கலாம். பட்... நான் ஒரு டாக்டர்ங்கிற முறையில் உங்ககிட்ட அதைச் சொல்லித்தான் ஆகணும்."

செளந்தரியின் நெற்றிப் பரப்பில் வியர்வை சரம் கட்டியது.

"அமரா, ரஞ்சித் ரெண்டு பேருமே அபாயக் கட்டத்துக்குள்ளேதான் இருக்காங்க. இதே நிலைமை நீடிச்சா ரெண்டு பேருமே அடுத்த பன்னிரெண்டு மணி நேரத்துக்குள்ளே இறந்துடுவாங்க..."

"டாக்... ட.... ர்." செளந்தரி மேலும் உடைய ஆரம்பித்தாள்.

"பதட்டப்படாமே கேளுங்க. நான் சொல்ல வந்த விஷயத்தைச் சொல்லிடறேன்."

செளந்தரி, அந்த சென்ட்ரலைஸ்ட் ஏ.ஸியிலும் வியர்த்து சொத சொதத்தாள். வறண்ட உதட்டை அசைத்தாள்.

"சொ... சொல்லுங்க டாக்டர்."

குரலைத் தாழ்த்திக் கொண்டு டாக்டர் சொன்னார்.

"அமரா, ரஞ்சித் இந்த ரெண்டு பேர்ல ஒருத்தரை மட்டும் என்னால காப்பாத்த முடியும். ஒருத்தர் உயிர் பிழைக்கணும்ன்னா இன்னொருத்தர் உயிரை விட்டேயாகணும்."

15

அதிர்ச்சி அலைகள் கண்களில் மோத, டாக்டரை ஏறிட்டாள் சௌந்தரி.

"டாக்டர்...! நீங்க என்ன சொல்றீங்க..? ரெண்டு பேர்ல ஒருத்தர்தான் உயிர் பிழைக்க முடியுமா?"

"எஸ்..."

"ஏன் அப்படி..?"

"இந்த மோசமான பாம் ப்ளாஸ்ட்டுல ரஞ்சித், அமரா ரெண்டு பேருக்குமே கடுமையான உள் உறுப்புக் காயங்கள் ஏற்பட்டிருக்கு. ஹார்ட், லிவர் ரெண்டும் பெரிய பாதிப்புக்கு உள்ளாகியிருக்கு."

சௌந்தரிக்கு அழுகை வந்தது.

"டா... டாக்டர்..."

"மிஸஸ் சௌந்தரி...! சொல்றதுக்கு மன்னிக்கணும்... இப்ப அழுது புலம்பறதுக்கு இது நேரமில்லை. உடனடியா நாம ஒரு முடிவுக்கு வர வேண்டியிருக்கு. அமராவுக்கு ஹார்ட் வால்வுகள் சிதைஞ்சு போயிருக்கு. ரஞ்சித்துக்கு லிவர் ஃபெயிலியராகியிருக்கு. பட் ரஞ்சித்துக்கு ஹார்ட்டும் அமராவுக்கு லிவரும் நல்ல முறையில் இயங்கிக்கிட்டிருக்கு. கேடாவர் ஆப்ரேஷனைப் பத்தி நீங்க கேள்விப்பட்டிருக்கலாம். இறந்து போறமாதிரி ஸ்டேஜ்ல இருக்கிற நோயாளியோட உள்உறுப்புகளை எடுத்து அந்த உறுப்பு தேவைப்படற பேஷண்ட்ஸுக்கு பொருத்தி அந்த பேஷண்ட்ஸை பல வருஷ

காலம் உயிரோட வாழ வைக்க முடியும். அந்த மாதிரியான கேடாவர் ஆப்ரேஷனைத்தான் ரஞ்சித்துக்கோ அமராவுக்கோ செய்யப் போறோம்... அமராவோட லிவரை எடுத்து ரஞ்சித்துக்கு பொருத்தினா அவரை உயிர் பிழைக்க வைக்க முடியும். அதே மாதிரி ரஞ்சித்தோட ஹார்ட் வால்வுகளை எடுத்து அமராவுக்குப் பொருத்தினா அமராவை வாழ வைக்க முடியும்."

சௌந்தரியின் அழுகை பெரிதாயிற்று. "டா... டாக்டர்... எனக்கு என்ன பண்றதுனே தெரியலை... அமரா, ரஞ்சித் ரெண்டு பேரையுமே காப்பாத்த முடியாதா..?"

"அப்படியொரு வாய்ப்பு இருந்திருந்தா உங்ககிட்ட நின்னு இப்படி பேசிட்டிருக்க மாட்டேனே...? எந்த முயற்சியையுமே எடுக்காமவிட்டா ரெண்டு பேருமே க்ளினிகல் டெத் ஸ்டேஜுக்கு போயிடுவாங்க... அந்த ஸ்டேஜுக்கு போய்ட்டா அதுக்கப்பறம் ரெண்டு பேரையும் காப்பாத்த முடியாது."

டாக்டர் சொல்லிக் கொண்டிருக்கும்போதே அந்த அறையின் கதவு வேகமாய் திறக்கப்பட்டது.

சபரி உள்ளே வந்தான். கலைந்த தலை, இறுகிய முகம், சிவப்பு பரவிய கண்கள்.

"எ... என்னங்க?" கதறிக்கொண்டே போய் சபரியின் தோளில் முகம் புதைத்து அழுதாள்.

டாக்டரிடம் வந்தான் சபரி.

"டாக்டர்...! ரெண்டு பேரோட கண்டிஷன் இப்போ எப்படி இருக்கு?"

டாக்டர் சில விநாடிகள் தயங்கிவிட்டு கேடாவர் ஆப்ரேஷனைப் பற்றி சொன்னார். சபரி செவிமடுத்துவிட்டு தன் முகத்தை இரண்டு கைகளாலும் வழித்தபடி கேட்டான்.

"ஸோ... அமரா, ரஞ்சித் - ரெண்டு பேர்ல ஒருத்தர்தான் உயிர் பிழைக்க முடியும்..?"

“எஸ்...! நீங்க ரஞ்சித்தோட பேரண்ட்ஸை இங்கே வரவழைச்சு பேசி முடிவெடுத்துச் சொன்னா உடனடியா அந்த ஆப்ரேஷனுக்கு ஏற்பாடு செய்ய வசதியா இருக்கும்.”

சபரி, டாக்டரை ஏறிட்டான்.

“டாக்டர்...! ரஞ்சித்தோட பேரண்ட்ஸ் இப்போ ஊர்ல இல்லை. அவங்க ஒரு கல்யாணத்துக்காக மெட்ராஸ் போயிருக்காங்க. அவங்களுக்கு விஷயத்தை கன்வே பண்ணியாச்சு. ஆனா அவங்க திரும்பி டெல்லி வர இன்னும் ஒரு நாளாயிடும். இந்த விபரமெல்லாம் எனக்கு எப்படித் தெரியும்ன்னு நீங்க கேட்கலாம். ரஞ்சித்தோட பைக் ரெஜிஸ்ட்ரேஷன் நம்பரை ஆர்.டி.ஓல கொடுத்து அட்ரஸ் வாங்கி அந்த அட்ரஸுக்கே நேர்லேயும் போய்ப் பார்த்து வீட்ல இருந்த வேலைக்காரன்கிட்டே விசாரிச்சுட்டும் வந்துட்டேன்.”

டாக்டர் கவலையாகக் கேட்டார்.

“அப்படீன்னா கேடாவர் ஆப்ரேஷன்?”

“ஏற்பாடு செய்யுங்க டாக்டர்...”

“யாரை உயிர் பிழைக்க வைக்கிறது? உங்க சிஸ்டர் அமராவையா?”

“இல்லை, ரஞ்சித்தை!”

“மிஸ்டர் சபரி!”

“டாக்டர்! ரஞ்சித்தோட பேரண்ட்ஸ் இங்கே இப்போ இருந்தா என்ன சொல்லுவாங்கன்னு எனக்குத் தெரியாது. பட், அவங்க இங்கே இல்லாத நேரத்துல அவங்களுக்கு சாதகமாகத்தான் நாம முடிவு எடுக்கணும்... அமராவை நாங்க இழந்தாலும் பரவாயில்லை... ரஞ்சித்தை அவனோட பேரண்ட்ஸ்கிட்ட உயிரோட ஒப்படைக்க வேண்டியது எங்க கடமை.”

லாக்கப்பின் இரும்புக் கதவு திறக்கப்படும் சத்தம் கேட்டு சிமெண்ட் தரையில் மல்லாந்து படுத்திருந்த நிக்கி தன் இடது கண்ணை மட்டும் திறந்து பார்த்தான்.

ஐ.ஜி உள்பட நான்கைந்து போலீஸ் அதிகாரிகள் தரையை அரைத்துத் தள்ளுகிற மாதிரி கனமான பூட்ஸ் கத்தல்களோடு உள்ளே வந்தார்கள். மையமாய் பெரிய கண்களில் கனல்.

நிக்கியைச் சுற்றி வியூகம் போட்ட மாதிரி நின்றார்கள்.

சபரி தன் பூட்ஸ் காலால் நிக்கியின் மோவாயை நிமிர்த்தினான்.

“எந்திரிச்சு நில்லு...” நிக்கி ஒரு கோணல் சிரிப்போடு அலட்சியமாய் எழுந்து நின்றான். வாய் ஒரு சூயிங்கத்தை அசைபோட்டுக் கொண்டிருந்தது. மொச்சை மொச்சையான பற்களில் ஸ்பஷ்டமாய் பான் கறை.

ஐ.ஜி கேட்டார்.

“உன்னோட நிஜமான பேரு என்ன?” நிக்கி வாயைக் குவித்து காற்றை ஊதி மென்று கொண்டிருந்த சூயிங்கத்தில் ஒரு பலூனை உற்பத்தி செய்து காட்டிவிட்டு அலட்சியமான குரலில் சொன்னான்.

“பெத்தவங்க எனக்கு வெச்ச பேர் நிகிலன். ஃப்ரெண்ட்ஸ்ங்க என்னைக் கூப்பிடறது நிக்கி...”

“நீ இருக்கிற தேசவிரோத இயக்கத்துல, எத்தனை பேர் இருக்காங்க..?”

“எனக்கு எண்ணத் தெரியாது...”

“ப்பளீர்...” ஐ.ஜியின் கை சவுக்காய் சுழன்று நிக்கியின் வலது கன்னத்தை ஒரு வீறு வீறியது.

பேய்த்தனமான அந்த அறையை வாங்கிக்கொண்டு எல்லாப் பற்களும் தெரிகிற மாதிரி சிரித்தான் நிக்கி. சூயிங்கத்தை மறுபடியும் பலூனாக்கிக் காட்டினான்.

சபரி தன் கையில் வைத்திருந்த லத்தியால் நிக்கியின் தாடையை உயர்த்தினான்.

நிக்கி மறுபடியும் சிரித்தான். “இப்படி ஒட்டுமொத்தமா வந்து நின்னுகிட்டு உண்மையைச் சொல்லுன்னு கேக்கறீங்க.

சொல்லாமே இருக்க முடியுமா? சொல்லிடறேன். டிஃபன் கேரியர்ல டைனமைட்டை ஃபிக்ஸ் பண்ணினது நான்தான். டைனமைட் கேரியரை அந்தப் பொண்ணும் அந்தப் பையனும் காலி மைதானத்துக்கு கொண்டுபோய் வைக்கும்போது அதை பிஸ்டலாலே குறிபார்த்து சுட்டதும் நான்தான். நர்ஸரி ஸ்கூல்ல பாம் ப்ளாஸ்டாகி ஒரு நூறு குழந்தைங்க பரலோகம் போயிருந்தா மனசுக்கு திருப்தியா இருந்திருக்கும். பரவாயில்லை, இந்த ஒரு டைனமைட்தானா? டெல்லியையே தரைமட்டமாக்கற அளவுக்கு கைவசம் இருக்கிற ஒரு திட்டம் அடுத்த நாப்பத்தெட்டு மணி நேரத்துக்குள்ள அரங்கேறப் போகுது. இந்த உண்மை போதுமா? இன்னும் கொஞ்சம் வேணுமா?”

நிக்கியின் தாடை லத்தியால் அடிவாங்க, கடைவாயில் ஒரு துளி ரத்தம் செவேலென்று காட்டியது. அந்த ரத்தத் துளியை இடது கை ஆட்காட்டி விரலால் தொட்டு சுண்டிவிட்டு மறுபடியும் சூயிங்கத்தை வேகமாய் மென்று பலூனாக்கிக் காட்ட, சபரி கோபத்தின் உச்சிக்குப் போனான்.

நிக்கியின் கழுத்துக் குழியை லத்தியால் குத்தினான்.

“துப்புடா...”

“எதை..?”

“வாய்ல மென்னுட்டிருக்கியே... அந்த சூயிங்கத்தை...”

நிக்கி சிரித்தான்.

“கண்டிப்பா துப்பணுமா?”

“துப்புடா ராஸ்கல்!” சபரி வயிறு எக்கிக் கத்த –

நிக்கி துப்பினான்...

பக்கத்தில் நின்றிருந்த ஐ.ஜியின் முகத்தில்.

16

ஐ.ஜியின் நெற்றியில் நிக்கி துப்பிய சூயிங்கம் நெற்றியின் மையத்தில் ஸ்டிக்கர் பொட்டு மாதிரி ஒட்டிக்கொள்ள அவர் வெகுண்டார்.

சபரியின் கையில் இருந்த லத்தியை வாங்கி நிக்கியின் முகத்தை நோக்கி ஒரு வீறு வீறினார்.

"ர்ர்ர்ர்ப்ப்ப்"

நிக்கியின் உதடும் மூக்கும் மோசமாய் அடிபட்டது. சில்லு மூக்கு உடைந்து ரத்தம் இரண்டு நாசித் துவாரங்களிலும் சேர்ந்த மாதிரி வழிய, கீழ் உதடு கிழிபட்டு தன் பங்குக்கு ரத்தத்தை வழியவிட்டது.

நிக்கி ரத்தம் வழிகிற முகத்தோடு வாய்விட்டுச் சிரித்தான். வலியுணர்ச்சி முகத்தில் கொஞ்சமும் இல்லை.

"ஐ.ஜி ஸார்! என்னோட ரத்தத்தை இப்படி வேஸ்ட் பண்ணிட்டீங்களே... இது உங்களுக்கு நியாயமா?"

ஐ.ஜி மறுபடியும் கோபத்துக்குப் போய் கையில் இருந்த லத்தியை உயர்த்தி வேகமாய் இறக்கி நிக்கியின் நடு மண்டையில் ஒரு போடு போட்டார்.

இடி மாதிரி விழுந்த அந்த அடியில் நிக்கி நிலை குலைந்து போவான் என்று எதிர்பார்த்த சபரி வியப்பின் பவுண்டரிக்குப் போனான்.

நிக்கி மார்புக்கு குறுக்காக கைகளைக் கட்டிக்கொண்டு பவ்யமாய் குனிந்தபடி சொன்னான்.

"ஐ.ஜி ஸார்... நீங்க அடிச்ச அடி சரியில்லை. இன்னும் ஒரு போடு போடுங்க! போலீஸ் டிபார்ட்மெண்ட்ல ஐ.ஜி. போஸ்ட் வரைக்கும் வந்துட்டீங்க... உடம்புல போதுமான வலு இல்லையே..."

"டேய்ய்ய்!"

சபரியின் கோபம் அடர் நைட்ரிக் அமிலமாய் தகித்தது. கடைவாய்ப் பற்கள் மொத்தத்தையும் அரைத்துக் கொண்டு நிக்கியின் தலைமுடியைக் கொத்தாய்ப் பிடித்து ஆவேசமாய் உலுக்கினான்.

"இதோ பார்! போலீஸ் அடி எப்படியிருக்கும்ன்னு உனக்குத் தெரியலை. இது ஆரம்பம். ஆரம்பத்துல ஒரு பத்து நிமிஷ நேரத்துக்கு சிரிக்கலாம். அதுக்கப்பறம் உன்னால சிரிக்க முடியாது. மரியாதையா கேட்கிற கேள்விகளுக்கெல்லாம் ஒழுங்கா பதில் சொல்லிடு..."

நிக்கி ரத்தம் வழியும் வாயோடு சிரித்துக்கொண்டே தலையாட்டினான்.

"ம்... கேளுங்க... என்ன கேள்வி வேணும்னாலும் கேளுங்க... எனக்கு பதில் தெரிஞ்சா சொல்றேன்... பதில் தெரியலைன்னு நான் சொன்னா அதையும் நீங்க நம்பணும்... இப்படி நம்பாமே என்னைப் போட்டு அடிக்கக்கூடாது."

சபரி தன் இடது பக்க பேண்ட் பாக்கெட்டுக்குள் கையை நுழைத்து ஒரு சின்ன பாக்கெட் டைரியை எடுத்து நிக்கியின் முகத்துக்கு முன்பாய்க் காட்டினான்.

"இது என்ன?"

"பாக்கெட் டைரி."

"இது உன்னோடதுதானே?"

"இல்லை..."

"பொய் பேசாதே... உன்னோட மோட்டார் பைக் சைலன்ஸர்க்கு பின்னாடி இருக்கிற ஒரு சீக்ரட் டேஷ் போர்டிலிருந்து இந்த டைரியை எடுத்துட்டு வந்திருக்கேன்."

"ஓ... அப்டியா! அப்படீன்னா இது என்னோட டைரிதான்."

சபரிக்கு ஆத்திரம் பீறிட்டாலும் அதை அடக்கிக் கொண்டு கேட்டான்.

"இந்த டைரியில இருக்கிற கையெழுத்து உன்னோடது தானே?"

"ஆமா... இது என்ன ஸார் கேள்வி? என்னோட டைரியில என்னோட கையெழுத்து இல்லாம வேற யார் கையெழுத்து இருக்கும்."

சபரி டைரியைப் பிரித்துக் காட்டி "முன்பாதி டைரி பூராவும் ஒரு ஹேண்ட்ரைட்டிங்கும் பின்பாதி டைரி பூராவும் வேற ஒரு ஹேண்ட்ரைட்டிங்கும் இருக்கே... இதுல எது உன்னோட ஹேண்ட் ரைட்டிங்..?" என்று கேட்டான்.

"ரெண்டுமே என்னோட ஹேண்ட்ரைட்டிங்தான்... என்னால பத்துவிதமான கையெழுத்துல எழுத முடியும்."

சபரி சில விநாடிகள் அவனையே முறைப்பாய்ப் பார்த்துக் கொண்டிருந்துவிட்டு பின் மெல்லிய குரலில் கேட்டான்.

"இதுல நிறைய கோட் வேர்ட்ஸ் இருக்கு... அதுக்கெல்லாம் என்ன அர்த்தம்னு நீ இப்ப சொல்லியாகணும்..."

"சொல்லிட்டா போகுது..." நிக்கி கடைவாயில் கொப்பளித்த ரத்தத்தை ஏதோ தாம்பூலம் மென்று துப்புவதைப் போல் லாக்-அப் சுவரோரமாய் துப்பினான். ஐ.ஜி கர்ச்சீப்பால் முகத்தைப் பொத்திக் கொண்டு பின்னுக்கு நகர்ந்து நின்றார்.

சபரி டைரியை பிரித்து வைத்துக்கொண்டு ஒவ்வொரு பக்கமாய் திருப்பியபடி கேட்டான்.

"அதென்ன க்ரே பௌடர்?"

நிக்கி சிரித்தான்.

"அது டெல்லியின் சாம்பல்."

"மொட்டுகள்?"

"வெடிக்காத டைனமைட்கள்."

"பூ பூத்தது?"

"குண்டு வெடித்தது."

"மந்தை..?"

"இந்திய ராணுவம்..."

"மில்மெம்?"

"ஆபத்து..."

"விபூதி..?"

"நிலைமை சகஜம்..."

"இந்தியாவின் முதல் முட்டாள்..?"

நிக்கி இந்த கோட்வேர்ட்க்கான பதிலைச் சொன்னதும் சபரி தன் பூட்ஸ்காலால் கோபாவேசத்தோடு நிக்கியின் 'மூச்சா' போகும் பகுதியை ஒரு எத்து எத்தினான்.

நிக்கி அடிவயிற்றைப் பிடித்துக்கொண்டு ஒரு விநாடி குனிந்து வலியை ஜீரணித்துக் கொண்டு நிமிர்ந்தான். மெல்லச் சிரித்தான்.

"என்ன சபரி ஸார்... உண்மையைச் சொன்னா இப்படியா உதைக்கிறது?"

சபரி ஆத்திரம் தாளாமல் கேட்டான்.

"டேய்... நீ இந்தியன்தானே?"

"ஹண்ட்ரட் பர்செண்ட் இந்தியன்."

"இந்தியால பொறந்து வளர்ந்துட்டு இந்த மண்ணுல விளையறதையே சாப்பிட்டுட்டு இங்கே வீசற காத்தை சுவாசிச்சு உயிர் வாழ்ந்துகிட்டு இருக்கிற உனக்கு இந்தியா மேல என்ன வெறுப்பு..?"

"எனக்குப் பிடிக்கலை..."

"எது பிடிக்கலை..?"

"இந்த இந்தியாவே எனக்குப் பிடிக்கலை..."

"இது எந்த அண்டை நாட்டோட போதனை?"

நிக்கி சிரித்தான்.

"என்ன சிரிக்கறே?"

"இது ப்யூர் லோக்கல். இண்டர்நேஷனல் விவகாரம் கிடையாது."

"இந்த வெடிகுண்டுக் கலாச்சாரத்துக்கு என்ன காரணம்..?"

"இந்தத் தேசம் நிம்மதியா இருக்கக்கூடாது. அதுக்கான ஆரம்பம்தான் இது. ஆரம்ப விழாவை டெல்லியில அமர்க்களமாய் நடத்திக் காட்டப் போறோம்..."

"போறோம்? அப்படீன்னா உனக்குப் பின்னாடி ஒரு கும்பல் இருக்கு..?"

"அது கும்பல் கிடையாது சபரி ஸார்... அது ஒரு கொள்கைப் படை..."

"பொறந்த தேசத்தை அழிக்க நினைக்கிறது பெத்த தாயைக் கொலை பண்றதுக்குச் சமம்..."

ஏதோ ஜோக் கேட்டவனைப் போல் நிக்கி ரத்தம் உறைந்த வாயோடு அண்ணாந்து சிரித்துவிட்டு பிறகு ரகசியம் பேசுகிற தினுசில் மெல்லிய குரலில் சொன்னான்.

"சபரி ஸார்... இந்த தேசம் உங்களுக்கெல்லாம் தாய் மாதிரி தெரியலாம். ஆனா எங்களுக்கு இது பேய் மாதிரித்தான் தெரியுது..."

சபரியின் பூட்ஸ்கால் இந்த தடவை மூர்க்கமாய் உயர்ந்து நிக்கியின் நெஞ்சுப் பகுதியில் இடியாய் இறங்கியது.

எதிர்பாராத அந்த உதையில் நிக்கி நிலை தடுமாறிப் போய் லாக்கப்பின் பின்பக்கச் சுவரில் மோதிக் கொண்டு

எழாமல் அப்படியே சுவர்க்கு சாய்ந்து கொண்டு சபரியைப் பார்த்து சிரித்தான்.

“கங்க்ராட்ஸ்...”

“……………”

“எதுக்கு கங்க்ராட்ஸ் சொல்றேன்னு பார்க்கறீங்களா சபரி ஸார்? என்னை ஒரே உதையில கீழே விழ வெச்சதுக்காக... டெல்லி போலீஸுக்கு ஏத்த ஆசாமிதான் நீங்க...”

“இதோ பார்! இந்த எகத்தாளப் பேச்சையெல்லாம் மூட்டைக்கட்டி வெச்சுட்டு ஒழுங்கா பதில் சொல்லு. இல்லேன்னா உன்னோட உடம்புல இருக்கிற ஒவ்வொரு துளி ரத்தத்தையும் இந்த லாக்கப்புக்குள்ள சிந்த வேண்டியிருக்கும்.”

நிக்கி இப்போது முகம் இறுகிப் போய் இரண்டு கைளையும் தரையில் ஊன்றிக் கொண்டு எழுந்தான்.

“என்னோட உடம்புல இருக்கிற ரத்தத்தை ஒவ்வொரு துளியா இந்த லாக்கப்புக்குள்ளே நான் சிந்தத் தயார். ஆனா நான் சிந்தற ஒவ்வொரு துளி ரத்தத்துக்கும் இந்த நாட்டுல இருக்கிற ஆயிரம் பேராவது ரத்தம் சிந்தியாகணும்... பரவாயில்லையா?”

சபரி மறுபடியும் ஆவேசமாய்ப் பாய முயல, ஐ.ஜி குறுக்கே கை நீட்டினார்.

“மிஸ்டர் சபரி, காம் டவுன். நான் இவனை ஹேண்டில் பண்றேன்... அந்த டைரியை என்கிட்ட குடுங்க...”

“எஸ்... ஸார்!” சபரி தன் கையில் இருந்த அந்த சின்ன டைரியை ஐ.ஜியின் கையில் கொடுத்துவிட்டு சற்றே ஒதுங்கி நின்றான்.

ஐ.ஜி டயரியின் ஒரு பக்கத்தை பிரித்து வைத்துக்கொண்டு நிக்கியின் பக்கத்தில் போய் நின்று மெல்லிய குரலில் பேச்சை ஆரம்பித்தார்.

“நிக்கி! இந்த டைரியில நிறைய புரியாத விஷயங்கள் இருக்கு. அதையெல்லாம் பின்னாடி பார்த்துக்குவோம். ஆனா டைரியோட இந்தப் பக்கத்துல வரையப்பட்டிருக்கிற தும்பிப் பூச்சிக்கு மட்டும் என்ன அர்த்தம்னு சொல்லிடு.”

நிக்கி அந்த வரைபடத்தைப் பார்த்தான். உதட்டில் புன்னகை ஸ்லோமோஷனில் அரும்பியது.

“ஐ.ஜி ஸார்... அவசியம் சொல்லணுமா..? சொன்னா... உங்க சந்தோஷம் மட்டும் இல்லை. உங்க போலீஸ் டிபார்ட்மெண்ட்டோட ஒட்டுமொத்த சந்தோஷமும் காணாம போயிடும் ஐ.ஜி ஸார்... பரவாயில்லையா?”

“சும்மா பூச்சாண்டி காட்டாமே சொல்லுடா நாயே...”

சட்டென பொறுமையிழந்த ஐ.ஜி லத்தியால் நிக்கியின் தாடையை உயர்த்தினார். நிக்கி சொல்ல ஆரம்பித்தான்.

17

நிக்கி தன் முன்ரோம மோவாயை இடது கைவிரல்களால் வழுவிக்கொண்டே ஒரு சின்ன நமட்டுச் சிரிப்போடு பேச ஆரம்பித்தான்.

"ஐ.ஜி ஸார்...! அடுத்த நாற்பத்தெட்டு மணி நேரத்துக் குள்ளே இந்த தும்பிப் பூச்சியாலதான் டெல்லி அழிஞ்சு தரைமட்டமாகப் போகுது."

"எ... எ... என்னடா சொல்றே?" அதிர்ந்தார் ஐ.ஜி.

"நடக்கப் போற உண்மையைச் சொல்லிட்டிருக்கேன். ஐ.ஜி ஸார், எங்க திட்டம் எல்லாமே ப்ரீப்ளாண்ட். உங்க டிபார்ட்மெண்ட்டைச் சேர்ந்த இன்ஸ்பெக்டர் சபரியோட ஃபேமிலியிலிருந்து எங்களுடைய அழிக்கும் வேலையை ஆரம்பிச்சோம். சபரியோட மனைவி சௌந்தரி பள்ளிக்கூடத்துல டிஃபன் பாக்ஸைத் திறக்கும்போது குறைந்தபட்சம் அறுபது குழந்தைகளாவது சிதறிச் சாகணும்ன்னு விரும்பினோம். அது நடக்கலை. அந்த ரெண்டு பேரும் குழந்தைகளைக் காப்பாத்திட்டாங்க. இது எங்களுக்கு ஏமாற்றமாயிருந்தாலும் இனிமே நடக்கப்போற விபரீதத்திலிருந்து டெல்லியைக் காப்பாத்த அந்தக் கடவுளே நினைச்சாலும் இனி முடியாது."

நிக்கி பேசப் பேச சபரி ஆவேசமாகி அவனுடைய கழுத்தை எட்டிப் பிடித்தான்.

"நாயே, டெல்லி மேல உனக்கு என்ன கோபம்?"

"கோபம் இந்த டெல்லி மேல இல்லை..."

"பின்னே..?"

"இந்த தேசத்து மேல, இந்த தேசத்துல இருக்கிற மோசமான அரசியல்வாதிகள் மேல. எனக்கு இந்தியாவைப் பார்க்கவே பிடிக்கலை. அரசியல் தலைவர்கள்ல யாருமே நல்லவங்க கிடையாது. அதே மாதிரி அரசு அதிகாரிகள்ல ஒருத்தன்கூட யோக்யமானவன் கிடையாது. கடமையைச் செய்யறதுக்கே லஞ்சம் கேட்கிற அரசாங்கம் இது. இப்படியொரு தேசம், இப்படியொரு அரசாங்கம் இருக்கிறது எனக்கு ஐ மீன் என்னோட இயக்கத்துக்குப் பிடிக்கலை. அதுதான் இந்த டைனமைட் வாண வேடிக்கை. இப்போ இருக்கிற இந்த இந்தியா அழியணும். அந்த அழிவிலிருந்து புதுசா ஒரு புத்தம் புது இந்தியா பிறக்கணும்..."

ஐ.ஜி குறுக்கிட்டார். "தும்பி பத்தி சொல்றேன்னு சொல்லிட்டு திருப்பியும் பழைய கதையையே சொல்றே. நீ பேசற பேச்சுக்கும் உன்னோட டைரியில இருக்கிற குறிப்புகளுக்கும் எந்தவிதமான சம்பந்தமும் இருக்கிற மாதிரி தெரியலையே... நமக்கு வேண்டாத அண்டை நாடுகள் கொடுக்கிற பணத்துக்கு ஆசைப்பட்டுத்தான் நம்ம நாட்டை அழிக்கிற நாசக் காரியத்துல நீயும் உன்னோட கும்பலும் இறங்கியிருக்கீங்க. இந்தியா மேல கோபம் அது இதுன்னு நீ சொல்றதெல்லாம் பொய்..."

நிக்கி சிரித்தான்.

"நீங்க எப்படி வெச்சுக்கிட்டாலும் சரி ஐ.ஜி ஸார்! எந்த ஒரு காரியத்துக்கும் பணம் வேணும். அந்தப் பணம் இங்கேக் கிடைச்சா என்ன, வெளிநாட்ல கிடைச்சா என்ன..."

"ர்ர்ர்ரப்ப்ப்..."

நிக்கி மறுபடியும் மோசமாய் அடிபட்டு கடைவாயில் புது ரத்தம் காட்டினான்.

"ம்... அடிங்க..! எவ்வளவு தடவை வேணும்ன்னாலும் எப்படி வேணும்ன்னாலும் எத்தனை பேர் வேணும்ன்னாலும்

அடிங்க... பட்...! நான் சிந்தற ஒவ்வொரு துளி ரத்தத்துக்கும் இந்த தேசம் பதில் சொல்லியாகணும்."

சபரி, ஐ.ஜியிடம் திரும்பி கோபமாய் படபடத்தான்.

"ஸார்...! இவன்கிட்ட இப்படியெல்லாம் பேசிட்டிருந்தா உண்மை வெளியே வராது. இவனைக் கொஞ்சம் ஹார்ஷா ஹேண்டில் பண்ணனும். காட்டன் ட்ரீட்மெண்ட் கொடுத்தா புத்து செகண்ட்ல உண்மை வெளியே வந்துடும்."

"கொடுங்க!" என்றார் ஐ.ஜி.

சபரி லாக்கப் வாசலில் இருந்த இரண்டு கான்ஸ்டபிள்களைப் பார்த்து கையசைக்க அவர்கள் செயல்பட்டார்கள்.

நிக்கியின் கை கால்கள் இறுக்கமாய் கட்டப்பட்டு ஒருக்களித்து படுக்க வைக்கப்பட்டான். திமிற முடியாத அளவுக்கு இரண்டு பேர் பூட்ஸ் கால்களால் மிதித்துக் கொள்ள சபரி ஒரு பஞ்சுத் திரியோடும், ஒரு சின்ன பாட்டிலோடும் நிக்கியின் தலைமாட்டில் போய் குத்துக்காலிட்டு உட்கார்ந்தான்.

"நிக்கி! இந்த காட்டன் ட்ரீட்மெண்ட்டைப் பத்தி நீ கேள்விப்பட்டிருக்கமாட்டே..."

நிக்கி அந்த நிலையிலும் சிரித்தான்.

"சொல்லு... கேட்போம். ஒரு விஷயம் புதுசுன்னா அதைச் தெரிஞ்சுக்க எப்பவுமே எனக்கு ஒரு ஆர்வம் உண்டு..."

"விபரம் புரியாமே சிரிச்சுக்கிட்டிருக்கே! சொல்றேன், கேட்டுக்கோ! இது பஞ்சு திரி. இந்த பாட்டில்ல இருக்கிறது பெட்ரோல். இப்போ இந்தப் பஞ்சை நான் என்ன பண்ணப் போறேன்னா, இதை பெட்ரோல்ல முக்கி எடுத்து..." சபரி சொல்லிக் கொண்டே பஞ்சுத் திரியை பெட்ரோலில் சொத சொதவென்று முக்கியெடுத்து நிக்கியின் வலது காது துவாரத்துக்குள் திணித்தான்.

நிக்கியின் காதுக்குள் பெட்ரோல் ஜில்லிப்புடன் பாய்ந்தது. காற்றில் மூச்சை அடைக்கிற மாதிரி பெட்ரோல் மணம்.

சபரி புன்னகைத்தான்.

"இனிமேதான் ட்ரீட்மெண்ட்டே ஆரம்பம்..." சொன்னவன் தன் பாக்கெட்டுக்குள் கையை நுழைத்து சிகரெட் லைட்டர் ஒன்றை எடுத்துக்கொண்டு 'க்ளிக்'கினான். ஒரு சிறு தீநாக்கு வெளிப்பட்டது.

"நிக்கி! உனக்கு இப்போ ட்ரீட்மெண்ட் எது மாதிரி இருக்கும்ன்னு புரிஞ்சு போயிருக்கலாம். இந்த தீ ஜுவாலையை உன்னோட காதுக்குப் பக்கத்துல கொண்டு வந்து பெட்ரோல்ல நனைஞ்சு காதுக்கு வெளியே கொஞ்சமா நீட்டிக்கிட்டு இருக்கிற பஞ்சுத் திரியில பத்த வெச்சா என்னாகும் தெரியுமா?"

நிக்கியின் முகம் இப்போது மாறியது. சபரி சிரித்தான். "சொன்னதுக்கே பயந்துட்டே! பத்த வெச்சா எப்படியிருக்கும் தெரியுமா? காது வழியே உள்ளே போயிருக்கிற பெட்ரோல் இப்போ தொண்டைக் குழி வரைக்கும் போயிருக்கும். பஞ்சோட இந்த நுனியில் தீ வெச்சா வலது காதும் தொண்டைக் குழியும் பத்தே விநாடியில் வெந்து எதுக்கும் உபயோகம் இல்லாமே போயிடும்."

நிக்கி பயத்தோடு பார்க்க, சபரி கேட்டான்: "உன்னோட இயக்கத்தைப் பத்தி இப்பவாவது சொல்றியா? இல்ல பஞ்சுத் திரியைப் பத்த வைக்கட்டுமா?"

நிக்கி கண்களை இறுக மூடிக்கொண்டு உணர்ச்சியற்ற குரலில் சொன்னான்.

"பத்த வை...!"

டெல்லி ஆக்ரா ஹைவேஸ் ரோட்டில் மரங்கள் அடர்ந்த ஒரு சாலையோரப் பூங்காவுக்குள் மரத்தின் அடித்தண்டுக்கு சாய்ந்து உட்கார்ந்தபடி காத்திருந்தாள் மம்தா.

மனம் ஓயாமல் அந்தக் கேள்வியைக் கேட்டது.

'மணி நாலாகப் போகிறது, நிக்கியை எங்கே காணோம்?'

'பேசியபடி பணம் கொடுக்காமல் ஏமாற்றிவிடுவானா?'

ஆள் நடமாட்டமற்ற அந்தச் சாலையோரப் பூங்காவில் உட்கார்ந்து இருக்கிற ஒவ்வொரு நிமிஷமும் நெருப்பின் மேல் உட்கார்ந்திருப்பதைப்போல் உணர்ந்தாள்.

'இந்நேரம் குண்டுவெடித்திருக்குமா?'

'இல்லை... வெடிக்காமல்...'

யோசிப்பில் நேரம் கரைந்து கொண்டிருந்த விநாடி-ரோட்டில் பைக் சத்தம் கேட்டது.

பார்வையை உயர்த்தினாள். நிக்கியின் சாயலில் ஒருவன் பைக்கை நிறுத்திவிட்டு வேகவேகமாய் அவளை நோக்கி வந்தான்.

மம்தா தயக்கமாய் எழுந்து நின்றாள். வந்தவன் அவளை நெருங்கியதும் சொன்னான்.

"மம்தா, நான் பரசு... நிக்கியோட ப்ரதர்...!"

"நிக்கி எங்கே?"

"போலீஸ்ல மாட்டிக்கிட்டான்..."

"அய்யோ..." வலது கை விரல்களை வாய்க்குக் கொண்டு போய் வைத்து அதிர்ந்தாள். "எப்படி.... நிக்கி போலீஸ் கைக்கு அவ்வளவு சுலபத்துல சிக்கமாட்டானே?"

"எப்படியோ சிக்கிக்கிட்டான்..."

"குண்டு வெடிச்சதா?"

"வெடிச்சது. ஆனா உயிர்ச்சேதமில்லை. மொத்தத்துல போட்ட திட்டம் ஃபெய்லியர்..."

"நான் என்னோட வேலையை ஒழுங்கா பண்ணிட்டேன். பேசினபடி பணத்தைக் கொடுத்துட்டா நான் என்னோட ஊரைப் பார்க்க போயிட்டேயிருப்பேன்..."

“மம்தா! உனக்குச் சேரவேண்டிய பணம் எங்கேயும் போயிடாது. கண்டிப்பா கிடைக்கும். அதுக்கு முன்னாடி போலீஸ் பிடியில் இருக்கிற நிக்கியை நீ காப்பாத்தியாகணும்.”

“நிக்கியை நான் காப்பாத்தறதா..? என்னால எப்படி முடியும்?”

“முடியும்! உன்னால மட்டும்தான் முடியும்!”

18

மம்தா தன் பெரிய சைஸ் கண்களை மேலும் பெரிதாக்கிக் கொண்டு திகைத்தாள்.

"சரி... நிக்கியைக் காப்பாத்த நான் என்ன பண்ணனும்? சொல்லு."

"சொல்றேன்..." என்று சொல்லி சுற்றும்முற்றும் பார்த்த பரசு, தன் கையில் வைத்திருந்த ஒரு சிறிய ப்ளாஸ்டிக் பையிலிருந்து பென்சில் பாக்ஸ் மாதிரி இருந்த அந்த ஃபைபர் சமாச்சாரத்தைக் கையில் எடுத்தான். கேட்டான்.

"இது என்ன தெரியுமா?"

"தெரியாது!"

"பார்க்கிறதுக்கு பென்சில் பாக்ஸ் மாதிரி இருக்கும்... ஆனா இது ஆர்.டி.எக்ஸ் ஜாதியைச் சேர்ந்த மைக்ரோ டைனமைட். இதை லேசாத் திறந்தாலே போதும். ஒரு குட்டிப் பிரளயம் நடந்து பல ஆயிரம் சதுர அடிப் பரப்பை தூள் தூளாக்கி சாம்பலாக்கும்... இதோட விலை கிட்டத்தட்ட பத்து இலட்சம்..."

மம்தா அந்த மைக்ரோ டைனமைட்டை பயமாய் பார்த்துக் கொண்டிருக்க அவன் தொடர்ந்தான்.

"இந்த மைக்ரோ டைனமைட் இன்னும் ஒரு சில மணி நேரத்துக்குள்ளே டெல்லி ஜெனரல் ஹாஸ்பிடலுக்குள்ளே போய் ப்ளாஸ்டாகி கடுமையான உயிர்ச்சேதத்தை

உண்டாக்கியாகணும்... அதுக்கப்புறம் நம்ம சைடிலிருந்து போலீஸுக்கு போன் போகும். 'நிக்கி உடனடியா விடுதலை செய்யப்படணும்... இல்லேன்னா டெல்லியில் இருக்கக்கூடிய ஒவ்வொரு ஹாஸ்பிடலிலும் மைக்ரோ டைனமைட்கள் வெடிச்சு டாக்டர்களையும் நர்ஸ்களையும் காவு வாங்கும்...' இப்படி ஒரு மிரட்டலை போலீஸுக்குக் கொடுத்து அவங்களை நிர்ப்பந்தப்படுத்தினா நிக்கியை அவங்க கண்டிப்பா ரிலீஸ் பண்ணித்தான் ஆகணும்."

மம்தா மௌனம் சாதிக்க, பரசு கேட்டான். "என்ன மம்தா... பேச்சைக் காணோம்?"

"சரி... இதுல என்னோட உதவி எங்கே வருது?"

"ஓ...! அதைச் சொல்ல மறந்துட்டேனா..? இந்த மைக்ரோ டைனமைட்டை டெல்லி ஜெனரல் ஹாஸ்பிட்டலுக்குள்ளே கொண்டுட்டு போகப்போறதே நீதான்..."

மம்தா கலவரமானாள்.

"என்னது நானா..?"

"நீயேதான்... உன் ஒருத்தியால மட்டும்தான்... இந்த மைக்ரோ டைனமைட்டை ஹாஸ்பிட்டலுக்குள்ளே கொண்டு போக முடியும்."

"எப்படி முடியும்..? போலீஸ் இந்நேரம் என்னையும் வலைவீசித் தேடிக்கிட்டு இருப்பாங்க. நான் ஹாஸ்பிட்டலுக்குள்ளே அவ்வளவு சுலபத்தில் நுழைய முடியாது..."

"உன்னால சுலபமா ஹாஸ்பிட்டலுக்குள்ளே போக முடியும்."

"எப்படி..?"

"இப்படி..."

பரசு ஒரு மாதிரி சிரித்துக் கொண்டே தன் இடுப்புக்கு கையைக் கொண்டு போய் எதையோ எடுத்தான்.

முக்கால் அடி நீளக் கத்தி.

தோல் உறைக்குள் தூங்கிக் கொண்டிருந்த அதை கண்ணிமைக்கும் பொழுதில் உருவி உயர்த்திப் பிடித்தான்.

“மம்தா...! நீ இந்த மைக்ரோ டைனமைட்டை எடுத்துகிட்டு ஹாஸ்பிடலுக்குள்ளே உயிரோட போகப் போறதில்லை. உயிரோட ஹாஸ்பிடல் பக்கம்போனா நீ மாட்டிக்குவேன்னு எனக்குத் தெரியாதா என்ன..? இப்போ இந்தக் கத்தியால குத்துப்பட்டு சாகப் போற. கிழிபட்ட உன்னோட வயித்துக்குள்ளே இந்த மைக்ரோ டைனமைட் போய் மறைஞ்சுக்கும். போஸ்ட்மார்ட்டத்துக்காக உன்னோட டெட் பாடி ஹாஸ்பிட்டல் மார்ச்சுவரிக்கு போகும் போது அது டாக்டர்களோட கைக்கு கிடைக்கும். அவங்க இந்த ஃபைபர் பாக்ஸுக்குள்ளே என்ன இருக்குன்னு தெரிஞ்சுக்கிறதுக்காக ஓப்பன் பண்ணிப் பார்ப்பாங்க. அப்படி ஓப்பன் பண்ணினா என்ன ஆகும்ன்னு ஏற்கெனவே உனக்கு சொல்லியிருக்கேன்.”

சொன்ன பரசு, கத்தியை அவசரமாய் மேலே உயர்த்தி பின் சட்டென்று வேகமாய் கீழே இறக்கி மம்தாவின் அடி வயிற்றில் சொருகி ஒரு இழுப்பு இழுத்தான்.

“ஹக்!”

மம்தாவின் விழிகள் ஆணியடித்த மாதிரி நின்றுவிட-வாய் உச்சபட்சமாய்த் திறந்து பின் ஸ்லோமோஷனில் மூடியது. ரத்தம் பீறிட்டுப் பக்கத்தில் இருந்த ஒரு செடியைக் குளிப்பாட்டியது.

கைகளைப் பரப்பிக் கொண்டு மம்தா சரிந்தாள். பரசு ரத்தக்கறை படிந்த கத்தியை மம்தாவின் சேலைத் தலைப்பிலேயே துடைத்து சுத்தம் செய்துகொண்டான்.

நிதானமாய் பார்வையைச் சுழற்றி சுற்றும்முற்றும் பார்த்துவிட்டு, மம்தாவின் உடல் அருகே மண்டியிட்டு உட்கார்ந்தான்.

கத்திக் குத்துப்பட்ட மம்தாவின் வயிற்றைத் தடவி ரத்தம் வழிந்து கொண்டிருந்த காயத்தின் துவாரத்திற்குள் -

மைக்ரோ டைனமைட்டை கர்ப்பம் தாங்கியிருந்த அந்தச் சிறிய ஃபைபர் பாக்ஸை உள்ளே திணித்தான்.

அது சுலபமாய் உள்ளே போய்விட சேலைத் தலைப்பில் வயிற்றுப் பகுதியை மூடிவிட்டு எழுந்தான். பூங்காவிலிருந்து வெளிப்பட்டு ஹைவேஸ் ரோட்டுக்கு வந்து பைக்கை உசுப்பி உயிரூட்டிக் கொண்டு கிளம்பினான்.

ஐந்து நிமிஷப் பயணத்தில் ஒரு பெட்ரோல் பங்க் வர, அதனையொட்டி இருந்த பப்ளிக் டெலிபோன் பூத்துக்கு முன்பாக பைக்கை நிறுத்திவிட்டு உள்ளே போய் ஒரு ரூபாய் நாணய உதவியோடு போலீஸ் கண்ட்ரோல் ரூமை தொடர்பு கொண்டான்.

"ஹலோ... போலீஸ் கண்ட்ரோல் ரூம்?"

"எஸ்..."

"ஸார்...! டெல்லி ஆக்ரா ஹைவேஸ் ரோட்டில் டெல்லி 27 கிலோ மீட்டர் என்று எழுதப்பட்டு இருக்கும் சிமெண்ட் பலகைக்கு முன் உள்ள சாலையோர பூங்காவில் ஒரு பெண்ணின் உடல் ரத்த வெள்ளத்தில் கிடக்கிறது..."

"நீங்கள் யார்..?"

பதில் கூறாமல் தொடர்பைத் துண்டித்து ரிஸீவரை கொக்கியில் மாட்டி வெளியே வந்தான். காத்திருந்த பைக் அவனைச் சுமந்து கொள்ள உதைவிட்டு ஆக்ஸிலேட்டரை முறுக்கிப் பறந்தான்.

"பத்த வை!" என்று சொல்லிவிட்டு நிக்கி கண்களை மூடிக் கொள்ள - சிகரெட் லைட்டரின் தீப்பிழம்பை பெட்ரோல் கசியும் காதுக்குப் பக்கத்தில் கொண்டு போனான் சபரி.

ஐ.ஜியின் பாக்கெட்டில் இருந்த செல்போன் ஒரு ரிங்டோனை வெளியிட்டது.

எடுத்து காதுக்குப் பொருத்தினார்.

"எஸ்" என்று சொல்லிவிட்டு மறுமுனையில் ஒலித்த வார்த்தைகளை செவிமடுத்து கொஞ்சம் கொஞ்சமாய் முகத்தின் நிறத்தைத் தொலைத்தார்.

"அப்படியா...! உடனே அனுப்பி வைக்கிறேன்." சொன்னவர் சபரியைப் பார்த்து தலையசைத்துவிட்டு லாக்கப்புக்கு வெளியே போனார்.

சபரி பின்தொடர்ந்தான்.

ஒதுக்குப்புறமாய் போய் நின்று கொண்டார் ஐ.ஜி. சபரியை ஏறிட்டார்.

"மிஸ்டர் சபரி! டெல்லி - ஆக்ரா ஹைவேஸ் ரோட்டில் ஒரு சாலையோர பூங்காவுக்குள்ள பொண்ணோட டெட் பாடி ஒண்ணு கிடைச்சிருக்கு. அது மம்தாவாய் இருக்கலாம்ன்னு அந்த ஏரியா பீட் இன்ஸ்பெக்டர் சந்தேகப்படறார். நீங்க அந்த சம்பவ இடத்துக்குப் போய் பாடியைப் பார்த்து ஐடென்டிஃபை பண்ணிட்டு வாங்க. நீங்க போய்ட்டு வந்த பின்னாடி நிக்கியை என்கொயர் பண்ணிக்கலாம்..."

"எஸ்... ஸார்!" தன் நெற்றிக்கு கையைக் கொண்டு போய் சட்டென்று இறக்கிய சபரி, கனத்த பூட்ஸ் சத்தத்தோடு நகர்ந்தான்.

19

டெல்லி - ஆக்ரா ஹைவேஸ் ரோட்டில் டெல்லி 27 கி.மீ. என்று ஹிந்தியிலும் ஆங்கிலத்திலும் எழுதப்பட்டிருந்த சிமெண்ட் பலகையையொட்டி இடது புறமாய்த் தெரிந்த அந்த சாலையோரப் பூங்காவை சபரி ஜீப்பில் தொட்டபோது மாலைச் சூரியன் பெரிய பெரிய மரங்களுக்குப் பின்னால் பெங்களூர்த் தக்காளியாய் மாறியிருந்தான்.

சபரி ஜீப்பை விட்டு இறங்க இறங்கவே சப்-இன்ஸ்பெக்டர் ஒருவர் சல்யூட்டோடு வந்து எதிர்ப்பட்டார்.

"ஸார்..."

சபரி பார்வையைச் சுழற்ற... இரண்டு போலீஸ் ஜீப்புகளும் ஒரு மார்ச்சுவரி வேனும் ரோட்டோரத்தில் இளைப்பாறிக் கொண்டிருந்தன.

"பாடி எங்கே..?"

"ப்ளீஸ் கம் திஸ் சைட் ஸார்..."

இன்ஸ்பெக்டர் அடர்த்தியான மரங்களுக்கு மத்தியில் கூட்டிக்கொண்டு போய் ரத்தச் சகதியில் ஒருக்களித்து விழுந்து கிடந்த உடலைக் காட்டினார்.

சபரி சப்-இன்ஸ்பெக்டரின் கையிலிருந்த லத்தியை வாங்கி உடலைப் புரட்டிப் பார்த்துவிட்டு "எஸ்... ஷி ஈஸ் மம்தா... எங்கள் வீட்டு வேலைக்காரிதான்." என்றான்.

"ஸார்...! இந்தப் பெண் கத்தியால் குத்திக் கொலை செய்யப்பட்டிருக்கலாம். ஆனால் ஆயுதம் ஏதும் ஸ்தலத்தில்

கிடைக்கவில்லை... காலடித் தடங்களின் பதிவுகளை பவுடர் தூவி சேகரித்துவிட்டோம்."

"இங்கே பாடி கிடப்பதாகத் தகவல் கொடுத்தது யார்?"

"இந்த வழியாகப்போன ஒருவன் பாடியைப் பார்த்துவிட்டு போலீஸுக்குத் தகவல் கொடுத்திருக்கிறான். போலீஸ் விசாரணைக்கு பயந்து தன்னைப் பற்றிய விபரங்களைச் சொல்லாமல் ரிஸீவரை வைத்துவிட்டான்."

"டெல்லி - ஆக்ரா ஹைவேஸ் ரோடு முழுவதையும் அலர்ட் செய்திருக்கிறோம். போலீஸ் பேட்ரோல் அதிக கண்காணிப்போடு இயங்கிக் கொண்டிருக்கிறது."

"உபயோகம் இல்லை. இந்நேரம் கொலையாளி எல்லையை விட்டு விலகி ஒரு பத்திரமான இடத்தில் பதுங்கியிருப்பான். இனி நடக்கப் போகும் போலீஸ் சம்பிரதாயங்கள் நம்முடைய திருப்திக்காக மட்டுமே..."

"ஸார்...! எங்களுடைய அடுத்த கட்ட நடவடிக்கை எப்படி இருக்க வேண்டும்?"

சபரி மறுபடியும் தன் பார்வையை மம்தாவின் உடம்பின் மேல் சில விநாடிகள் நிறுத்திவிட்டு சப்-இன்ஸ்பெக்டரிடம் கேட்டான்.

"பாடியை தரோவாய் சோதனை செய்துவிட்டீர்களா?"

"செய்தாயிற்று ஸார்... ஜாக்கெட் பகுதிக்குள் இந்த பர்ஸ் மட்டும் இருந்தது. பர்ஸைப் பிரித்துப் பார்த்ததில் நான்கு நூறு ரூபாய் நோட்டுக்களும் கொஞ்சம் சில்லறையும் இருந்தன. அதுதவிர பஸ் டிக்கெட் ஒன்று. இவைத் தவிர இந்தப் பர்ஸில் வேறு எதுவும் இல்லை."

"சரி... பாடியை போஸ்ட்மார்ட்டம் கொண்டுபோக ஏற்பாடு செய்யுங்கள். பி.எம் ரிப்போர்ட் இரண்டு மணி நேரத்திற்குள் என் கைக்குக் கிடைக்க வேண்டும்."

"எஸ் ஸார்...!" சப்-இன்ஸ்பெக்டர் தன் கையை விருட்டென்று நெற்றிக்குக் கொண்டு போய் சல்யூட் அடித்தார்.

பரசு ஜனசந்தடிமிக்க டெல்லி நிஜாமுதீன் ரயில்வே ஸ்டேஷனில் ஒரு ப்ளாட்ஃபார டெலிபோன் பூத்திலிருந்து ரிஸீவரை காதுக்கு நன்றாக ஒட்ட வைத்துக்கொண்டு ஏதோ ரகசியம் பேசுகிற தினுசில் பேசிக் கொண்டிருந்தான்.

"ஸார்...! மம்தாவோட பாடி ஜி.ஹெச் மார்ச்சுவரிக்குப் போய்விட்டது."

"போஸ்ட்மார்ட்டத்தை ஆரம்பித்துவிட்டார்களா?"

"இன்னும் இல்லை ஸார்."

"ஏன்?"

"பி.எம் செய்கிற டாக்டர்ஸ் இப்போது யாரும் இல்லையாம். அந்த டாக்டர்களுக்குத் தகவல் போய் இருக்கிறது."

"இப்போது மணி ஆறு! சாயந்தரம் ஆறு மணிக்கு மேல் போஸ்ட்மார்ட்டம் செய்ய டாக்டர்கள் சம்மதிக்க மாட்டார்களே..?"

"இல்லை ஸார்... இன்றைக்கு எப்படியும் போஸ்ட் மார்ட்டம் நடக்கும் வாய்ப்பு உள்ளது. ஏனென்றால் மம்தாவின் பி.எம் ரிப்போர்ட்டை வாங்கிக்கொண்டு போவதற்காக தலைமை டாக்டரின் அறையில் சபரி காத்துக் கொண்டிருக்கிறான்."

"பரசு..."

"ஸார்..."

"மைக்ரோ டைனமைட் தப்பு பண்ணாதே?"

"நூறு சதவீதம் பண்ணாது ஸார்..."

"நிச்சயமாய் இன்னும் இரண்டு மணி நேரத்திற்குள் ஜி.ஹெச்சின் மார்ச்சுவரிக்குள் மைக்ரோ டைனமைட் வெடித்து ஒரு சின்ன பிரளயத்தை உண்டாக்கும். போஸ்ட்மார்ட்டம்

செய்கிற டாக்டர்களும் பக்கத்து ப்ளாக்கான காஷுவாலிட்டி வார்டில் இருக்கிற பேஷண்ட்களில் பாதிப் பேரும் நிச்சயம் பரலோகம் போவார்கள்.”

மறுமுனைக் குரல் டெலிபோனில் எச்சரித்தது. “எப்படியோ... இந்த டைனமைட்டாவது நாம் நினைக்கிற மாதிரி வெடித்து போலீஸின் வயிற்றில் புளியைக் கரைக்க வேண்டும். நம் வயிற்றில் பாலை வார்க்க வேண்டும். நிக்கி போலீஸ் பிடியிலிருந்து வெளியே வர வேண்டும்...”

“நீங்கள் சொன்னது எல்லாமே நடக்கும் ஸார். நான் இப்போது நிஜாமுதீன் ரயில்வே ஸ்டேஷனிலிருந்து புறப்பட்டு ஜி.ஹெச் போகிறேன். அடுத்த இரண்டு மணி நேரத்தில் ஒரு நல்ல தகவலைச் சொல்வதற்காக உங்களுக்கு நான் போன் செய்வேன்.”

“காத்துக் கொண்டிருக்கிறேன்.”

பரசு ரிஸீவரைக் கொக்கியில் மாட்டிவிட்டு பூத்தின் கதவைத் திறந்துகொண்டு வெளியே வந்து ப்ளாட்பாரத்தில் இருந்த மக்களோடு கலந்து நடந்தான் இயல்பாய்... வெகு இயல்பாய்.

டெல்லி ஜி.ஹெச்.

தலைமை டாக்டர் சோப்ரா தனக்கு முன்பாய் உட்கார்ந்திருந்த சபரியை ஏறிட்டபடி கேட்டார்.

“மம்தாவின் பி.எம் ரிப்போர்ட் இன்றைக்கே உங்களுக்கு வேண்டுமா மிஸ்டர் சபரி..?”

“எஸ்... டாக்டர்! டெல்லியில் இப்போது நிலைமை சரியில்லை. இன்று மத்தியானம் நடந்த டைனமைட் ப்ளாஸ்ட்டில் மார்ச்சுவரியில் கிடக்கிற மம்தாவுக்கும் பெரும் பங்கு இருக்கிறது. இவள் கொலை செய்யப்பட்ட விதம் எப்படி என்று தெரிந்தால் அதை இன்வெஸ்டிகேட் செய்து பழைய குற்றவாளிகள் யாரையாவது முடக்க முடியும்.

இந்திய உளவுத்துறை கொடுத்திருக்கிற தகவல்களை வைத்துக்கொண்டு பார்த்தால் டெல்லியின் முக்கிய இடங்கள் வெடிகுண்டுகளால் தகர்க்கப்படும் அபாயத்தில் உள்ளன. எனவே இந்த விஷயத்தில் ஒரு போர்க்கால அவசரம் தேவைப்படுகிறது. மம்தாவின் உடல் துல்லியமாய் பி.எம் செய்யப்பட்டு ரிப்போர்ட் உடனடியாக எங்கள் கைக்கு கிடைத்தால் அது எங்களுக்குப் பெரிய உதவியாக இருக்கும். வில் யூ ஹெல்ப்... டாக்டர்?"

"சர்ட்டன்லி..."

டாக்டர் தலையசைத்த விநாடி –

அவர் மேஜைமேல் இருந்த இண்டர்காம் சின்னதாய் முனகியது. டாக்டர் எடுத்து 'எஸ்' என்று சொல்ல, மறுமுனையில் ஹாஸ்பிடலின் பி.ஆர்.ஓ பேசினார்.

"டாக்டர்...! மார்ச்சுவரியில் உள்ள பெண்ணின் உடலை போஸ்ட்மார்ட்டம் செய்ய டாக்டர்கள் சூரஜ்ஜூம் புருஷோத்தும் வந்துவிட்டார்கள். அவர்களை உங்கள் அறைக்கு வரச் சொல்லட்டுமா?"

"வேண்டாம்... அவர்களை மார்ச்சுவரியில் இருக்கச் சொல்லுங்கள். இன்னும் ஐந்து நிமிடத்திற்குள் நானும் இன்ஸ்பெக்டர் சபரியும் அங்கே வருகிறோம்."

"எஸ்... ஸார்."

தலைமை டாக்டர் ரிஸீவரை அதனிடத்தில் வைத்துவிட்டு சபரியை ஏறிட்டார்.

"மிஸ்டர் சபரி! ப்ளீஸ் கம் வித் மீ. மம்தாவின் பி.எம் இப்போது நடக்கப் போகிறது. நீங்கள் ஸ்பாட்டிலேயே இருந்து ரிப்போர்ட் வாங்கிக்கொண்டு போய்விடலாம்."

"தேங்க்யூ வெரிமச் டாக்டர்!"

சபரி எழுந்து டாக்டரோடு இணைந்து மார்ச்சுவரியை நோக்கி அந்த நீளமான வராந்தாவில் நடக்க ஆரம்பித்தான்.

மூன்று நிமிஷ நடை.

மார்ச்சுவரி அறை வயிற்றைப் புரட்டும் ஃபார்மலின் நாற்றத்தோடு வந்தது.

20

சபரி மார்ச்சுவரி அறைக்குள் நுழைந்தபோது டாக்டர்கள் சூரஜ்ஜும் புருஷோத்தும் மம்தாவின் உடலை போஸ்ட்மார்ட்டத்துக்கு உட்படுத்தும் ஆயத்தக் கட்டத்தில் இருந்தார்கள்.

டாக்டர் புருஷோத் தன் கையில் வைத்திருந்த கத்தியால் மம்தாவின் வயிற்றுப் பகுதியைக் கீறிவிட உள்ளே உறையாமல் தேங்கியிருந்த ரத்தம் ஒருபக்கம் வழிந்து கொட்டியது. காற்று நாறியது.

ஃபார்மலின் நனைக்கப்பட்ட துணியால் அந்த ரத்தம் உடனடியாய் சுத்தம் செய்யப்பட்டு வயிறு மேலும் கிழிபட்டு விரிந்து உள் உறுப்புகளை ஸ்பஷ்டமாகக் காட்டியது.

சபரி பார்க்கப் பிடிக்காமல் முகத்தை சட்டென திருப்பிக்கொண்ட விநாடி - மார்ச்சுவரியின் அறைக்கதவு மெலிதாய் தட்டப்பட்டது.

“டொக்... டொக்...”

சபரி கதவைத் திறந்து எட்டிப்பார்க்க... ஒரு நர்ஸ் பார்வைக்குக் கிடைத்தாள்.

“எஸ்...”

“மிஸ்டர் சபரி..?”

“நான்தான்.”

“உங்களுக்கு போன்.”

"எங்கிருந்து?"

"ஐ.ஜி அலுவலகம் என்று சொன்னார்கள். ஏதோ முக்கியச் செய்தி. உடனே உங்களைத் தொடர்பு கொள்ளச் சொன்னார்கள்."

சபரி டாக்டர்களிடம் சொல்லிக் கொண்டு வேகவேகமாய் ஹாஸ்பிடலின் ரிசப்ஷன் கௌண்ட்டர்க்கு விரைந்தான். ஒரு நிமிஷ நடையில் கௌண்ட்டர் வர, மல்லாத்தி வைக்கப்பட்டிருந்த ரிஸீவரில் லைன் உயிரோடு இருந்தது.

"ஸார்...! நான் சபரி..."

மறுமுனையில் ஐ.ஜி கேட்டார்.

"மம்தாவின் பி.எம். ரிப்போர்ட் ரெடியா?"

"போஸ்ட்மார்ட்டம் இப்போதுதான் ஆரம்பம் ஆகியிருக்கிறது ஸார். ரிப்போர்ட் கைக்கு வர எப்படியும் ஒருமணி நேரமாகிவிடும்."

"ரிப்போர்ட் கிடைக்க நேரமாகும் என்றால் நீங்கள் உடனே புறப்பட்டு இங்கே அலுவலகம் வாருங்கள்."

"ஸார்... ஏதாவது முக்கியச் செய்தியா?"

"ஆமாம். நிக்கியிடமிருந்து நமக்கு புதிதாக ஒரு தகவல் கிடைத்திருக்கிறது. அதுவும் பத்து நிமிஷத்திற்கு முன்பு..."

"என்ன தகவல் ஸார்..?"

"அதை டெலிபோனில் சொல்லிக் கொண்டிருக்க வேண்டாம். நீங்கள் இங்கே வாருங்கள்... நேரில் பேசிக் கொள்ளலாம்."

"எஸ்... ஸார்!"

சபரி ரிஸீவரை வைத்துவிட்டு யோசனை பரவிய முகத்தோடு மறுபடியும் மார்ச்சுவரியை நோக்கி நடக்க ஆரம்பித்தான்.

மம்தாவின் வயிற்றுப்பகுதி உள்ளுறுப்புக்களைப் பெரிய சைஸ் ஃபோர்சிப்ஸால் கிளறிப் பார்த்துக் கொண்டிருந்த டாக்டர்கள் சூரஜ்ஜும் புருஷோத்தும் சட்டென்று திகைத்த மாதிரி பரஸ்பரம் அந்த ஒரு விநாடி பார்த்துக் கொண்டார்கள்.

"என்ன அது! கல்லீரலுக்குப் பின்பகுதியில் ரத்தமாய் செவ்வக சைஸில்?"

"சூரஜ்! அதை எக்ஸ்போஸ் பண்ணுங்க."

சூரஜ் தன் கையில் இருந்த ஃபோர்சிப்ஸைப் பயன்படுத்தி ரத்தத்தில் குளித்து உறைந்து போயிருந்த அந்த செவ்வகப் பொருளை எடுத்து பக்கத்து மேஜையில் இருந்த ஃபார்மலின் நிரம்பிய 'ட்ரே'க்குள் போட்டார்.

அம்மோனியம் கலந்த ஃபார்மலினில் ரத்தம் கழுவப்பட்டு இப்போது வெளிர் மஞ்சள் நிற உடம்போடு அந்த செவ்வக ஃபைபர் பாக்ஸ் பார்வைக்குக் கிடைத்தது.

புருஷோத் அந்த பாக்ஸின் மேல் மூடியை லேசாக நெம்பிப் பார்த்தார். அது பிடிவாதம் பிடிக்கவே கையில் வைத்திருக்க ஃபோர்சிப்ஸின் ஒரு கூரிய முனையை உபயோகப்படுத்தி நெம்ப முயன்றபோது சபரி கதவைத் திறந்து கொண்டு உள்ளே வந்தான்.

"டாக்டர்! ஐ.ஜி அலுவலகத்தில் இருந்து எனக்கு ஒரு அவசரச் செய்தி. நான் இப்போது கிளம்புகிறேன். மம்தாவின் போஸ்ட்மார்ட்டம் ரிப்போர்ட்டை ஒரு மணி நேரம் கழித்து வந்து வாங்கிக் கொள்கிறேன்."

பேசிக்கொண்டே உள்ளே வந்த சபரி டாக்டர் புருஷோத்தம் கையில் இருந்த அந்த ஃபைபர் பாக்ஸைப் பார்த்துவிட்டு நெற்றியில் வியப்பு வரிகள் போட்டான்.

"என்ன டாக்டர் அது?"

"மம்தாவின் வயிற்றுப் பகுதிக்குள்ளே இந்த ஃபைபர் பாக்ஸ் திணித்து வைக்கப்பட்டிருந்தது மிஸ்டர் சபரி!"

"ஃபைபர் பாக்ஸா?"

சபரி அதை வாங்கி அதன் மூலைகளையும் தடவிப் பார்த்துவிட்டு கண்களில் கலக்கம் பரவிக் கொள்ள டாக்டர்களை ஏறிட்டான்.

"டாக்டர்! இது மம்தாவின் வயிற்றுக்குள் இருந்ததென்றால் அவள் கொலை செய்யப்பட்ட பிறகு கொலையாளியால் இது அவளுடைய வயிற்றுக்குள் திணித்து வைக்கப்பட்டிருக்க வேண்டும் இல்லையா?"

"ஆமாம்! அப்படித்தான் இருக்க வேண்டும்."

"கொலையாளி காரணமில்லாமல் தேவையில்லாமல் ஒரு பொருளை மம்தாவின் இறந்த உடலுக்குள் ஏன் திணித்து வைக்க வேண்டும்? இது ஒரு டைனமைட்டாகக் கூட இருக்கலாம். ஒரு வேளை நீங்கள் இதைத் திறந்திருந்தால் வெடித்திருக்கவும் கூடும்."

டாக்டர்களின் முகங்கள் இருட்டுக்குப் போய் பின் பழைய நிலைமைக்குத் திரும்பின.

சபரி தொடர்ந்தான்.

"இந்த ஃபைபர் பாக்ஸை ஸ்கேனுக்கு உட்படுத்திப் பார்த்தால் உள்ளே என்ன இருக்கிறது என்பது தெரிந்துவிடும். பாம் ஸ்க்வாட் இங்கே வந்து இந்த பாக்ஸை ஸ்கேன் செய்து பார்க்கும்வரை இதை தனியாய் ஓரிடத்தில் ஐஸோலேட் செய்து வைக்கவேண்டும். நீங்கள் மம்தாவின் போஸ்ட்மார்ட்டத்தை கண்டினியூ செய்யுங்கள். இதை ஐஸோலேட் செய்கிற வேலையை நான் பார்த்துக் கொள்கிறேன்."

சபரி அந்த ஃபைபர் பாக்ஸை தன் கர்ச்சீஃப்பால் சுற்றி எடுத்துக்கொண்டு கிளம்பினான்.

ஐ.ஜி அலுவலகம்.

சபரி சல்யூட் அடித்துவிட்டு நிற்க, ஐ.ஜி தனக்கு முன்பாய் இருந்த இருக்கையைக் காட்டினார். சபரி உட்கார்ந்தான்.

"மிஸ்டர் சபரி! காலையிலிருந்து இந்த டெல்லியில் நடந்து கொண்டிருக்கும் விபரீதமான நிகழ்ச்சிகளைக் குறித்து நாம் சற்று அதிகப்படியாகவே கவலைப்பட வேண்டியிருக்கிறது. மம்தாவின் இறந்த உடலுக்குள் திணித்து வைக்கப்பட்டிருந்த ஃபைபர் பாக்ஸுக்குள் ஆர்.டி.எக்ஸ் சம்பந்தப்பட்ட மைக்ரோ டைனமைட் பதுங்கியிருந்த விஷயத்தை பாம் ஸ்க்வாட் ஸ்கேன் செய்து கண்டுபிடித்து விட்டார்கள். டாக்டர்கள் மட்டும் ஒருவேளை அந்த ஃபைபர் பாக்ஸை மார்ச்சுவரி அறைக்குள் திறந்து பார்த்திருந்தால் மிக அதிகமான அளவில் உயிர்ச்சேதம் ஏற்பட்டு இருக்கும்."

"பை காட்ஸ் க்ரேஸ்... அப்படியொரு அசம்பாவிதம் நடைபெறவில்லை ஸார்." என்ற சபரி தயக்கமான குரலில் கேட்டான்.

"ஸார்...! நிக்கியிடமிருந்து ஏதோ விஷயம் கிடைத்ததாக டெலிபோனில் சொன்னீர்கள்..?"

"எஸ்...! நீங்கள் மம்தாவை அடையாளம் காட்ட புறப்பட்டுப் போனதும் நான் நிக்கியை ஹேண்டில் செய்து காட்டன் ட்ரீட்மெண்ட் மூலம் அவனிடமிருந்து உண்மைகளை வரவழைக்க முயற்சி செய்தேன். முடியவில்லை. ஒரு கட்டத்தில் கோபம் தாங்காமல் கையில் வைத்திருந்த லத்தியால் மண்டையில் ஒரு போடு போட ஆள் மயக்கமாகிவிட்டான். டாக்டரை உடனே வரவழைத்து தலைக்காயத்துக்கு மருந்து போட்ட போதுதான் ஒரு விஷயம் தெரிந்தது."

"என்ன விஷயம் சார்?"

"ஃபாலோ மீ..." ஐ.ஜி சொல்லிக்கொண்டே எழுந்து பக்கத்து செல்லை நோக்கி நடக்க சபரி குழப்பத்தை தன் முகம் பூராவும் ஒட்ட வைத்துக்கொண்டு அவரைப் பின் தொடர்ந்தான்.

சபரி, ஐ.ஜியைத் தொடர்ந்து செல் உள்ளே செல்ல, கைகளில் விலங்கு பூட்டப்பட்ட நிலையில் நிக்கி ஒருக்களித்து விழுந்து கிடந்தான்.

"இப்போது மயக்கத்தில் இருக்கிறான். வலுகட்டாயமாக அவனுக்கு ஒரு ஊசியைச் செலுத்தி மயக்கத்துக்கு உட்படுத்தியிருக்கோம்."

ஐ.ஜி சொல்லிக்கொண்டே அவனுடைய அடர்த்தியான தலைமுடிக்குள் இடது கை விரல்களை நுழைத்து முடிக்கற்றைகளைப் பிரித்தார்.

"மிஸ்டர் சபரி..."

"ஸார்..."

"இங்கே இப்படி வந்து இவனுடைய தலைப்பகுதியைப் பாருங்கள்!"

21

சபரியின் நெற்றிப் பரப்பில் ஒரு ஆச்சரிய வரி உற்பத்தியாகி மறைந்தது. ஐ.ஜியை குழப்பமாய் ஏறிட்டான்.

"என்ன ஸார் இது! நிக்கியின் பின்பக்க மண்டையில் ஏதோ ஒரு கம்பளிப் பூச்சி ஒட்டிக்கொண்டு இருக்கிற மாதிரி கறுப்பாய் ஒரு தழும்பு தெரிகிறது."

"எஸ்... அது தழும்புதான். நிக்கியின் மூளைப் பகுதியில் ஒரு ஆபரேஷன் செய்யப்பட்டதற்கான தழும்புதான் இது! டாக்டர் முகர்ஜியைக் அழைத்துக் காட்டியதில் அவர் சொன்ன தகவல் இது..."

"பட் இந்தத் தழும்பு நமக்குக் கிடைத்த உபயோகமான தகவல் என்பதை எந்த வகையில் எடுத்துக் கொள்வது..?"

"வாருங்கள்..! என் பின்னே..." ஐ.ஜி சொல்லிவிட்டு தன்னுடைய அறையை நோக்கி நடக்க, சபரி இன்னமும் அதிகப்படியான குழப்பத்துடன் அவரைப் பின்தொடர்ந்து போனான்.

ஐ.ஜி தன்னுடைய நாற்காலிக்கு சாய்ந்து கொண்டு சபரிக்கும் ஒரு நாற்காலியைக் காட்டி விட்டு காலிகோ பைண்ட் செய்யப்பட்ட ஒரு அழுக்கான ஆல்பத்தைப் பிரித்தார்.

"மிஸ்டர் சபரி! இது பம்பாய் போலீஸ் க்யூ பிராஞ்ச் சம்பந்தப்பட்ட டெரரிஸ்ட்களின் ஆல்பம். இந்த ஆல்பத்தில்

மொத்தம் எட்டு டெரரிஸ்ட்களின் போட்டோக்கள் இருக்கின்றன. இதில் இரண்டு பேர் மட்டும் போலீஸில் சிக்கி இப்போது தேசியப் பாதுகாப்புச் சட்டத்தின் கீழ் பம்பாய் சிறையில் அடைக்கப்பட்டிருக்கிறார்கள். ஒருவன் பெயர் லோஹி. இன்னொருவன் பெயர் மூசா. இந்த இரண்டு பேரையும் பம்பாய்ச் சிறையில் வைத்து விசாரணை நடத்தியிருக்கிறேன். அப்போது நான் பம்பாயில் க்யூ பிராஞ்ச் பொறுப்பில் இருந்தேன்...”

ஐ.ஜி என்ன சொல்ல வருகிறார் என்கிற எதிர்பார்ப்பில் அவருடைய முகத்தையே பார்த்தபடி உட்கார்ந்திருந்தான் சபரி. அவர் சில விநாடிகளுக்குப் பின் தொடர்ந்தார்.

“அந்த இரண்டு பேரில் லோஹி என்பவனுக்கு சிறைச்சாலையில் மொட்டையடித்த போது இதே மாதிரியான - நிக்கியின் பின்பக்க மண்டையில் இருப்பது போலவே கம்பளிப் பூச்சி சைஸில் ஒரு தழும்பு இருந்தது. அதுபற்றி அப்போது அவனிடம் விசாரித்தபோது தலையில் ஏற்பட்ட ஒரு காயத்திற்கு தையல் போட்ட தழும்பு என்று சொன்னான். ஆனால் நிக்கியின் தழும்பைப் பார்த்த டாக்டர் இது மூளைப்பகுதியில் நடந்த ஒரு ஆபரேஷனின் விளைவாக ஏற்பட்ட தழும்பு என்று தீர்மானமாய் சொல்லி விட்டார். அது எந்த வகையான ஆபரேஷன் என்பதையும் ஸ்கேன் எடுத்துப் பார்ப்பதின் மூலம் கண்டுபிடித்துவிடலாம் என்பதையும் சொல்லியிருக்கிறார். நமக்கு இந்த கம்பளிப்பூச்சி தழும்பின் மூலம் கிடைத்திருக்கிற ஒரு புதிய உண்மை எது தெரியுமா மிஸ்டர் சபரி?”

“சொல்லுங்கள்.”

“லோஹி ஒரு டெரரிஸ்ட். லோஹிக்கும் நிக்கிக்கும் ஒரே மாதிரியான தழும்புகள் இருப்பதால் இரண்டு பேர்க்கும் ஏதாவது ஒரு வகையில் தொடர்பு இருக்கலாம். அல்லது இரண்டு பேரும் ஒரே தீவிரவாத அமைப்பைச்

சேர்ந்தவர்களாகவும் இருக்கலாம். நிக்கியை நம்மால் பேச வைக்க முடியும் என்று எனக்குத் தோன்றவில்லை. ஆனால் லோஹி கொஞ்சம் பயந்த சுபாவம் கொண்டவன். அவனை பம்பாயிலிருந்து உடனடியாய் டெல்லிக்குக் கொண்டு வந்து விசாரணை நடத்தினால் நிக்கியைப் பற்றின எல்லா உண்மைகளும் வெளியே வந்துவிடும். பம்பாய் போலீஸுக்குத் தகவல் கொடுத்தாயிற்று. அடுத்த நான்கு மணி நேரத்திற்குள் பம்பாயிலிருந்து டெல்லிக்கு ஒரு தனி ஃப்ளைட் மூலம் லோஹி கொண்டு வரப்படுவான்."

ஐ.ஜி சொல்லிக் கொண்டிருக்கும் போதே அவருடைய மேஜை மேல் இருந்த ஃபேக்ஸ் எலக்ட்ரானிக் குரல் கொடுத்து விட்டு பிரிண்ட் அவுட் வழியாக ஒரு காகிதத்தை வெளியே தள்ளியது.

எடுத்துப் படித்தார் ஐ.ஜி.

அது உள்துறை அமைச்சக அலுவலகத்தில் வந்த செய்தி.

'கவலை தரக்கூடிய ஒரு செய்தி. தேசவிரோத சக்திகளிடமிருந்து ஐந்து நிமிஷத்துக்கு முன்பு ஒரு மிரட்டல் கிடைக்கப் பெற்றோம். 'அடுத்த 24 மணி நேரத்திற்குள் டெல்லி, டைனமைட்களால் தரைமட்டமாக்கப்படும். டெல்லி மணல் மேடாக மாறாமல் இந்தியாவின் தலைநகரமாகவே நீடிக்க வேண்டும் என்று டெல்லி போலீஸ் விரும்பினால் சிறைக்காவலில் உள்ள நிக்கி உடனடியாக விடுதலை செய்யப்படவேண்டும்' என்பது மிரட்டலின் சாராம்சம். நாம் நிக்கியை விடுதலை செய்யப் போவதில்லை. இது உறுதி. அதே நேரம் டெல்லியையும் டைனமைட்களிலிருந்து காப்பாற்ற வேண்டும். இது குறித்துப் பேசவும் மேற்கொண்டு நடவடிக்கை எடுக்கவும் உள்துறை அமைச்சகம் டெல்லி முதல்மந்திரியின் தலைமையில் ஒரு அவசரக் கூட்டத்தைக் கூட்டியுள்ளது. உடனே உங்கள் வருகை தேவைப்படுகிறது. நிக்கியைக் கைது செய்த சபரியையும் உடன் அழைத்து வரவும்.'

ஃபேக்ஸ் செய்தியைப் படித்து முடித்த ஐ.ஜி, அதை சபரியிடம் காட்ட, அவன் அதை வாங்கி கண்களால் அவசரமாய் மேய்ந்து முடித்தான். ஐ.ஜி சொன்னார்.

"நிக்கியை நாம் விடுதலை செய்யாமல் டெல்லியை எப்படி டைனமைட்களின் சத்தத்திலிருந்து காப்பாற்றப் போகிறோம் என்பதை நினைக்கும்போது அடிவயிற்றில் நெருப்புப் பற்றிக் கொள்ளத்தான் செய்கிறது. நிக்கியின் டைரியில் வரையப்பட்டிருந்த அந்த தும்பிப் பூச்சியின் படத்துக்கு என்ன அர்த்தம் என்பதைப் புரிந்து கொண்டால் டெல்லியைக் காப்பாற்றிடலாம்."

"ஒருவேளை அந்த பம்பாய் லோஹிக்குத் தெரிந்திருக்கலாம் ஸார்... லோஹி இங்கே வந்து சேர்ந்ததும் முதல் காரியமாய்..."

சபரி சொல்லிக் கொண்டிருக்கும்போதே அவன் சர்ட் பாக்கெட்டில் எட்டிப்பார்த்துக் கொண்டிருந்த செல்போன் கூப்பிட்டது.

எடுத்து இடது காதுக்குக் கொடுத்தான்.

"எஸ்..."

மறுமுனையில் சௌந்தரியின் பதட்டக் குரல்...

"என்னங்க...!"

"சொல்லு சௌந்தரி..."

"உடனே நீங்க புறப்பட்டு ஹாஸ்பிடலுக்கு வாங்க. அமராவுக்கு கான்ஷியஸ் திரும்பியிருக்கு. உங்ககிட்ட ஏதோ பேசணுமாம்..."

"சௌந்தரி... நான் இப்போ ஹாஸ்பிடலுக்கு வரக்கூடிய நிலைமையில் இல்லை. இங்கே ஏகப்பட்ட..."

"என்னங்க! அங்கே என்ன வேலை இருந்தாலும் ஒரு பத்து நிமிஷம் வந்துட்டு போங்களேன். இங்கே அமரா, ரஞ்சித் ரெண்டு பேருமே உயிர் பிழைக்கக் கூடிய நிலைமைல இல்லீங்க... அவங்க உடல்நிலை நிமிஷத்துக்கு நிமிஷம் மோசமா போயிட்டிருக்கு..."

“சௌந்தரி, நீ என்ன சொல்றே? டாக்டர் ‘கேடாவர்’ ஆபரேஷன் பண்ணி ரெண்டு பேர்ல யாராவது ஒருத்தரை உயிர்பிழைக்க வைக்க முடியும்ன்னு சொன்னாரே?”

“சொன்னார், அதுக்கான ஏற்பாடுகளையும் பண்ணினார். ஆனா அமரா, ரஞ்சித் ரெண்டு பேர்க்குமே பல்ஸ் ரேட் வேகமாக விழுந்துட்டு வந்ததால ஆபரேஷனை பண்ண முடியாதுன்னு டாக்டர் சொல்லிட்டார். இப்போ ரெண்டு பேரோட நிலைமையுமே மோசமா இருக்கு. அமராவுக்கு கான்ஷியஸ் திரும்பியிருக்கு. உங்களைக் கேட்டா, உங்ககிட்ட பேசணும்ன்னு சொன்னா.”

சௌந்தரி பேசிக் கொண்டிருக்கும்போதே கடைசி வாக்கியம் அழுகையில் வெடித்து துண்டுத் துண்டு வார்த்தைகளாய் சிதறியது.

“சௌந்தரி! நான் இப்ப வர்றேன்...” சபரி செல்போனை அணைத்துவிட்டு லேசாய் கண்கலங்கி ஐ.ஜியை ஏறிட்டுப் பார்க்க, அவர் அவன் தோளைத் தொட்டார்.

“உங்கள் தங்கை அமராவைப் பார்க்கப் போக வேண்டும் இல்லையா?”

“எஸ் ஸார்... ஷி ஈஸ் கௌண்டிங் ஹெர் லாஸ்ட் மினிட்ஸ். அவள் என்னிடம் பேச விரும்புவதாக என் மனைவியிடமிருந்து போன்.”

“போய் வாருங்கள்...”

“ஸார்... உள்துறை அமைச்சகம் கூட்டியுள்ள அவசர கூட்டத்துக்கு?”

“அதை நான் பார்த்துக் கொள்கிறேன். நீங்கள் முதலில் உங்கள் தங்கையைப் போய்ப் பாருங்கள்.”

சபரி இதயம் கனக்க சல்யூட் ஒன்றை அடித்துவிட்டு வெளியே வந்தான்.

பைக்கில் காற்றை அறைத்துக் கொண்டு கால்மணி நேர பயணம்.

ஹாஸ்பிடல் வந்தது.

ஐ.ஸி.யூவின் வாசலிலே அழுது சிவப்பேறிய கண்களோடு சௌந்தரி. அழுகை பெரிதாய் வெடிக்காமல் இருக்க வாயோடு சேர்த்து பொத்தப்பட்ட கைக்குட்டை.

ஐ.ஸி.யூவுக்குள் போக முயன்ற சபரியை மறித்தாள்.

"வே...ண்டாங்க!"

"சௌந்தரி..."

"உ... உங்களையும் என்னையும் விட்டுட்டு அமரா போ... போயிட்டாங்க... 'அண்ணன் வர்ற வரைக்கும் நான் உயிரோட இருக்கமாட்டேன் அண்ணி. யார்கிட்டயாவது டேப்ரிக்கார்டர் இருந்தா வாங்கிட்டு வாங்க. அண்ணன்கிட்ட பேச வேண்டியதை பேசிடறேன்'னு சொன்னா. டாக்டரே அவரோட ரூம்ல இருந்த டேப்ரிக்கார்டரைக் கொடுத்தார். அமரா ஒரு நிமிஷம் பேசினா. பேசிக்கிட்டு இருக்கும்போதே உயிர் போயிடுச்சு... உங்க தங்கச்சி பேச்சைக் கேக்கறீங்களா?"

சௌந்தரி அழுதுகொண்டே டேப் ரிக்கார்டரை ஆன் செய்தாள்.

22

சௌந்தரி ஆன் செய்த டேப் ரிக்கார்டர் சில விநாடிகள் வரை கரகரத்து விட்டு பின் அமராவின் குரலை துண்டுத்துண்டாய் உதிர்த்தது.

"அ... அண்ணா...! எ... என்னோட உயிர்... பிரியப் போகும் இந்த சில நிமிஷங்களில் உன்னிடம் கேட்டுக் கொள்வதெல்லாம் இதுதான், ஒரு டைனமைட் வெடித்து என்னையும் ரஞ்சித்தையும் பிரித்த மாதிரியான ஒரு அவலம் - ஒரு கொடுமை இனி இந்த டெல்லியில் மட்டுமல்ல இந்த இந்தியாவிலேயே யார்க்கும் ஏற்பட்டு விடக் கூடாது. மக்களின் சிரிப்புச் சத்தம் மட்டுமே கேட்கப்படவேண்டிய இந்த தேசத்தில் இனி வெடிகுண்டு சத்தமே கேட்கக் கூடாது. அது உன்னைப் போன்ற போலீஸ் அதிகாரிகளால்தான் முடியும். மறுபடியும் நான் பிறப்பேன். வெடிகுண்டுச் சத்தம் கேட்காத இந்தியாவில் பிறந்து மறுபடியும் நான் ரஞ்சித்தைக் காதலித்துக் கல்யாணம் செய்து கொண்டு வாழ்ந்து காட்டுவேன். அண்ணி என்னுடைய இரண்டாவது தாய், அந்த தாய்க்கு ஆறுதல் சொல்லுங்கள்..."

பேச்சு நின்று டேப் ரிக்கார்டர் மௌனமாய் சுழன்றது.

சபரிக்கு அவன் விழியோரம் கண்ணீர் ஒரு ஆயுதம் மாதிரி கீறியது. அழுகை வெடித்து விடாமல் கட்டுப்படுத்திக் கொண்டு ஐ.ஸி யூனிட்டுக்குள் நுழைந்தான்.

கழுத்துவரை வெள்ளை விரிப்பால் போர்த்தப்பட்டிருந்த அமரா ஒரு மல்லிகைப்பூ மாதிரி தெரிந்தாள்.

லேசாய் வாய் பிளந்த நிலையில் தூங்குவதைப் போன்ற முகம்.

பக்கத்தில் போய் நின்று அமராவின் முகத்தை மெல்ல வருடினான்.

'அமரா...! இனி இந்த டெல்லியில் மட்டுமல்ல... இந்தியாவிலேயே வெடிகுண்டு சத்தம் கேட்காது. கேட்க விடமாட்டேன். நீயும் ரஞ்சித்தும் கேட்டதுதான் கடைசி வெடிகுண்டு சத்தம்...! இனி அது போல் ஒன்று கேட்காது...!'

யாரோ தோளைத் தொட்டார்கள். திரும்பினான்.

கவலை முகத்தோடு டாக்டர்!

"ஸாரி... மிஸ்டர் சபரி."

சபரி பெருமூச்சொன்றை அவருக்குப் பதிலாகக் கொடுத்துவிட்டு கேட்டான். "ஹௌ ஈஸ் ரஞ்சித் டாக்டர்?"

"சொன்னால் நம்ப மாட்டீர்கள் சபரி. உங்கள் தங்கை அமராவின் உயிர் எந்த நிமிஷம் பிரிந்ததோ, அதே நிமிஷத்தில்தான் ரஞ்சித்தின் உயிரும் பிரிந்தது. உயிர் பிரியும் போது ரஞ்சித் சொன்ன ஒரே வார்த்தை 'அமரா'."

சபரி உள்ளுக்குள் உடைந்து கண்ணீரை ஜீரணித்துக் கொண்டு டாக்டரை எறிட்டான்.

"டாக்டர்! அமரா, ரஞ்சித் இரண்டு பேர்களின் உடல்களையும் போஸ்ட்மார்ட்டம் செய்தபின் எனக்கு தகவல் கொடுங்கள். இப்போது நான் உள்துறை அமைச்சகம் கூட்டியுள்ள ஒரு அவசரக்கூட்டத்துக்கு போக வேண்டும். விபரம் வேண்டுமென்றால் என் மனைவி சௌந்தரியிடம் கேட்டுக் கொள்ளுங்கள்."

பக்கத்தில் நின்று புடவைத் தலைப்பால் வாயைப் பொத்தி அழுது கொண்டிருந்த சௌந்தரியின் முதுகில் மெல்ல தட்டிக் கொடுத்துவிட்டு வேகமாய் வெளியேறினான் சபரி.

போலீஸ் ஹெட் க்வார்ட்டர்ஸ்க்கு உட்பட்ட டார்க் செல் என்று அழைக்கப்படும் ரகசிய லாக்கப் அறை.

முப்பது வயது லோஹி மோவாயைச் சொறிந்துகொண்டு ஸ்டூலில் உட்கார்ந்திருக்க, ஐ.ஜியும் சபரியும் நின்றிருந்தனர். ஃபோக்கஸ் லைட் லோஹியை வெளிச்சத்தில் காட்டியது.

சபரி கேள்விகளைக் கேட்டுக் கொண்டிருந்தான்.

"லோஹி உன்னை எதுக்காக பம்பாயிலிருந்து தனி விமானத்தில் கூட்டிட்டு வந்திருக்கோம்னு தெரியுமா?"

"தெரியாது..."

"உனக்கு விடுதலை."

லோஹியின் சிவப்பேறிய சின்னக் கண்களில் ஒரு சந்தோஷ வெளிச்சம் அடித்தது.

"என்ன சொல்றீங்க... எனக்கு விடுதலையா?"

"ஆமா... விடுதலை மட்டும் கிடையாது. இதுவும் உனக்குத்தான்..."

சபரி சொல்லிக் கொண்டே கையில் வைத்திருந்த ப்ரீப்கேஸைத் திறந்து லோஹிக்கு முன்பாய் வைத்துக் காட்டினான்.

ப்ரீப்கேஸுக்குள் ஐநூறு ரூபாய் நோட்டுக்கட்டுகள் நெருக்கியடித்துக் கொண்டு உட்கார்ந்திருந்தன.

"லோஹி...! இதுல பத்து லட்சம் ரூபாய் இருக்கு. இதுவும் உனக்குத்தான்."

லோஹி தன் பழுதுபட்ட பான் கறை பற்களைக் காட்டிச் சிரித்தான்.

"எதுக்கு இந்த லஞ்சம்?"

"ஒரு உண்மையை நீ சொல்லணும்..."

"என்ன உண்மை?"

"நிக்கியை உனக்குத் தெரியுமா?"

"தெரியும்..."

"எப்படித் தெரியும்?"

"நானும் அவனும் ஒரே பாசறை. உங்க போலீஸ் பாஷையில் சொல்லப் போனா... ஒரே தீவிரவாத இயக்கம். ஆனா... அவன் வேற ப்ராஞ்ச். நான் வேற ப்ராஞ்ச்."

"இதோ பார் லோஹி...! டெல்லியில இப்ப நிலைமை சரியில்லை. போலீஸ் பிடியில மாட்டிக்கிட்டு இருக்கிற நிக்கியை 24 மணி நேரத்துக்குள்ள விடுதலை செய்யாத பட்சத்தில் டெல்லி வெடிகுண்டுகளால் தரைமட்டமாக்கப்படும்னு மிரட்டல் வந்திருக்கு..."

"அப்படியா... அதுக்கு நான் என்ன பண்ணனும்..?"

"நிக்கியும் நீயும் சார்ந்திருக்கிற அந்த இயக்கத்தைப் பத்திச் சொல்லணும்..."

"அதாவது காட்டிக் கொடுக்கணும்னு சொல்ல வர்றீங்க... இல்லையா?"

லோஹி கேட்டுவிட்டு தன் மோசமான வாயைத் திறந்து அண்ணாந்து சிரித்தான்.

"நீ எப்படி வெச்சுகிட்டாலும் சரி... எங்களுக்கு பதில் தேவை."

"நான் காட்டிக் கொடுக்க முடியாதுன்னு சொன்னா உங்களாலே என்னை என்ன பண்ண முடியும்?"

ஐ.ஜி இப்போது குறுக்கிட்டார்.

"இதோ பார் லோஹி! தீவிரவாதம்ங்கிற பேர்ல ஒரு சின்ன கும்பலை வெச்சுக்கிட்டு விலை மதிப்பில்லாத மக்களின் உயிர்களோட விளையாடறதுல உங்களுக்கெல்லாம் அப்படி என்ன ஒரு சந்தோஷம்..? நீ சுதந்திரக் காற்றை சுவாசிக்க விடுதலை. உன் எதிர்கால வாழ்க்கைக்காக பத்து லட்ச ரூபாய். இந்திய அரசாங்கம் உனக்கு தர்ற இந்த சலுகைகளைப் பயன்படுத்திக்கிட்டு..."

லோஹி கையமர்த்தினான்.

“ஐ.ஜி ஸார்... பேசிப் பேசி நேரத்தை வேஸ்ட் பண்ணாமே என்னை உடனே மும்பைச் சிறைக்கு அனுப்பி வெச்சுட்டா பரவாயில்லை...”

“அப்ப... நீ எந்த உண்மையையும் சொல்லமாட்டே..?”

“நீங்க எத்தனை நாள் இப்படியே உட்கார்த்தி வெச்சுக் கேட்டாலும் ஒரே பதில்தான்.”

ஐ.ஜி எரிச்சலை அடக்கிக் கொண்டு கேட்டார்.

“சரி... இதுக்காவது பதில் சொல்லு. நிக்கியோட டைரியில ஒரு தும்பிப் பூச்சி படம் போட்டிருந்தது. அதுக்கு என்ன அர்த்தம்..?”

லோஹி சின்னதாய் ஒரு சிரிப்பு சிரித்துவிட்டு சொன்னான்.

“இந்த டெல்லிக்கு அழிவு காலம்ன்னு அர்த்தம்...”

சபரி ஆத்திரம் தாளாமல் தன் வலது பூட்ஸ் காலை உயர்த்தி லோஹியின் மார்பில் ஓங்கி உதைத்தான்.

“நன்றி கெட்ட நாய்களா...! இந்த இந்தியால பொறந்துட்டு ஏன்டா இப்படி அட்டூழியம் பண்றீங்க? உங்களைப் பெத்த தாய்க்குச் சமமானது இந்த தேசம். அதை ரத்தக் களறியாக்குறதுல உங்களுக்கு என்னடா லாபம்..?”

லோஹி சிரித்தான். “இந்த தேசம் தாய் மாதிரின்னு சொன்னீங்க. ஆனா அது எங்க பார்வைக்கு பேய். இந்த தேசத்துல யாரும் ஒழுங்காயில்லை. எல்லாக் கட்சித் தலைவர்களும் என்னைப் பொறுத்தவரைக்கும் பொதுச் சொத்தை கொள்ளையடிக்கிற திருடங்க. மக்களும் சரியில்லை. இந்த தேசம் மாறணும்... எனக்கு பிடிக்கலை...”

சபரி லேசாய் திடுக்கிட்டான்.

நிக்கியும் விசாரணையின்போது இப்படித்தான் பேசினான். அதே வாசகங்கள்.

சபரி மறுபடியும் லோஹியிடம் பேச்சு கொடுத்துப் பார்த்தான்.

"உனக்கு இந்தியாவைப் பிடிக்கலை..?"

"ஆமா..."

"சரி...! உன்னோட கும்பல்ல மொத்தம் எத்தனை பேர் இருக்காங்க..."

"அது கும்பல் கிடையாது, ஒரு கொள்கைப் படை....!"

"பொறந்த தேசத்தை அழிக்க நினைக்கிறதுதான் உங்க கொள்கையா..?"

"இது ஒரு உத்தமமான காரியம். கெட்டுப் போயிருக்கிற இந்த இந்தியா அழியணும்... ஒரு புது இந்தியா பொறக்கணும்..."

"ர்ர்ர்ர்ரப்ப்ப்ப்."

சபரி விட்ட அறையில் லோஹியின் சில்லு மூக்கு மோசமாய் உடைபட்டு ரத்தம் கொட்டியது. லோஹி கொட்டிக் கொண்டிருந்த ரத்தத்தைப் பொருட்படுத்தாமல் சிரித்துக்கொண்டே சொன்னான்.

"என்னோட உடம்புல இருக்கிற ரத்தத்தை முழுக்க இதே லாக்கப்புக்குள்ளே கொட்ட நான் தயார். ஆனா நான் சிந்தற ஒவ்வொரு துளி ரத்தத்துக்கும் இந்த இந்தியாவில் இருக்கிற ஆயிரம் பேராவது ரத்தம் சிந்தியாகணும், பரவாயில்லையா?"

சபரி அயர்ந்து போனான்.

நிக்கி பேசிய அதே வார்த்தைகள். ஏதோ ஜெராக்ஸ் காப்பி எடுத்த மாதிரி இருவரும் எப்படி ஒரே மாதிரி பேசுகிறார்கள்.

சபரி திகைத்து திணறிக் கொண்டிருக்கும்போதே ஐ.ஜியின் சட்டைப் பாக்கெட்டில் இருந்த செல்போன் கூப்பிட்டது.

எடுத்து காதுக்குக் கொடுத்தார்.

மறுமுனையில் டி.ஐ.ஜி பேசினார். அவர் குரலில் துருவப் பிரதேசத்தில் குளிர்.

"ஸார்...! நிக்கியின் டைரியில் வரையப்பட்டிருந்த தும்பிப் பூச்சிக்கான அர்த்தம் இப்போது விளங்கிவிட்டது. டெல்லி இப்போது மிகப்பெரிய ஆபத்தில் இருக்கிறது என்பது அப்பட்டமான உண்மை என்றாகிவிட்டது. கவர்னர் மாளிகையில் இப்போது அனைத்து அதிகாரிகளும் கூடி பேசிக்கொண்டு இருக்கின்றார்கள்."

ஐ.ஜியின் முகம் கவலைச் சிலந்தியால் கூடு கட்டப்படுவதைப் பயமாய்ப் பார்த்தான் சபரி.

23

ஐ.ஜி செல்போனில் பேசி முடிக்கும் வரை காத்திருந்த சபரி, பின் கலக்கமான குரலில் கேட்டான்.

"ஸார்... எனிதிங் ராங்?"

"எஸ்..." என்று பெருமூச்சோடு தலையசைத்த ஐ.ஜி கவலை ஈஷிக் கொண்ட கண்களோடு தொடர்ந்தார்.

"டெல்லி இப்போது மிகப்பெரிய ஆபத்தில் இருக்கிறது மிஸ்டர் சபரி. நிக்கியின் டயரியில் வரையப்பட்டிருந்த தும்பிப் பூச்சிக்கு என்ன அர்த்தம் என்பது இப்பொது தெரிந்து விட்டது. அது ஆர்.டி.எக்ஸ் டைனமைட்களை கர்ப்பம் தாங்கிய ஒரு ஹெலிகாப்டர்."

சபரி திகைக்க, ஐ.ஜி சொன்னார்.

"பத்து நிமிடங்களுக்கு முன்பாய் வந்த செய்தி இது. சாந்தினி சௌக்கின் மையப் பகுதியில் இருக்கும் பதினான்கு மாடிகள் கொண்ட ஒரு அபார்ட்மெண்டின் மொட்டைமாடித் தளத்தில் ஹெலிகாப்டர் ஒன்று வந்து இறங்கியிருக்கிறது. ஹெலிகாப்டர் முழுக்க ஆர்.டி.எக்ஸ் டைனமைட்ஸ். அந்த டைனமைட்களை குறிப்பிட்ட இடத்துக்கு செலுத்தி பிரளயத்தை உண்டு பண்ணக்கூடிய மிகச்சிறிய ஏவுகணைகளும் அந்த ஹெலிகாப்டரிலேயே இருப்பதாக தகவல். ஒவ்வொரு ஏவுகணைகளும் பேட்டரியால் இயங்கக் கூடியது. மணிக்கு ஐநூறு மைல் வேகத்தில் இருபத்தைந்து கிலோ மீட்டர் தூரம் வரை சென்று இலக்குகளைத் தாக்கி

அழிக்கக் கூடியது. அந்த கணக்குப்படிப் பார்த்தால் டெல்லியில் உள்ள எல்லா முக்கிய இடங்களும் டைனமைட்களால் தாக்கப்படக் கூடிய பெரிய அபாயத்தில் உள்ளன.”

சபரியின் உடம்புக்குள் கோப ரத்தம் தளதளத்தது. “ஸார்...! அந்த ஹெலிகாப்டரில் எத்தனை பேர் இருக்கிறார்கள் என்கிற விபரம் தெரிந்ததா?”

“ம்... தெரிந்தது. இரண்டே இரண்டு பேர் தான்...! ஹெலிகாப்டர்க்குள் ஒரு வீடியோ காமிராவை வைத்து உள்ளே குவித்து வைக்கப்பட்டிருக்கும் ஆர்.டி.எக்ஸ் வெடிகுண்டுகளையும் ஏவுகணைகளையும் படம் பிடித்து அதை நேரிடையாக பக்கத்தில் இருக்கும் போலீஸ் க்யூ ப்ராஞ்ச் கண்ட்ரோல் அறையில் உள்ள டெலிவிஷனில் லைவ் டெலிகாஸ்ட்டாக காட்டிக் கொண்டிருக்கிறார்கள். அந்த பதினான்கு மாடிக் கட்டிடத்தில் மொத்தம் ஐம்பத்தாறு குடும்பங்கள் குடியிருக்கின்றன. கட்டடத்தை விட்டு வெளியே யாரும் போகக் கூடாது என்பது ஹெலிகாப்டர்க்குள் இருக்கும் இரண்டு தீவிரவாதிகளின் எச்சரிக்கை. மீறி வெளியே செல்பவர்களின் உடம்பை துப்பாக்கிக் குண்டுகள் சல்லடையாக்கும் மிரட்டியிருக்கிறார்கள். போலீஸ் நடவடிக்கைகள் இப்போது ஸ்தம்பித்துப் போய்விட்டது. நிக்கியை உடனடியாக விடுதலை செய்ய வேண்டும் என்பது தீவிரவாதிகளின் கோரிக்கை. அரசாங்கம் என்ன முடிவு எடுக்கப் போகிறது என்று தெரியவில்லை. நீங்களும் நானும் அரசு கூட்டியுள்ள ஆலோசனைக் கூட்டத்திற்கு அழைக்கப்பட்டுள்ளோம்...”

ஐ.ஜி சொல்லிக் கொண்டே எழுந்தார்.

சாந்தினி சௌக் பகுதி முழுவதும் வெறிச்சோடிப் போய்க் கிடக்க – சாலைகளின் பிரதான இடங்களில் மட்டும் போலீஸும் ராணுவமும் வயர்லஸ் சாதனங்களோடு தெரிந்தன.

அவசரக் கூட்டத்துக்குப் போய்விட்டு ஸ்தலத்துக்கு திரும்பியிருந்தார்கள் சபரியும் ஐ.ஜியும்.

ஜீப்பை விட்டு இறங்கி நூறு மீட்டர் தொலைவில் தெரிந்த அந்த பதினான்கு மாடிக் கட்டிடத்தை அண்ணாந்து பார்த்தான் சபரி.

மாடியின் உச்சியில் ராட்சஸ சைஸில் ஒரு தும்பி உட்கார்ந்திருப்பதைப் போல் அலுமினியப் பெயிண்டிங் - உடம்போடு ஹெலிகாப்டர் ஒன்று தெரிந்தது.

ஐ.ஜி. பெருமூச்சு விட்டார்.

“நிக்கியை எந்தக் காரணத்தை முன்னிட்டும் விடுதலை செய்யக்கூடாது என்பது அவசர ஆலோசனைக் கூட்டத்தில் அரசாங்கம் நமக்கு இட்ட ரகசியக் கட்டளை. அந்தக் கட்டளையையும் நாம் நிறைவேற்ற வேண்டும். இந்த ஹெலிகாப்டர் தாக்குதலையும் முறியடிக்க வேண்டும்...! என்ன செய்யப் போகிறோம் என்பதே எனக்குப் புரியவில்லை...”

“ஸார்...! நாம் முதலில் ஹெலிகாப்டரில் இருக்கும் தீவிரவாதிகளோடு பேசி அவர்களுடைய பல்ஸ் எப்படி இருக்கிறது என்பதைப் பார்க்க வேண்டும்.”

சபரி சொல்லிக் கொண்டிருக்கும்போதே ஐ.ஜியின் பாக்கெட்டில் இருந்த வயர்லெஸ் போன் முணுமுணுத்துக் கூப்பிட்டது.

எடுத்து காதுக்குக் கொடுத்தார்.

மறுமுனையில் குரல் சிரித்தது.

“வணக்கம் ஐ.ஜி ஸார்... உங்க நெட்வொர்க்ல புகுந்து உங்களுக்கே போன் பண்றோம்னு பார்க்கிறீங்களா? எல்லாம் டெக்னாலஜியின் மகிமை. இனி அடிக்கடி வருவோம். சரி.. நம்ம விஷயத்துக்கு வர்றோம். எங்களோட முக்கியமான கோரிக்கை உடனடியா நிறைவேற்றப்படணும். இன்னும் இருபத்திநாலு மணி நேரத்துக்குள்ளே நிக்கி விடுதலை செய்யப்படணும். இல்லேன்னா ‘கெடு’ முடிஞ்ச அடுத்த

விநாடியே டெல்லியின் முக்கிய இடங்களை ஆர்.டி.எக்ஸ் டைனமைட்ஸ் தகர்க்க ஆரம்பிக்கும். உங்களுக்கு இந்த டெல்லி வேணுமா இல்லை நிக்கி வேணுமாங்கிறதை முடிவு பண்ண வேண்டியது உங்க வேலை. இவ்வளவு நேரம் ஆடியோ கேட்டீங்க. இப்போ பக்கத்தில் இருக்கிற க்யூ ப்ராஞ்ச்சுக்கு நடந்து போய் அங்கே இருக்கிற டெலிவிஷன்ல எங்க ஹெலிகாப்டரைப் பத்தின லைவ் டெலிகாஸ்டைப் பாருங்க. டெல்லி எப்படிப்பட்ட சிக்கல்ல மாட்டிக்கிட்டு இருக்குன்னு உங்களுக்குத் தெரியும்..."

செல்போன் இணைப்பு சட்டென்று துண்டிக்கப்பட்டு விட ஐ.ஜி இறுகிப்போன முகத்தோடு தன் கையில் இருந்த செல்போனை அணைத்துவிட்டு சபரியை ஏறிட்டார்.

"க்யூ ப்ராஞ்ச்சுக்கு போவோம் வாருங்கள்!"

க்யூ பிராஞ்ச் கட்டடத்தின் உள்ளே இருந்த கட்டுப்பாட்டு அறைக்குள் இருவரும் நுழைந்தார்கள். ஐ.ஜி டெலிவிஷனுக்கு முன்பாய் இருந்த நாற்காலிக்கு உடம்பைக் கொடுத்தார். சபரி அவர்களுக்குப் பின்புறமாய் வந்து நின்றான்.

டெலிவிஷன் திரையில் பளிச்சென்று மொட்டைமாடி தெரிய - ஹெலிகாப்டர் தன் குச்சி குச்சியான உலோகக் கால்களால் நின்றிருந்தது. கேமிராவின் கோணம் மாறி ஹெலிகாப்டரின் உள் அமைப்பைப் பக்கத்தில் கொண்டு வந்து காட்டியது.

ஏதோ ஒரு கம்ப்யூட்டர் அறை மாதிரி தோற்றம் காட்டிய அதற்குள் நிறைய எலக்ட்ரானிக் சாதனங்கள். அந்த சாதனங்களுக்கு நடுவே இரண்டு இளைஞர்கள் தாடி வைத்துக்கொண்டு சிரித்தார்கள். ஒரே மாதிரியான கறுப்புக் கண்ணாடிகள்.

ஒருவனின் முகம் க்ளோஸப்புக்கு வந்தது. பேசினான். "ஐ.ஜி ஸார்! என் பேர் பரசு. எனக்குப் பக்கத்தில் உட்கார்ந்து இருக்குறவன் பேர் திரிலோக். நாங்க ரெண்டு பேர் மட்டுமே

இந்த ஹெலிகாப்டர்ல இருக்கோம். எங்களுக்குத் துணையா ஒரு பெரிய படையையே கூட்டிக்கிட்டு வந்திருக்கோம்."

அவன் சொல்லச் சொல்ல கேமிராவின் கோணம் மாறி உள்ளே சாக்குப் பைக்குள் அடைபட்டுக்கிடக்கும் ஆர்.டி.எக்ஸ் வெடிகுண்டுகளைக் காட்டியது. குரல் சிரித்தது.

"ஐ.ஜி ஸார்... இப்ப நீங்க பார்த்துட்டு இருக்கிற ஒவ்வொரு டைனமைட்டும் ஒவ்வொரு பிரளயம். இது வெடிக்கிற இடத்துல அரை கிலோ மீட்டர் சதுரப் பரப்புக்கு எதுவுமே மிஞ்சாது. அங்கே பார்த்தீங்களா... டைனமைட்டுகளைச் சுமந்துட்டு போகத் தயாராயிருக்கும் மினி மிஸைல்ஸ்..."

கேமிராவின் கோணம் மாற உள் பக்க மூலையில் இருண்டடி நீளமே இருந்த சாம்பல் நிற ஏவுகணைகள். மூக்கை நீட்டிக்கொண்டு செங்குத்தாய் நின்றபடி தவம் செய்து கொண்டிருந்தன.

"ஐ.ஜி. ஸார்... நீங்க இப்போ பார்த்துட்டு இருக்கிற எல்லாமே நிஜமான நிஜங்கள். உதார் வேலை கிடையாது. சொன்னா சொன்னபடி டைனமைட்களை சுமந்து கொண்டு பாயக் கூடிய ஏவுகணைகள். இந்த ஏவுகணைகள் சீறாமே இருக்கணும்னா நிக்கியை உடனடியா விடுதலை பண்ணணும்... இந்த விஷயத்துல உங்களுக்கு இருபத்தி நாலு மணி நேர அவகாசம். இந்த அவகாசத்துக்கப்புறம் உங்க முடிவு எங்களுக்குச் சாதகமாயிருந்தா டெல்லி பிழைக்கும். இல்லேன்னா டெல்லி இருந்த இடத்துல ஒரு மயான பூமிதான் இருக்கும். எமது அடுத்த ஒளிபரப்பு இனி நாலு மணி நேரம் கழித்து இதே அலைவரிசையில் பார்க்கலாம்..."

குரல் சொல்லி முடித்ததும் டி.வி திரையில் ஓடிக் கொண்டிருந்த காட்சி சட்டென்று காணாமல் போயிற்று.

கட்டுப்பாட்டு அறையில் இருந்த அத்தனை பேர் கண்களிலும் அதிர்ச்சி ஆணியடித்த மாதிரி நிலைத்துப் போயிருக்க, ஐ.ஜி சொன்னார்.

"எதிரிகள் நமக்கு இருபத்தி நான்கு மணி நேரம் அவகாசம் கொடுத்து இருக்கிறார்கள். இந்த அவகாசத்துக்குள் நாம் டெல்லியை இவர்களிடமிருந்து காப்பாற்றியாக வேண்டும். நிக்கியையும் விடுதலை செய்யக்கூடாது."

"அதை நாம் எப்படி நிறைவேற்றப் போகிறோம் ஸார்?"

"நாம் இப்போது நிக்கியைப் பார்க்கப் போகிறோம்."

"போய்?"

"மறுபடியும் அவனை ஒரு தீவிரமான விசாரணைக்கு உட்படுத்தி அவன் வாயிலிருந்து உண்மை ஏதாவது கசியுமா என்று பார்க்க வேண்டும்!"

ஐ.ஜி நாற்காலியைத் தள்ளிக்கொண்டு எழுந்தார்.

கிட்டத்தட்ட இரண்டு மணிநேரம்.

ஐ.ஜியும் சபரியும் கேட்ட கேள்விகளுக்கு நிக்கி ரத்தம் சிந்தினானே தவிர ஒரு வார்த்தையைக் கூட வெளியே விடவில்லை 'இந்த இந்தியா எனக்கு பிடிக்கவில்லை' என்ற வாக்கியத்தை மட்டும் நிறைய தடவை சொன்னான்.

காக்கி யூனிஃபார்ம்களில் வியர்த்துப் போய் ஐ.ஜியும் சபரியும் லாக்கப்பிலிருந்து வெளிப்பட்டு அறைக்கு வந்தார்கள். டாக்டர் முகர்ஜி அங்கே காத்திருந்தார்.

டாக்டர் தன் கையில் வைத்திருந்த ஸ்கேன் ரிப்போர்ட்டைக் காட்டினார்.

"இது... நிக்கியின் மூளைப் பகுதியை ஸ்கேன் செய்து தயாரிக்கப்பட்ட ரிப்போர்ட். இந்த ரிப்போர்ட்டின்படி நிக்கியின் மூளைப்பகுதி ஃப்ராண்டல் லோபெக்டமி, ஃப்ராண்டல் லோபோடமி என்கிற இரண்டு ஆபரேஷன்களுக்கு உட்பட்டு இருக்கிறது. அதாவது நிக்கிக்கு இந்த ஆபரேஷன்கள் கட்டாயமாகச் செய்யப்பட்டு அவனுடைய சிந்திக்கும் திறன் மழுங்கடிக்கப்பட்டுள்ளது."

"டாக்டர்...! நீங்கள் என்ன சொல்கிறீர்கள்?"

"ஒரு மனிதனின் குணத்தையே, அவன் சிந்திக்கும் திறனையே மாற்றி விடுகிற சமாச்சாரம் மூளையின் முன்பகுதியில்தான் இருக்கிறது. அதில் சின்னதாய் ஃப்ராண்டல் லோபெக்டமி, ஃப்ராண்டல் லோபோடமி என்கிற சில்மிஷங்களைச் செய்துவிட்டால் போதும் அவன் ஒரு நிக்கியாகவோ, லோஹியாகவோ மாறிவிடுவான். டேப்ரிக்கார்ரைப் போல் சொன்னதையே சொல்லிக் கொண்டிருப்பான். நிக்கியை நீங்கள் மேற்கொண்டு விசாரிப்பது வேஸ்ட்..."

டாக்டர் முகர்ஜி சொன்னதைக் கேட்டு முகங்கள் இருண்டு போய் ஒருவரையொருவர் கவலையாய் பார்த்துக் கொண்டார்கள், ஐ.ஜியும் சபரியும்.

அந்தக் கவலை விஸ்வரூபம் எடுத்து ஒரு பெரிய கேள்விக்குறியாய் மாறியது.

"இந்த டெல்லியை எப்படிக் காப்பாற்றப் போகிறோம்?"

24

டெல்லி டி.ஜி.பி அலுவலகம்.

'இன் எ நட் ஷெல்' என்றழைக்கப்படும் கான்ஃபிடென்ஷியல் அறைக்குள் போலீஸ் உயரதிகாரிகள் ஏ.ஸி குளிரிலும் வியர்த்துக் கொண்டிருந்தார்கள்.

டி.ஜி.பி. சின்ஹா தன் உதட்டுக்கு நேரே இருந்த சிறிய 'அகூஜா' மைக்கில் ஒரு துக்க வீட்டுக்குள் உட்கார்ந்து கொண்டு பேசுவதைப் போல் வார்த்தைகளை உதிர்த்துக் கொண்டிருந்தார்.

"பரசு, திரிலோக் என்கிற இரண்டு தீவிரவாதிகள் நமக்குக் கொடுத்துள்ள இருபத்தி நான்கு மணி நேர கெடுவில் ஆறு மணி நேரம் கரைந்து போய்விட்டது. இன்னும் பதினெட்டு மணி நேரமே இருக்கக்கூடிய இந்த நிலைமையில் டெல்லியை டைனமைட்களிலிருந்து காப்பாற்ற என்ன நடவடிக்கை எடுக்கப் போகிறோம் என்பதைப் பற்றி பேசத்தான் இங்கே கூடியிருக்கிறோம்."

டி.ஜி.பி பேசி முடிந்ததும் அரை நிமிஷ நேர அமைதிக்குப் பிறகு டெல்லி போலீஸ் கமிஷனர் வாயைத் திறந்தார்.

"இது நம் போலீஸ் டிபார்ட்மெண்ட்டுக்கு மீறிய செயல். ராணுவத்தை அழைத்து அதன் கமாண்டோ பிரிவிடம் பொறுப்பை ஒப்படைத்தால் ஒழிய இதற்கு விமோசனம் இல்லை. இந்த பிரச்சனையை எப்படி முடிவுக்கு கொண்டு வருவது என்கிற உத்தியும் வழிமுறைகளும்

அவர்களுக்குத்தான் தெரியும். பம்பாயில் சில வருடங்களுக்கு முன்னால் இதே மாதிரியான ஒரு இக்கட்டான நிலைமையை ராணுவத்தை அழைத்துத்தான் சமாளித்தார்கள். நாமும் ஏன் ராணுவத்தை அழைக்கக் கூடாது?"

இரண்டாவது வரிசையில் உட்கார்ந்திருந்த சபரி எழுந்து நின்றான்.

"மன்னிக்க வேண்டும் ஸார்...! டெல்லி இப்போது ஒரு கலவரப் பகுதியாக மாறியிருந்தால் ராணுவத்தை அழைப்பது ஒரு உசிதமான காரியம். ஆனால் நிலைமை இப்போது அப்படியில்லை. இரண்டு தீவிரவாதிகளுக்கும் நமக்கும் இடையே ஒரு மௌனயுத்தம் நடந்து கொண்டிருக்கிறது. இந்த யுத்தத்தைச் சத்தம் இல்லாமல் ஒரு முடிவுக்கு கொண்டுவர வேண்டிய பொறுப்பு நம் துறைக்குமட்டும்தான் இருக்கிறது..."

டி.ஜி.பி சின்ஹா, சபரியை ஒரு சலனமில்லாத பார்வை பார்த்தபடி கேட்டார்.

"யூ ஆர் கரெக்ட்... மிஸ்டர் சபரி. பட் இந்த மௌன யுத்தத்தை சத்தம் இல்லாமல் முடிவுக்குக் கொண்டு வருவது எப்படி..? எதிரிகள் நகரின் மையப்பகுதியில் ஒரு பதினான்கு மாடிக் கட்டடத்தின் உச்சியில் ஹெலிகாப்டர் நிறைய டைனமைட்களையும் மினி மிஸைல்களையும் வைத்துக்கொண்டு உட்கார்ந்திருக்கிறார்கள். இருந்த இடத்தை விட்டு அசையாமல் அவர்களால் டெல்லியில் எந்த ஒரு இடத்தையும் துவம்சம் செய்யமுடியும். என்ன செய்யப் போகிறோம் என்பதை டி.வியில் லைவ் டெலிகாஸ்ட் செய்து காட்டுகிறார்கள். தே... ஆர் வெல் எக்யூப்ட் அண்ட் மோர் டெக்னிகலி சவுண்ட். இந்த நிலைமையில் நாம் ஒரு அதிரடி முயற்சியை மேற்கொள்வது தவிர வேறு வழியில்லை..."

"ஸார்... நான் ஒரு யோசனையைச் சொல்லலாமா?"

"சொல்லுங்கள்... அதற்காகத்தானே நாம் இங்கே கூடியிருக்கிறோம். டெல்... மீ... வாட் ஈஸ் யுவர் சொல்யூஷன்?"

சபரி தன் கையில் மடித்து வைத்திருந்த ஒரு சிறிய பேம்ஃப்லெட்டை டி.ஜி.பியிடம் நீட்டினான்.

“என்ன?”

வாங்கிப் பார்த்தார்.

‘தி லைட் அண்ட் ஃபேக்டர்ஸ்’ என்கிற ஆங்கில எழுத்துக்களோடு ஒரு தலைப்பு தெரிய அதன் கீழே பொடி எழுத்துக்களில் ஒரு கட்டுரை ஓடியிருந்தது.

டி.ஜி.பி குழப்பமாய் அதை பார்த்துக் கொண்டிருக்க... சபரி தொடர்ந்தான்.

“ஸார்... இந்த ‘தி லைட் அண்ட் ஃபேக்டர்ஸ்’ கம்பெனி போர் முனைக்கு ஃபீல்டுக்கு தேவையான விஞ்ஞான சங்கதிகளைச் சப்ளை செய்கிற கம்பெனி. இந்த நிறுவனத்தில் எனக்கு வேண்டிய நண்பர் ஒருவர் சீஃப் என்ஜினியராக பணிப் புரிகிறார். அவரைச் சென்ற வாரத்தில் ஒரு தடவை சந்தித்து ஓய்வாய்ப் பேசிக் கொண்டிருந்தபோது ஒளிக் காற்றைகளில் புதிதாய்க் கண்டுபிடிக்கப்பட்ட ஒரு விஞ்ஞான அற்புதத்தைப் பற்றிச் சொன்னார். அது ‘அல்ட்ரா இன்விஸிபிள் லைட் பாத்’ எனப்படுகிற ஒரு வகையான ஒளிக்கற்றை. அந்த ஒளிக்கற்றைகளில் இன்டாக்ஸிகேட்டட் அணுக்கள் பயணம் செய்வதால் அந்த வெளிச்சம் படும் இடத்தில் எந்த ஒரு நபர் இருந்தாலும் ஒளிபாய்ந்த பத்து விநாடி நேரத்திற்குள் அவர் மயக்கத்துக்குப் போவது உறுதி. டார்ச் லைட் போன்ற அமைப்பின் மூலம் ஐம்பது மீட்டர் தூரத்திற்குள் எவரையும் அல்ட்ரா இன்விஸிபிள் லைட் பாத் டார்ச் மூலம் மயக்கத்தில் ஆழ்த்தலாம்.”

சின்ஹா வியப்பில் தன் கம்பளிப் பூச்சிப் புருவங்களை அரை சென்டி மீட்டர் உயரத்துக்கு உயர்த்தினார்.

“ஈஸ்... இட் பாஸிபிள்?”

“பாஸிபிள் ஸார்... தற்சமயம் அவைகள் போர்முனைக்குச் சப்ளை செய்யப்பட்டு வருகின்றன. சாந்தினி சௌக்

பதினாலாவது மாடி உச்சியில் ஹெலிகாப்டர் நிறைய டைனமைட்களோடு உட்கார்ந்து கொண்டிருக்கும் தீவிரவாதிகள் பரசுவையும் திரிலோக்கையும் அல்ட்ரா இன்விஸிபிள் லைட் பாத் டார்ச் மூலம் மயக்கப்படுத்தி விட்டால் நாம் சாவதானமாக பதினாலாவது மாடிக்குப் போய் அவர்களையும் ஹெலிகாப்டரையும் கைப்பற்றி டைனமைட்களை ஊமையாக்கி விடலாம்."

முப்பது வயது நீலேஷ் குமார் அடுத்த பதினைந்தாவது நிமிடம் டி.ஜி.பி. அலுவலகத்தின் 'இன் எ நட்ஷெல்' அறைக்குள் கழுத்து டையை நிரடியபடி நின்றிருந்தான்.

டி.ஜி.பி அவனிடம் விஷயத்தை விளக்கி விட்டு கேட்டார். "பதினான்காவது மாடி உச்சியில் ஹெலிகாப்டர்க்குள் இருக்கும் அந்த இரண்டு தீவிரவாதிகளையும் அல்ட்ரா இன்விஸிபிள் லைட் பாத் டார்ச் மூலமாக மயக்கத்தில் ஆழ்த்த முடியுமா?"

நீலேஷ்குமார் சின்னதாய் புன்னகைத்தான்.

"கண்டிப்பாக முடியும். ஆனால் ஹெலிகாப்டரும் அவர்களும் டார்ச்சுக்குக் கிடைக்கும்படியான அளவுக்கு ஐம்பது மீட்டர் தூரத்திற்குள் உயரமான கட்டடம் நமக்கு கிடைக்க வேண்டும், அவ்வளவு உயரத்தோடு கூடிய வேறு கட்டடம் சாந்தினி சௌக்கில் இருக்கிறதா?"

சபரி குறுக்கிட்டு சொன்னான்.

"பன்னிரெண்டு மாடிகளோடு ஃபைவ் ஸ்டார் ஹோட்டல் 'கேலார்ட்' இருக்கிறதே? மொட்டைமாடிக்கு போய்விட்டால் அங்கிருந்து சுலபமாய் அபார்ட்மெண்ட் கட்டட மொட்டை மாடியில் இருக்கும் ஹெலிகாப்டரையும் உள்ளே இருக்கும் தீவிரவாதிகளையும் பார்க்க முடியும்."

"அப்படியென்றால் எந்தப் பிரச்சனையும் இல்லை. திட்டத்தை உடனடியாக செயல்படுத்தி விடலாம்..." நீலேஷ்குமார் சொல்லிக்கொண்டே ஒரு லெதர் பையைப்

பிரித்து க்ரே நிற உடம்போடு இருந்த அந்த நீளமான டார்ச்சை எடுத்தான்.

"இதுதான் அந்த அல்ட்ரா இன்விஸிபிள் லைட் பாத் டார்ச்."

அனைவரும் அதை வியப்பாய்ப் பார்க்க நீலேஷ்குமார் தொடர்ந்தான்.

"இந்த டார்ச்சை சாதாரணமாக யாரும் பயன்படுத்திவிட முடியாது. இதன் பின்பக்கம் ஒரு கால்குலேஷன் சார்ட் இருக்கிறது. அந்த சார்ட்டில் உள்ள இன்ஸ்ட்ரக்ஷன்படி டார்ச்சை இயக்கினால் மட்டுமே பலன் கிடைக்கும்."

"எப்போது இதைச் செயல்படுத்தப் போகிறீர்கள்?"

"இப்போதே!"

ஹோட்டல் கேலார்ட்.

பன்னிரெண்டாவது மாடியின் உச்சியில் கம்பியிட்ட ஜன்னலுக்குப் பக்கத்தில் நீலேஷ்குமாரும் சபரியும் நின்றிருந்தார்கள்.

கண்களுக்குச் சக்தி வாய்ந்த பைனாகுலரை கொடுத்த நீலேஷ்குமார் ஹெலிகாப்டரை உற்றுப் பார்த்தான். கண்ணாடிக் கூண்டு பகுதிக்குள் இரண்டு பேர் உட்கார்ந்திருப்பது தெரிந்தது.

"சபரி..."

"ம்..."

"உள்ளே இரண்டு பேர் மட்டும் இருக்கிறார்கள். இங்கிருந்து டார்ச்சை ஏற்ற கோணத்தில் உபயோகித்தால்தான் லைட் பாத் சரியான முறையில் அமைத்து அவர்களை வீழ்த்த முடியும்."

"வேலையை ஆரம்பி நீலேஷ்..!" அல்ட்ரா இன்விஸிபிள் லைட் பாத் டார்ச்சை கையில் எடுத்துக் கொண்டான் நீலேஷ்குமார்.

25

இல்ட்ரா இன்விஸிபிள் லைட் பாத் டார்ச்சை கையில் எடுத்துக்கொண்ட நீலேஷ்குமார் ஐம்பது மீட்டர் தூரத்தில் அபார்ட்மெண்ட்டின் உச்சியில் தெரிந்த ஹெலிகாப்டரைப் பார்த்த விநாடி சபரியின் சட்டைப் பாக்கெட்டில் துருத்திக் கொண்டிருந்த வயர்லெஸ் போன் மெலிதாய் குரல் கொடுத்தது.

சபரி அதை எடுத்து இடது காதுக்கு ஓட்ட வைத்தான்.

"எஸ்..."

மறுமுனையில் குரல் சிரித்தது.

"சபரி! நான் பரசு! உன்னோட வயர்லெஸ் போன் ஃப்ரீக்வன்ஸி இப்பதான் கிடைச்சுது.. அதான் பேசிடலாம்னு கூப்பிட்டேன். அப்பறம் உன்னோட சிஸ்டர் அமராவோட உடம்பு போஸ்ட்மார்ட்டம் முடிஞ்சு வீட்டுக்குப் போயாச்சு போலிருக்கு. நீ உடனே கிளம்பி வீட்டுக்குப் போய் அவளோட காரியங்களை கவனிக்கிறதை விட்டுவிட்டு நீலேஷ்குமாரை கூட்டிட்டு வந்து ஏன் டயத்தை வேஸ்ட் பண்ணிட்டிருக்கே?"

சபரி திகைத்துக் கொண்டிருக்க... பரசு அதே சிரிப்போடு தொடர்ந்தான்.

"இந்த அல்ட்ரா இன்விஸிபிள் லைட் பாத் விஞ்ஞான சங்கதியெல்லாம் எங்களுக்கும் தெரியும். உங்க போலீஸ் டிபார்ட்மெண்ட் எப்படியெல்லாம் குறுக்கு வழியில பூந்து எங்களை மடக்கப் பார்ப்பீங்கன்னு எங்களுக்கு நல்லாவே தெரியும். அதுக்குத் தகுந்த மாதிரி நாங்களும் வியூகம் போட்டிருக்கோம். நிக்கியை விடுதலை செய்யாதபட்சத்தில்

இந்த டெல்லியை டைனமைட்ஸ்கிட்டயிருந்து காப்பாத்தவே முடியாது."

பரசு பேச்சைத் துண்டித்துக் கொள்ள, சபரி போனை அணைத்துவிட்டு கலக்கமாய் நீலேஷ்குமாரைப் பார்த்தான். "ஸ்மெல் பண்ணிட்டாங்க நீலேஷ்!"

நீலேஷ்குமார் பெருமூச்சு விட்டான்.

"என்ன செய்யலாம்?"

"வேற வழியில்லை. கீழே இறங்க வேண்டியதுதான். நம்ம துணிச்சலைக் காட்டறதுக்கு இது நேரமும் இல்லை. தகுந்த இடமும் இல்லை."

லிஃப்ட்டுக்கு வந்தார்கள்.

அதே விநாடிகளில்-

ஹெலிகாப்டர்க்குள் பொருத்தப்பட்டிருந்த வயர்லஸ் கரகரத்துக் கூப்பிட்டது. பரசுவுக்குப் பக்கத்தில் உட்கார்ந்திருந்த திரிலோக் ஹெட்போனை எடுத்து தலையில் மாட்டிக்கொண்டு பேச ஆரம்பித்தான்.

மறுமுனை அதிகாரத் தொனியில் கேட்டது.

"யார்... திரிலோக்கா?"

"ஆமா... ஸார்!"

"இப்ப என்ன நிலவரம்?"

"போலீஸோட பல்ஸ் ரேட் விழுந்துட்டே வருது ஸார்... அவங்க நம்ம விதிச்ச இருபத்திநாலு மணி நேரக் கெடுவுக்குள்ளே நிக்கியை ரிலீஸ் பண்ணிடுவாங்கன்னு நினைக்கிறேன்."

"போலீஸுக்கு வேற வழியே இல்லை. நிக்கியை ரிலீஸ் பண்ணியேயாகணும். நிக்கியை ரிலீஸ் பண்ண போலீஸ் ஒத்துக்கிட்டா நம்ம அடுத்த கட்ட நடவடிக்கைகள் துரிதமா ஆரம்பமாயிடணும்."

"காத்துக்கிட்டு இருக்கோம். நிக்கி நம்மகிட்டே வந்து சேர்ந்த அடுத்த நிமிஷமே டெல்லி ஸ்தம்பித்துப் போற அளவுக்கு டைனமைட்ஸ் வெடிக்கும். கட்டடங்கள் சரியும். ஜனங்கள் நூற்றுக்கணக்கில் ஸாரி... ஆயிரக்கணக்கில் மரணப் பட்டியலை நிரப்பிக்கிட்டே இருப்பாங்க. டெல்லி தீ ஜுவாலைகளோடு புகைஞ்சுக்கிட்டே இருக்கும்போதே நான், பரசு, நிக்கி மூணு பேரும் ஹெலிகாப்டர்ல பறந்துகிட்டு இருப்போம்..."

"வெரி குட்..."

வயர்லெஸ் அணைந்தது.

திரிலோக் ஹெட்போனைக் கழற்றி வைத்து விட்டுச் சிரித்தான்.

"ரொம்ப நாளைக்கப்புறம் நம்ம தலைவர் இன்னிக்குத்தான் சந்தோஷமாயிருக்கார்."

"சந்தோஷமா ஏன் இருக்க மாட்டார்? டெல்லியை தரைமட்டம் பண்ண அவர் வெளிநாட்டு சக்திகள்கிட்ட பேசியிருக்கிற கூலி நாலு கோடி டாலராச்சே..."

போலீஸ் ஹெட்க்வார்ட்டர்ஸில் மறுபடியும் உயர் அதிகாரிகள், உள்துறை அமைச்சர், செயலாளர்கள் அரைவட்டமாய் ஒன்று கூடி நான்கு மணி நேரம் ஆலோசனை செய்தபின் நிக்கியை விடுதலை செய்வதைத் தவிர வேறு வழியில்லை என்கிற முடிவுக்கு வந்தார்கள்.

சபரி தன் போனில் ஹெலிகாப்டர்க்குள் இருக்கும் பரசுவைத் தொடர்பு கொண்டான்.

"நிக்கியை விடுதலை செய்யறதா முடிவு பண்ணிட்டோம்!"

"சந்தோஷம்..."

"அவனை எப்படி எங்கே ஹேண்ட் ஓவர் பண்றது?"

பரசு சிரித்தான்.

"அதுக்கெல்லாம் ரொம்பவும் சிரமப்பட வேண்டாம் சபரி. நிக்கியை ஜெயில்லயிருந்து கொண்டு வந்து நாங்க இப்போ இருக்கிற அபார்ட்மெண்டுக்கு முன்னாடி விட்டுடு போதும். அவன் மேல வந்து எங்ககூட ஜாய்ன் பண்ணிக்குவான்."

"சரி... அப்பிடியே கொண்டு வந்து விட்டுடறோம். ஆனா.."

"ஆனா... என்ன சொல்லு?"

"டெல்லியில அதுக்கப்புறம் ஒரு டைனமைட்கூட வெடிக்கக்கூடாது."

"வெடிக்காது."

"வேற ஏதாவது நிபந்தனை இருக்கா?"

"இல்லை... பட் ஒரு வார்னிங்."

"என்ன?"

"நிக்கியை எங்ககிட்ட அனுப்புற மாதிரி பாவ்லா காட்டிட்டு வேற வழியில் எங்களை அட்டாக் பண்ணினா அதனோட விளைவுகள் படுமோசமாயிருக்கும்."

"எங்களுக்கு அது தெரியாதா என்ன? ஹெலிகாப்டர் நிறைய வெடிகுண்டுகளை வெச்சுக்கிட்டு உச்சாணிக் கொம்புல உட்கார்ந்துட்டிருக்கிற உங்ககிட்ட போய் நாங்க விளையாடுவோமா? எங்களுக்கு வேண்டியது மனித உயிர்ப் பாதுகாப்பு. டெல்லியில் வெடிகுண்டு சத்தம் கேட்கக் கூடாது. இந்த ரெண்டு விஷயம்தான்..."

"இனி டைனமைட் பத்தின கவலையே உங்களுக்கு வேண்டாம். நிக்கியை எதிர்பார்த்து காத்துட்டிருக்கோம். உடனே அனுப்பி வையுங்க!"

"அதுக்கான ஏற்பாடுகள் ஆரம்பமாயிடுச்சு..."

போனில் பேசிவிட்டு வெளியே நின்றிருந்த ஜீப்பை நோக்கிப் போனான் சபரி.

சரியாய் ஒரு மணி நேரம்.

அபார்ட்மெண்ட் வாசலில் போலீஸ் ஜீப் வந்து நிற்க சபரி தனக்குப் பக்கத்தில் உட்கார்ந்திருந்த நிக்கியிடம் சொன்னான்.

"இந்த அபார்ட்மெண்ட்தான். பதினாலாவது மாடியோட உச்சியில் பரசுவும் திரிலோக்கும் உனக்காக காத்துக்கிட்டிருக்காங்க, போ..!"

நிக்கி அலட்சியமாய் இறங்கி நடந்தான். பார்வையைச் சுழற்றிக் கொண்டே அபார்ட்மெண்ட்டின் போர்ட்டிகோ படிகளில் உயர்ந்து லிஃப்ட்டுக்கு வந்தான். திறந்திருந்த லிஃப்ட்டுக்குள் நுழைந்து 14வது மாடிக்குரிய பட்டனைத் தட்ட, லிஃப்ட் உயர்ந்தது.

முப்பதே விநாடிகள். 14வது மாடியில் லிஃப்ட் நின்று கதவுகளை விரியத் திறந்து வைக்க, நிக்கி வெளிப்பட, பரசுவும் திரிலோக்கும் எதிர்ப்பட்டு அவனைக் கட்டியணைத்துக் கொண்டார்கள்.

"வா நிக்கி..! போலீஸ் உன்னை ரொம்பவும் படுத்திட்டாங்களா?"

"அதெல்லாம் ஒண்ணும் இல்ல..."

"சரி வா... ஹெலிகாப்டருக்கு போலாம். டைனமைட்ஸ் வெச்சு டெல்லியைத் தகர்க்கலாம். நாம ரொம்ப நாளா எதிர்பார்த்துட்டிருந்த இனிமையான விநாடிகள் இப்போ நமக்குப் பக்கத்துல இருக்கு. உபயோகப்படுத்திக்குவோம்... வா."

"இதெல்லாம் ரொம்ப தப்பு!" என்றான் நிக்கி.

"தப்பா... நீ என்ன சொல்றே நிக்கி?"

"இந்தியால பொறந்துட்டு இங்கே வீசுற காற்றைச் சுவாசிச்சுக்கிட்டு இந்த மண்ல விளையறதையே சாப்பிட்டுக்கிட்டு உயிர் வாழ்ந்துட்டிருக்கிறோம். இந்த மண்ணை வெடிவெச்சுத் தகர்க்கலாமா?"

"டேய்... நிக்கி! உனக்கு என்னாச்சு? நீ பேசற விதமே சரியில்லையே?"

“நான் சரியாத்தான் பேசிட்டிருக்கேன். நீங்கதான் சரியில்லை. நீங்க சேர்ந்திருக்கிற இயக்கம் சரியில்லை. நாம பொறந்த தேசம் நமக்கு தாய் மாதிரி, வணங்கத்தான் தாய்! வெட்டிச்சாய்க்க இல்லை...”

பரசு பதட்டமாய் திரிலோக்கை ஏறிட்டான். “திரிலோக்! இவனுக்கு என்னமோ ஆயிடுச்சு. போய்த் தலைவர்க்கு வயர்லஸ்ல தகவல் சொல்லு...”

திரிலோக் நகர முயல நிக்கி பெரிய குரல் எடுத்துக் கத்தினான்.

“அசையாதீங்க...! இனிமேல நீங்க ரெண்டுபேரும் போக வேண்டியது ஹெலிகாப்டருக்கு இல்லை. அதுக்கும் மேலே...”

நிக்கி சொல்லிக்கொண்டே இடுப்புப் பகுதிக்கு கையைக் கொண்டுபோய் அந்தச் சிறிய மெட்டாலிக் பிஸ்டலை எடுத்தான். சுண்டினான். பரசுவும் திரிலோக்கும் மார்புப்பகுதிகளில் ரத்தம் காட்டி நிக்கியை நம்ப முடியாத பார்வை பார்த்துக் கொண்டே சரிந்தார்கள்.

துடிப்புகள் அடங்கிக் கொண்டிருந்த அவர்களுடைய உடல்களைத் தாண்டிக் கொண்டு ஹெலிகாப்டர் இருந்த மொட்டைமாடியை நோக்கிப் போனான் நிக்கி. அங்கே நின்றபடி ரோட்டை எட்டிப்பார்த்து ரோட்டோரத்தில் நின்றிருந்த சபரியின் ஜீப்பைப் பார்த்து கையசைக்க, ஜீப் வேகமாய்ப் புறப்பட்டு வந்தது.

மொட்டைமாடியில் நின்றிருந்த ஹெலிகாப்டர்க்குள் இப்போது சபரி, ஐ.ஜி உள்பட சில உயர் போலீஸ் அதிகாரிகள். நிக்கி ஒரு ஓரமாய் உட்கார்ந்து பிஸ்கெட் சாப்பிட்டுக் கொண்டிருக்க, சபரி வயர்லெஸ்ஸில் இயக்கத் தலைவரோடு பேசிக்கொண்டிருந்தான்.

“நிக்கியை நீங்க மட்டும் மூளையில ஃப்ராண்டல் லோபோடமி ஃப்ராண்டல் லோபெக்டமி செஞ்சு இந்தியாவை

வெறுக்கிற மாதிரி செய்யலாம். நாங்க அவனை எங்களுக்கு சாதகமாக மாத்த அவனுடைய மூளைப் பகுதிக்குள்ள ஒரு சைக்கோ சர்ஜரி செய்யக்கூடாதா, என்ன?"

வயர்லஸ்ஸின் மறுமுனையில் அந்தக் குரல் திகைத்தது.

"சைக்கோ சர்ஜரியா..?"

"அப்படியொரு சர்ஜரி இருக்கிறது உனக்குத் தெரியாம போனது எங்க அதிர்ஷ்டம். இந்த சைக்கோ சர்ஜரிக்கு மெடிக்கல் டெர்ம் ஸ்டீரியோடாக்டிவ் சர்ஜரி. மண்டையோட்டுல குட்டியூண்டு ஓட்டையைப் போட்டு இந்த சர்ஜரியை சுலபமா செய்யலாம். இப்படியொரு ஆபரேஷனைப் பத்தி டாக்டர் முகர்ஜியும் நானும் ரகசியமாக வெச்சிருந்தோம். ஆபரேஷன் முடிஞ்ச ஒரு மணி நேரத்துக்கப்புறம் இந்தியா மேல பற்றும் பாசமும் வர்ற மாதிரி நேர்மறை சிந்தனைகளையும் உணர்ச்சி பூர்வமான வசனங்களையும் கடந்த ஆறு மணி நேரமாய் அவனுடைய மூளைக்குள் திணிச்சு பதிய வெச்சோம்.

அப்பிடியே ஒரு இடத்துல டைனமைட் வெடிச்சா என்னென்ன பாதிப்பு ஏற்படும்ங்கிறதை வீடியோ போட்டு காட்டினோம். விளைவு..? எங்களுக்கு இந்தியா மேல பற்று இருக்குற ஒரு புது நிக்கி கிடைச்சான். புது நிக்கி எங்ககிட்ட எல்லா விஷயத்தையும் சொல்லிட்டான். நீங்க யாரு... உங்க இயக்கத்தோட ஆணிவேர் எங்கே இருக்கு... இயக்கத்துல எத்தனை பேர் இருக்கீங்க... இது மாதிரியான எல்லா விவரங்களும் இப்போ எங்க கைவசம் ரெடி... இந்நேரம் நீங்க இருக்கிற பகுதி அதிரடி போலீஸால வளைக்கப்பட்டிருக்கலாம். பை... த... பை நிக்கி இங்கே பக்கத்துலதான் இருக்கான். இப்போ அவன்கிட்ட ஒரு கேள்வி கேக்கப் போறேன். அந்த கேள்விக்கு அவன் என்ன பதில் சொல்லப் போறான்ங்கிறதையும் நீ கேளு!" சொன்ன சபரி வயர்லெஸ் மைக்கை நிக்கியின் பக்கமாய் நகர்த்தி வைத்துவிட்டுக் கேட்டான்.

"நிக்கி! உனக்கு பிடிச்ச வார்த்தை எது?"

பிஸ்கெட் மெல்லுவதை ஒரு விநாடி நிறுத்தி பலமான குரலில் சொன்னான்.

"ஜெய்ஹிந்த்!"

●●●

www.ingramcontent.com/pod-product-compliance
Lightning Source LLC
LaVergne TN
LVHW090315210926
848480LV00001B/256
* 9 7 9 8 9 0 2 0 7 5 5 3 0 *